എ കെ ജിയുടെ സഞ്ചാരപഥങ്ങൾ

a k gyude sanchara padhangal
collection of articles

•

editor
c bhaskaran

•

first edition
march 1994

•

second edition
july 2007

•

third edition
november 2008

•

typesetting and published
chintha publishers, thiruvananthapuram

•

cover
shahul aliyar

വിതരണം

ദേശാഭിമാനി ബുക്ക് ഹൗസ്

H O തിരുവനന്തപുരം-695 035
phone: 0471-2303026, 6063026
www.chinthapublishers.com
chinthapublishers@gmail.com

ബ്രാഞ്ചുകൾ

ഹെഡ്ഡാഫീസ് ബ്രാഞ്ച് കുന്നുകുഴി • സ്റ്റാച്യു തിരുവനന്തപുരം • കെ എസ് ആർ ടി സി ബസ് സ്റ്റേഷൻ ആലപ്പുഴ • കെ എസ് ആർ ടി സി ബസ് സ്റ്റേഷൻ എറണാകുളം • ഐ ജി റോഡ് കോഴിക്കോട് • മാവൂർ റോഡ് കോഴിക്കോട് • എൻ ജി ഒ യൂണിയൻ ബിൽഡിങ് കണ്ണൂർ • സെൻട്രൽ ബസ് ടെർമിനൽ കോംപ്ലക്സ് താവക്കര കണ്ണൂർ

CR - 846 / 2091
ISBN - 978-81-26200-70-2

എ കെ ജിയുടെ സഞ്ചാരപഥങ്ങൾ

ലേഖനസമാഹാരം

എഡിറ്റർ

സി ഭാസ്കരൻ

ചിന്ത പബ്ലിഷേഴ്സ്
തിരുവനന്തപുരം-695 035

ഉള്ളടക്കം

ആമുഖം

നാടറിയുന്ന, നമ്മിൽ നിറയുന്ന എ കെ ജി

അരനൂറ്റാണ്ടുകാലം വിശ്രമരഹിതമായ ജനസേവനം നടത്തിയ എ കെ ജി. സാമൂഹ്യപരിഷ്കരണ പ്രവർത്തനങ്ങളിലൂടെ ദേശീയ സമരത്തിന്റെ തീക്കുണ്ഡത്തിലേക്ക് എടുത്തു ചാടിയ എ കെ ജി. ദേശീയ പ്രസ്ഥാനത്തെ ജനകീയ പ്രസ്ഥാനമാക്കി മാറ്റുന്നതിന് മുൻകൈയെടുത്ത എ കെ ജി. കോൺഗ്രസിലൂടെയും കോൺഗ്രസ് സോഷ്യലിസ്റ്റ് പാർട്ടിയിലൂടെയും കമ്യൂണിസ്റ്റ് പാർട്ടിയിലെത്തി ജീവിതാന്ത്യം വരെ മാർക്സിസം-ലെനിനിസത്തിന്റെ കൊടിക്കൂറ ഉയർത്തിപ്പിടിച്ച എ കെ ജി. അധഃസ്ഥിതരുടെ, അധ്വാനിക്കുന്ന ജനവിഭാഗത്തിന്റെ എണ്ണമറ്റ അവകാശസമരങ്ങൾക്ക് നേതൃത്വം നൽകി പാവങ്ങളുടെ പടത്തലവനും സമരങ്ങളുടെ പര്യായവുമായിത്തീർന്ന എ കെ ജി. ജനങ്ങളുടെ ഹൃദയസ്പന്ദനം സ്വയം ഉൾക്കൊണ്ട് ജനങ്ങളുടെ ഉൽക്കടവികാരങ്ങൾക്ക് പാർലമെന്ററിവേദിയിൽ അലയടിയുണ്ടാക്കിയ എ കെ ജി. കേരളത്തിലെ നാലഞ്ച് തലമുറകളുടെ സാമൂഹ്യ ബോധവും രാഷ്ട്രീയ വീക്ഷണവും മാറ്റിയെടുക്കുന്നതിൽ അവിസ്മരണീയ പങ്ക് വഹിച്ച എ കെ ജി. കേരളത്തിലെ മറ്റേത് ജനനേതാവിനേയുംകാൾ ജനലക്ഷങ്ങളുടെ സ്നേഹവും ബഹുമാനവും പ്രീതിയും വിശ്വാസവുമാർജിച്ച എ കെ ജി. ആ മഹാനായ വിപ്ലവകാരിയുടെ ജീവിതത്തിന്റെ നാനാവശങ്ങളും വിപ്ലവപ്രസ്ഥാനത്തിനും സാമൂഹ്യപരിഷ്കരണ പ്രസ്ഥാനത്തിനും അദ്ദേഹം നൽകിയ സംഭാവനകളും പ്രതിപാദിക്കുന്ന ലേഖന സമാഹാരമാണിത്. എന്തുകൊണ്ടെന്നറിയില്ല, എ കെ ജിയുടെ സമഗ്രമായ ഒരു ജീവചരിത്രം ഇതുവരെയും പ്രസിദ്ധീകരിക്കപ്പെട്ടില്ല. ആ കുറവ് നികത്തുകയും പുതിയ തലമുറയ്ക്ക് എ കെ ജിയുടെ ജീവിതം പരിചയപ്പെടുത്തിക്കൊടുക്കുകയും ചെയ്യുകയെന്ന ലക്ഷ്യത്തോടെ

തയ്യാറാക്കിയതാണ് ഈ സമാഹാരം. എ കെ ജിയുടെ സംഭവബഹുലവും ത്യാഗോജ്ജ്വലവുമായ ജീവിതത്തിന്റെ ഓരോ ഘട്ടവും കാലാനുക്രമത്തിൽ വിന്യസിക്കുകയാണ് ഇതിൽ ചെയ്തിരിക്കുന്നത്. അവയിലൂടെ കടന്നുപോകുമ്പോൾ എ കെ ജിയുടെ ജീവിതത്തിന്റെ സമഗ്രമായ ഒരു ചിത്രം വായനക്കാർക്ക് ലഭിക്കണമെന്നാണ് ഞങ്ങളുടെ ആഗ്രഹം, ലഭിക്കുമെന്നാണ് ഞങ്ങളുടെ പ്രതീക്ഷ.

മാതൃഭൂമി വാരികയുൾപ്പെടെ പല ആനുകാലികങ്ങളിലായി വന്ന 150ൽപരം ലേഖനങ്ങളിൽ നിന്ന് തെരഞ്ഞെടുത്ത 33 ലേഖനങ്ങളാണ് ഇതിലുൾക്കൊള്ളിച്ചത്. ഇങ്ങനെയൊരു ലേഖനസമാഹാരം പ്രസിദ്ധീകരിക്കാൻ കഴിഞ്ഞതിൽ ഞങ്ങൾക്ക് അതിയായ ചാരിതാർഥ്യമുണ്ട്.

സി ഭാസ്കരൻ

എ കെ ജി
ചില ബാല്യകാലസ്മരണകൾ

സി എച്ച് കുഞ്ഞപ്പ

ഗോപാലേട്ടന്റെ കരുത്തും കഴിവുകളും നേട്ടങ്ങളുമൊക്കെ സുവിദിതങ്ങളാണ്. ഒരു തുറന്ന പുസ്തകം പോലെ അത് എവിടെ വേണമെങ്കിലും ആർക്കും തുറന്ന് വായിക്കാം. അദ്ദേഹത്തിന്റെ ആത്മ കഥയിലൂടെയും ഒട്ടേറെ വിവരങ്ങൾ ജനങ്ങൾക്കറിയാം. ഇതിന്റെ യൊക്കെ അടിയിൽ കിടക്കുന്ന പാരമ്പര്യവും പരിസരവും വേണ്ടു വോളം നാം മനസിലാക്കിയിട്ടുണ്ടോ?

നിങ്ങൾക്ക് കർമത്തിലും ജന്മാന്തരങ്ങളിലും വിശ്വസിക്കാം, വിശ്വ സിക്കാതിരിക്കാം. പക്ഷേ, പാരമ്പര്യത്തിലും പരിസരങ്ങളിലും വിശ്വസി ക്കാതിരുന്നുകൂടല്ലോ. ഫലാനുഭവത്തിന് പാകമായ കർമങ്ങൾക്കനുസ രിച്ച് അതാത് കുടുംബങ്ങളിലും ദേശങ്ങളിലും ജീവൻ വന്ന് പിറക്കുന്നു എന്നാണാസ്തികർ പറയുന്നത്. രണ്ടായാലും ഗോപാലേട്ടന്റെ കുടുംബ ത്തെയും പരിസരങ്ങളെയും കുറിച്ചറിയുന്നത് പ്രയോജനകരമാകുമെന്ന് തോന്നുന്നു. ആയില്യത്ത് എന്നത് രണ്ടുതറയിലെ ഏറ്റവും അഭിജാത മായ കുടുംബങ്ങളിൽ ഒന്നാണ്. രണ്ടുതറയിൽ രാജ്യഭാരം ഉണ്ടായിരുന്ന നാല് വീട്ടുകാരിൽ ഒന്ന്. അവർക്ക് രാജ്യഭാരം നഷ്ടപ്പെട്ടത് രസകരമായ കഥയാണ്. ഭരണസംബന്ധമായി കോലത്തിരിയോട് വാങ്ങിയ കടം തിരി ച്ചടയ്ക്കാൻ വൈകുകയും നിർബന്ധം പെരുകുകയും ചെയ്തപ്പോൾ തലശേരിയിലെ ഈസ്റ്റിന്ത്യാ കമ്പനിക്ക് തങ്ങളുടെ അവകാശം പണയംവെച്ച് പണം വാങ്ങി കോലത്തിരിയുടെ കടംവീട്ടി. "ഇരുമ്പ് കുടിച്ച വെള്ളം തേട്ടുകയില്ല"ല്ലോ. അങ്ങനെ നാല് വീട്ടുകാർക്ക് രാജ്യ ഭാരം ഒഴിഞ്ഞുകിട്ടി. അവരെ ശല്യപ്പെടുത്തിയിരുന്ന കോലത്തിരിക്കും ആഭാരം ഒഴിഞ്ഞുകിട്ടുകയുണ്ടായല്ലോ. അങ്ങനെ രാജ്യഭാരത്തിന് ചുമതലപ്പെട്ട ഒരു കുടുംബത്തിൽ ഗോപാലേട്ടൻ പിറന്നു. കുറ്റ്യേരി

ആയില്യത്ത് തറവാട്ടിന്റെ ഒരു ശാഖയാണ്.

അച്ഛൻ വി കെ രൈരു നമ്പ്യാർ അന്ന് വടക്കേ മലബാറിൽ എല്ലാറ്റിന്റെയും നേതൃസ്ഥാനം വഹിച്ചുപോന്ന മാന്യനാണ്. നായൻമാരുടെ ഇടയിൽ നിന്ന് 'കെട്ടുകല്യാണം' തിരോഭവിച്ചതിന് പ്രധാന കാരണം ഈ അച്ഛന്റെ സാമൂഹിക പ്രവർത്തനമാണ്. കെട്ടുകല്യാണം പോയി എന്നു മാത്രമല്ല, അവാന്തര വിഭാഗങ്ങളെ കൂട്ടിയിണക്കാനും സഫലമായി അദ്ദേഹം ശ്രമിച്ചു. നായൻമാരുടെ ഇടയിൽ പ്രസിദ്ധമായ ഒരു അവാന്തര വിഭാഗ വിവാഹത്തിന് അദ്ദേഹം നേതൃത്വം വഹിച്ചു. ഇതിനൊക്കെ വേണ്ടി ഉത്തര കേരള നായർ സമാജം എന്നൊരു സംഘടന അദ്ദേഹം കാര്യദർശിയായി പ്രവർത്തിച്ചുപോന്നു. *സമുദായദീപിക* എന്നൊരു പത്രം നടത്തി. അതിനൊരു പ്രസും. ഇടക്കാലത്ത് ഒരു ബാങ്ക് നടത്തിയെങ്കിലും അത് വിജയിച്ചില്ല. കാഴ്ചക്ക് ഗൗരവക്കാരനെങ്കിലും ധാരാളം തമാശകൾ പറയും. എപ്പോൾ നോക്കിയാലും കണ്ണും മുഖവും കണ്ടാൽ 'കുടി'ച്ചിരിക്കുകയാണെന്നു തോന്നും. പക്ഷേ 'കുടി'യുടെ പരമവൈരിയാണ്. കുടിയൻമാരായ അനേകം സുഹൃത്തുക്കളുണ്ട്. അവർ ആവുന്ന പണി മുഴുവനെടുത്തിട്ടും അദ്ദേഹത്തെക്കൊണ്ട് കുടിപ്പിക്കാനായിട്ടില്ല എന്നാണ് ഞങ്ങൾ കേട്ടത്. ഒരുനാൾ ചങ്ങാതികൾ കള്ളുകൊണ്ട് അഭിഷേകം വരെ നടത്തിയിരുന്നുവത്രെ. ഈ അച്ഛനിൽ നിന്നാവണം സമുദായ സേവനത്വരയും ഒരു കാര്യത്തിൽ ഉറച്ചുനിന്നാൽ ഇളകാതിരിക്കാനുള്ള നിശ്ചയദാർഢ്യവും ഗോപാലേട്ടന് കൈവന്നത്. ആ അച്ഛന് ഒരു അനുജനുണ്ടായിരുന്നു-വി കെ അനന്തൻ നമ്പ്യാർ. നാട്ടുകാർക്ക് മുഴുവൻ അനന്തേട്ടൻ. അദ്ദേഹത്തിന്റെ പരോപകാര പ്രവർത്തനം വ്യക്തികളിൽ ഫലിക്കുന്നതാണ്. ഏതെങ്കിലും വീട്ടിൽ ഒരാൾ സുഖക്കേടായി കിടപ്പാണ്, സഹായം വേണം എന്നുവന്നാൽ അനന്തൻ നമ്പ്യാർ വൈദ്യനും മരുന്നും മറ്റുമായി അവിടെ ഉണ്ട്. അങ്ങനെതന്നെ പ്രസവം, മരണം മുതലായവ സംബന്ധിച്ചും ജനങ്ങൾക്ക്, ജാതി ഭേദമെന്യേ സഹായമെത്തിക്കും. അദ്ദേഹം സുസമ്മതനായ ഒരു അഭിനേതാവായിരുന്നു. *ദേവയാനിചരിതം, സാരഞ്ജനീപരിണയം* മുതലായവയിൽ മുഖ്യപങ്ക് വഹിക്കും.

ഗോപാലേട്ടൻ തലശേരി സ്കൂളിൽ പോകുന്ന കാലത്ത് പെരളശേരി അമ്പലത്തിനടുത്ത് ചമ്പോച്ചേരി എന്ന വീട്ടിലാണ് താമസിച്ചിരുന്നത്-അവരുടെ അമ്മയുടെ അച്ഛന്റെകൂടെ. അമ്മാമൻമാരായ ഗോവിന്ദേട്ടനും നാരായണേട്ടനും അവിടെയുണ്ട്. ഇന്ന് കേൾക്കുമ്പോൾ നമ്മുടെ കുട്ടികൾക്ക് അതൊരു അസാധ്യകാര്യമായി തോന്നുമെങ്കിലും അന്ന് നാരായണേട്ടനും ഗോപാലേട്ടനും പെരളശേരിയിൽ നിന്ന് ആറുനാഴിക നടന്നിട്ടാണ് സ്കൂളിലേക്ക് പോവുക. വഴിക്കൊരു കടവും കടക്കാനുണ്ട്. എല്ലാറ്റിലും മൂത്ത അമ്മാമനായ എ കെ കുഞ്ഞിരാമൻ നമ്പ്യാർ അന്ന് കോഴിക്കോട് സാമൂതിരി എസ്റ്റേറ്റിൽ പ്രവർത്തിക്കുകയായിരുന്നു-തഹസിൽദാർ ഗ്രേഡിൽ. പിന്നീടദ്ദേഹം ഡപ്യൂട്ടി കളക്ടറായിരിക്കെ പെട്ടെന്ന് മരിച്ചുപോയി. ഇവരെല്ലാം ഗോപാലേട്ടന്റെ സ്വഭാവ രൂപവൽക്കര

ണത്തിൽ വലിയ പങ്ക് വഹിച്ചുവെങ്കിലും ആ ജീവിതത്തിൽ ഏറ്റവുമധികം സ്വാധീനം ചെലുത്തിയത് എ കെ ശങ്കരൻ നമ്പ്യാരാണ് (അമ്മയുടെ അമ്മയുടെ ജ്യേഷ്ഠത്തിയുടെ മകൻ). ശങ്കരൻ മാസ്റ്റർ ഗോപാലേട്ടന്റെ മാത്രമല്ല, ആ ദേശത്തിന്റെയാകെ സ്വഭാവ രൂപവൽക്കരണത്തിൽ നിസ്തുലമായ പങ്ക് വഹിച്ചു. ഇന്റർമീഡിയറ്റിനു ശേഷം ഉപരിപഠനത്തിനു പോകാതെ പെരളശേരിയിൽതന്നെ ഒരു അധ്യാപകനായിരുന്ന് നാടിന്റെ നാനാവിധ നന്മകളെ മുൻനിർത്തി അദ്ദേഹം പ്രവർത്തിച്ചു. വിദ്യാർഥികളിൽ ദേശീയ മനോഭാവം വളർത്താൻ ആവുന്നതൊക്കെ ചെയ്തു. തക്ലിയും ചർക്കയും കൊണ്ട് നൂലെടുക്കാൻ ഏർപ്പാടുണ്ടാക്കി; നെയ്യാനും. പുൽപ്പായനെയ്ത്ത് ഒരു തൊഴിലാക്കി മാറ്റി; ചൂരൽ മെടയലും. ഇങ്ങനെ നാനാരൂപങ്ങളിൽ പൊതുപ്രവർത്തനം മുമ്പോട്ടു കൊണ്ടുപോയി. അതിനൊക്കെ സ്വന്തം പണം നിർലോഭം ചെലവാക്കി. ഓലക്കുടയുമായാണ് സ്കൂളിലേക്കു വരിക. ഇതൊക്കെ ഗോപാലേട്ടൻ കാണുന്നുണ്ടായിരുന്നു.

വൈകുന്നരം ബാഡ്മിന്റനോ ഫുട്ബോളോ കളിക്കും. അതിൽ നാട്ടുകാരെയും പങ്കെടുപ്പിക്കും. ഫുട്ബോൾ കളിയിൽ ശങ്കരൻ മാസ്റ്ററുടെ അനുജൻ എ കെ പത്മനാഭൻ നമ്പ്യാരായിരുന്നു പ്രമാണി. പട്ടാളത്തിൽ നിന്ന് പിരിഞ്ഞുവന്ന അദ്ദേഹം പിന്നീടൊരിക്കൽ ഗുരുവായൂരിൽ ഒരു കൊടുങ്കാറ്റ് സൃഷ്ടിച്ചു. ഗുരുവായൂർ സത്യഗ്രഹകാലത്ത് അന്ന് വളണ്ടിയർ ക്യാപ്ടനായിരുന്ന ഗോപാലേട്ടനെ ചില കാവൽക്കാരും മറ്റുള്ളവരും കൂടി കഠിനമായി മർദ്ദിക്കുകയുണ്ടായി. അന്ന് യദൃച്ഛയാ പത്മനാഭൻ നമ്പ്യാർ ഗുരുവായൂരിൽ ഉണ്ടായിരുന്നു. ഗോപാലേട്ടൻ ബോധംകെട്ട് വീണു, ചോര വന്നു, എന്നൊക്കെ കേട്ട പത്മനാഭൻ നമ്പ്യാർ അന്ന് നടയിലിറങ്ങി, കണ്ട കാവൽക്കാരെ മുഴുവൻ തല്ലി, അവർക്ക് അരുനിന്നവരെയും. അന്ന് പത്മനാഭൻ നമ്പ്യാരുടെ പേര് കേട്ടാൽ യാഥാസ്ഥിതികർ പലരും (അക്രമികൾ) വിറയ്ക്കുന്ന ഒരു സ്ഥിതിയാണവിടെ സംജാതമായത്. ഗോപാലേട്ടൻ നല്ലൊരു ഫുട്ബോളർ ആയിരുന്നു. മറ്റൊരാൾ എം പി നാരായണൻ നമ്പ്യാർ. ബാഡ്മിന്റനിൽ വി വി കെ തന്നെ പ്രഥമൻ. എ കെ ഗോവിന്ദൻ നമ്പ്യാർ തൊട്ടടുത്ത് നിൽക്കും. കളി കഴിഞ്ഞാൽ സന്ധ്യയോടടുത്ത് ഒരു ‘ചക്കര കലക്കൽ’ ഉണ്ട്. കുറെ ചക്കര, പച്ചവെള്ളം, മൈസൂർപഴം, അവിൽ ഇതെല്ലാം കൂടി ഒന്നിച്ച് കലക്കി കുടിക്കുകതന്നെ. ചെലവ് ശങ്കരൻ മാസ്റ്ററും ഗോവിന്ദേട്ടനും കൂടി വഹിക്കണം. മറ്റാർക്കും അതിന് കഴിവില്ല. മാങ്ങാക്കാലമായാൽ മാങ്ങ മുറിച്ചിട്ട്, ഉപ്പും മുളകും ചേർത്ത് ധാരാളം അടിച്ചുവിടും. പച്ച മാങ്ങയാണെങ്കിൽ കുറെ വെളിച്ചെണ്ണയും ചേർക്കും. മാങ്ങാക്കാലത്ത് ചിലപ്പോൾ മടക്കത്തിൽ എന്റെ വീട്ടിൽ വരും. അവിടെ പഴുത്ത മാങ്ങയോ ചക്കയോ അമ്മ അരിഞ്ഞോ ഇരിഞ്ഞോ ശരിപ്പെടുത്തിവെച്ചിരിക്കും. അമ്മക്ക് ഗോപാലേട്ടനെ വളരെ ഇഷ്ടമായിരുന്നു. അമ്മ മരിച്ചപ്പോൾ ദൽഹിയിലെ തിരക്കുകൾക്കിടയിലും ഗോപാലേട്ടൻ എഴുതിയ എഴുത്തിൽ ഈ സായാഹ്നങ്ങളെക്കുറിച്ചും അമ്മയുടെ മധുരമധുരമായ

മാങ്ങയെക്കുറിച്ചും സ്നേഹവായ്പിനെക്കുറിച്ചും സ്മരിച്ചിരുന്നു. ഒഴിവു ദിവസങ്ങളിൽ ഞാൻ ചമ്പാച്ചേരി പോകും. അവിടെയുണ്ടാകും മാങ്ങ ധാരാളം. അതിലും വിശേഷം പഴുത്ത ചക്കച്ചുള ശർക്കരയും ചേർത്ത് പുഴുങ്ങി ചിരകിയ തേങ്ങയും കൂട്ടി യോജിപ്പിച്ച് തരുന്നതാണ്.

ആ ചെറുപ്പത്തിൽ തീറ്റിയുടെ കാര്യത്തിലും ഗോപാലേട്ടൻ ഒട്ടും മോശമായിരുന്നില്ല. അവിൽ കുഴയ്ക്കലാണ് പ്രധാനം. ഗോവിന്ദേട്ടനാണതിന് മുമ്പിട്ട് നിൽക്കുക. പണച്ചെലവും അവരുടേതുതന്നെയാകും. അവർ അവിൽ കുഴയ്ക്കലിൽ വിദഗ്ധനാണ്. വി വി കെയും ഗോപാലേട്ടനും അങ്ങനെതന്നെ. നാഴി അവിലിന് ഇത്ര തേങ്ങ, ഇത്ര ചക്കര എന്നൊക്കെ കണക്കുണ്ട്. അവിൽ ആദ്യം ഞെരുടി പൊടിയാക്കും. അതിന് നല്ല കൈക്കരുത്ത് വേണം. പിന്നെ ചിരവിയ തേങ്ങയും കൂട്ടി അവിൽ ഒന്ന് കുഴയ്ക്കും. അതൊരു ഉണ്ടയാകും. പിന്നെ ചക്കര രണ്ട് കൈയിലും എടുത്ത് പിടിച്ച് കൂട്ടിത്തല്ലി ഒന്ന് ഞെരിച്ചാൽ അത് പൊടി. എല്ലാം കൂടി നാല് പ്രാവശ്യം ഗോപാലേട്ടന്റെയോ ഗോവിന്ദേട്ടന്റെയോ കൈകൊണ്ട് ഞെരുടിയാൽ അവിലിന് അങ്ങേയറ്റം പതമാവും. സാധാരണക്കാർക്ക് അതധികം തിന്നാൻ പറ്റില്ല. ഗോപാലേട്ടൻ നല്ലപോലെ തിന്നും. എന്നിട്ടും ചിലപ്പോൾ ബാക്കിയായാൽ പാളയിൽ പൊതിഞ്ഞ് പിന്നേക്ക് വെക്കും. അധികം താമസമുണ്ടെങ്കിൽ മണ്ണിൽ കുഴിച്ചിടും. എഴുത്തുകാരനും വാഗ്മിയുമൊക്കെയായിരുന്ന എ കെ കുഞ്ഞികൃഷ്ണൻ നമ്പ്യാർ (പിന്നീട് *സ്വാഭിമാനി* പത്രാധിപരും രാഷ്ട്രീയ നേതാവും ഒക്കെയായി. ഒടുവിൽ ഋഷികേശത്തിൽ ചെന്ന് സന്യാസം സ്വീകരിച്ച് വിരജാനന്ദനായി, ഏതാനും വർഷം മുമ്പ് സമാധിയായി) ഈ കൂട്ടത്തിൽ പരമരസികനായ ഒരാളായിരുന്നു.

പഠിക്കുന്ന കാലത്ത് ഗോപാലേട്ടൻ ഒരു കുട്ടിപ്പോക്കിരി എന്ന പേർ കേൾപ്പിച്ചിരുന്നു. നാരായണേട്ടന്റെ കൂടെയാകയാൽ അധികം പോക്കിരിത്തം പറ്റില്ല. എങ്കിലും മുമ്പിൽ നടക്കുന്ന നാരായണേട്ടനുമായി സംസാരിക്കുമ്പോൾ തല ചൊറിഞ്ഞ് വിനയത്തോടുകൂടി മറുപടി പറയും. നാരായണേട്ടന്റെ മുഖം തിരിഞ്ഞാൽ പിന്നിൽ ഞങ്ങളുടെ നേരെ ഭീഷണഭാവം കാണിക്കാൻ ഒട്ടും വിഷമമുണ്ടാവില്ല. കണ്ണൊന്നുരുട്ടി മിഴിച്ച്, തടിച്ച കീഴ്ച്ചുണ്ട് കടിച്ച് ഒന്ന് നോക്കിയാൽ ഞങ്ങളൊക്കെ പേടിക്കുമായിരുന്നു. പേടിക്കാനൊന്നുമില്ല, അതിന്റെ പിന്നാലെ ഒന്നും വരാൻ പോകുന്നില്ല. ഈ മാതിരി ചില്ലറ പോക്കിരിത്തങ്ങളിൽതന്നെ ശ്രദ്ധ ഏറിയതിനാൽ, പഠിപ്പിൽ വേണ്ടപോലെ ശ്രദ്ധിക്കാൻ കഴിഞ്ഞോ എന്ന് സംശയമാണ്. പക്ഷേ ഒരു അധ്യാപകനായപ്പോൾ പഠിപ്പിക്കാൻ ബഹുമിടുക്കൻ എന്ന് വിദ്യാർഥികളും സഹാധ്യാപകരും നാട്ടുകാരും തല കുലുക്കി സമ്മതിച്ചു. പക്ഷേ അവർക്കെല്ലാം ഈ എടുത്തുചാട്ടക്കാരനെ, സ്നേഹമാണെങ്കിലും കുറഞ്ഞൊരു ശങ്കയുമുണ്ട്.

സ്കൂൾമാസ്റ്ററായിരിക്കുമ്പോൾ തന്നെ താലൂക്ക് ബോഡ് തെരഞ്ഞെടുപ്പിലും മറ്റും വോട്ട് പിടിക്കാൻ ശ്രമിക്കുമായിരുന്നു. അന്ന് തന്നെ പഴയ പ്രമാണിത്തത്തിന് എതിരാണ്. ഉത്തരകേരള നായർ സമാജത്തി

ന്റെ സെക്രട്ടറി ഗോപാലേട്ടന്റെ അച്ഛനാണ്. അതിന്റെ പ്രവർത്തനങ്ങളോട് ഞങ്ങൾക്കെല്ലാം ബഹുമാനമാണ്. എന്നാലും അതൊരു വലിയ ആളുകളുടേത് എന്ന എതിർപ്പ് ഞങ്ങൾക്കുണ്ടായിരുന്നു. വാർഷികങ്ങൾ വലിയ പ്രമാണിമാരുടെ സാന്നിധ്യത്തിലാണ് നടക്കുക. സദ്യ കേമമായിരിക്കും. ഉത്തരകേരള നായർ സമാജം എന്നത് ചുരുക്കി ഇംഗ്ലീഷിൽ യു കെ എൻ സമാജം എന്നെഴുതാറുണ്ട്. അത് 'ഉണ്ട് കുടൽ നിറയ്ക്കുന്ന സമാജം' എന്ന് ഗോപാലേട്ടനുൾപ്പെടെ ഞങ്ങളൊക്കെ, മറ്റു വലിയവർ കേൾക്കാതെ തമ്മിൽ തമ്മിൽ പറയുമായിരുന്നു. ഇത് ബഹുമാനക്കുറവുകൊണ്ടല്ല, കാറ്റ് മാറി വീശുന്നതിന്റെ സൂചനയാണ്.

ഉദ്യോഗം രാജിവെച്ച് 'രാഷ്ട്രീയ'ത്തിൽ മുഴുകിയ ശേഷം ആദ്യകാലത്ത് അധികസമയവും കെ കേളപ്പന്റെ കൂടെ ആയിരുന്നു. അത് ഗോപാലേട്ടന് ഒന്നാന്തരം ശിക്ഷണത്തിന്റെ കാലമായിരുന്നിരിക്കണം. അക്കാലത്ത് ചിലപ്പോൾ അപസ്മാര ബാധയുണ്ടാകാറുണ്ട്. ബോധമില്ലാതെ വീഴും, വളരെ നേരം അർധബോധാവസ്ഥയിൽ എന്തെങ്കിലും പറയും. അങ്ങനെയുള്ള ഘട്ടത്തിൽ കേളപ്പൻ അടുത്തെങ്ങാനും ഉണ്ടെങ്കിൽ ഗോപാലേട്ടന്റെ അടുത്ത് ചെന്നിരിക്കും. പിന്നെ കുറെനേരം കേളപ്പന്റെ കുമ്പ തടവിക്കൊണ്ട് ആ കുമ്പയെക്കുറിച്ചും മറ്റും ആയിരിക്കും സംസാരം. ഹൃദയപൂർവമായ സ്നേഹത്തെക്കുറിച്ച് ഒട്ടേറെ പ്രസ്താവങ്ങൾ ഉണ്ടാകും. പക്ഷേ അതധികവും പരിഹാസം കലർത്തിക്കൊണ്ടാവും. ഗോപാലേട്ടന്റെ പ്രസംഗത്തിൽ കലർത്താറുള്ള നർമബോധം ഈ അർധബോധാവസ്ഥയിലും കേൾക്കാറാകും. ചിലരെ അടച്ചാക്ഷേപിച്ചു എന്നും വരും.

ആ ആദ്യകാലങ്ങളിൽ ഞങ്ങൾ മിക്കപ്പോഴും ഒന്നിച്ചാവും. ഏതാണ്ട് എല്ലാ ദിവസവും കാണും. പിന്നീട് സർദാർ ചന്ത്രോത്തും എ കെ ജിയും ഒരു കൂട്ടുകെട്ടായിരുന്ന കാലത്തും അങ്ങനെതന്നെ. ഇതിനിടയിലൊക്കെ തൊഴിലാളിസമരങ്ങൾ വളർന്നു വരികയായിരുന്നു-കോഴിക്കോട്ടും പരിസരങ്ങളിലും. സ്വാഭാവികമായി അതിന്റെ നേതൃത്വം ഗോപാലേട്ടനിലായി. അന്ന് *മാതൃഭൂമി* പത്രാധിപരായിരുന്ന കേളപ്പൻ ഈ സമരങ്ങളിൽ ഗോപാലേട്ടനും കെ പി ഗോപാലനും വേണ്ടി ഒട്ടേറെ പ്രയത്നിച്ചിട്ടുണ്ട്. അതിനിടക്ക് തിരുവന്നൂർ പ്രദേശത്ത് നിന്ന്, തൊഴിലാളി നേതൃത്വം അക്രമത്തിലേക്ക് വഴുതിത്തുടങ്ങുന്നതായി ആവലാതികൾ കേൾക്കാനുണ്ടായിരുന്നു. ചില കരിങ്കാലികൾ പുലർച്ചെ വീടുവിട്ട് പുറത്തു വരുമ്പോൾ അവർക്ക് തല്ലുകിട്ടി എന്നും മറ്റുമാണ് ആക്ഷേപം. ഈ സമരത്തിന്റെ പിന്നിൽ എ കെ ജിയുണ്ടെന്ന് പലരും വന്നു പറഞ്ഞു. കേളപ്പൻ അത് വിശ്വസിക്കാൻ കൂട്ടാക്കിയില്ല. തൊഴിലാളി പ്രസ്ഥാനത്തിന് അദ്ദേഹത്തിന്റെ പിന്തുണ തുടർന്ന് ലഭിക്കുകയും ചെയ്തു.

ഗോപാലേട്ടൻ കമ്യൂണിസ്റ്റ് പാർട്ടിയുടെ വലിയ ഒരു നേതാവായി കഴിഞ്ഞതിനു ശേഷം ഒരു കുറി കോഴിക്കോട്ട് ഞങ്ങൾ താമസിക്കുന്നതിന്റെ തൊട്ടടുത്ത വീട്ടിൽ പാർട്ടിക്കാരെ കാണാൻ വരികയുണ്ടായി.

ഞങ്ങളുടെ വീട്ടിൽ വന്നില്ല. എനിക്കതിൽ യാതൊരു പരിഭവവും ഉണ്ടായിരുന്നില്ല. എന്നാൽ അന്ന് കോഴിക്കോട് എന്റെകൂടെ താമസിക്കുകയായിരുന്ന അമ്മ അതുകേട്ട് വല്ലാതെ വേദനിച്ചു. അവർക്കത് സഹിക്കാൻ കഴിഞ്ഞില്ല. ഗോപാലേട്ടന് സമയമുണ്ടായില്ല, അതുകൊണ്ടാണെന്ന് പറഞ്ഞ് ഞങ്ങൾ ആശ്വസിപ്പിക്കാൻ ശ്രമിച്ചിട്ടും അത് ഫലിച്ചില്ല. അമ്മയും ഗോപാലേട്ടന്റെ അച്ഛനും ജ്യേഷ്ഠാനുജൻമാരുടെ മക്കളാണ്. ആ നിലയ്ക്ക് അവർക്കത് സഹിക്കാൻ പ്രയാസം തോന്നി. പക്ഷേ, ഭാഗ്യവശാൽ അമ്മ മരിക്കുംമുമ്പ് തന്നെ ഗോപാലേട്ടൻ വീട്ടിൽ വന്ന് അമ്മയെ കാണുകയുണ്ടായി. അന്ന് മാധവനാരും കൂടെയുണ്ടായിരുന്നു.

ഇതൊക്കെ ഇന്നേക്ക് പഴങ്കഥകളായിരിക്കുന്നു. വളരെക്കാലമായി ഞങ്ങൾ തമ്മിൽ കാണാറില്ലെങ്കിലും ആ വലിയ ഹൃദയത്തിൽ എനിക്കും ഒരു എളിയ സ്ഥാനമുണ്ടെന്ന് എനിക്കറിയാമായിരുന്നു. ഒടുവിലത്തെ കുറി കുഞ്ഞിരാമപ്പൊതുവാളുടെ വീട്ടിൽവെച്ച് കണ്ടപ്പോൾ ആ പഴയ ബന്ധത്തെക്കുറിച്ച് ഒരുപാട് പറയുകയുണ്ടായി. ഇതിന് മുമ്പൊരു കുറിയും കുഞ്ഞിരാമപ്പൊതുവാളുടെ വീട്ടിൽവെച്ച് ഞാനദ്ദേഹത്തെ കണ്ടിട്ടുണ്ട്. എ കെ ജിക്കുവേണ്ടി പൊതുവാൾ വീട് മുഴുവൻ ഒഴിഞ്ഞുവെച്ചിരിക്കുകയാണ്. താദൃശ സൗഹൃദം പിടിച്ചുപറ്റുന്ന ഒരു ഹൃദയമായിരുന്നുവല്ലോ ഗോപാലേട്ടന്റേത്. ഒടുവിൽ ഒരു മാറാരോഗത്തിന്റെ പിടിയിൽ പെട്ടിട്ടും അദ്ദേഹത്തിന്റെ പ്രസന്നതക്ക് യാതൊരു കുറവും കണ്ടില്ല. അതിനടുത്തൊരു ദിവസം മെഡിക്കൽ കോളെജ് ആശുപത്രിയിൽ ചെന്ന് കണ്ടപ്പോൾ ആകപ്പാടെ ആരോഗ്യം വളരെ മോശമായിരുന്നുവെങ്കിലും കണ്ടതിൽ സന്തോഷം സ്പഷ്ടമായിരുന്നു. ഈ എല്ലാ വേദനകളും യാതനകളും ആവുന്നത്ര രണ്ട് കൈകൊണ്ടും സ്വീകരിക്കാൻപോന്ന സ്നേഹവും ശക്തിയും കരുത്തുമുള്ള മനസ്വിനിയായ ഒരു സഹധർമ്മിണിയെ ലഭിച്ചത് ഗോപാലേട്ടന്റെ ഭാഗ്യമാണ്. ഇന്ന് അവർ തന്റെ യാതനകളത്രയും തനിച്ച് സഹിക്കണം. ഈശ്വരൻ അവർക്ക് അതിനുവേണ്ട കരുത്ത് നൽകട്ടെ. ലൈലയ്ക്കുമുണ്ടാകട്ടെ വേണ്ടുവോളം ഈശ്വരാനുഗ്രഹങ്ങൾ. അവർ ഈശ്വരനിൽ വിശ്വസിച്ചാലും ഇല്ലെങ്കിലും ഈശ്വരവിശ്വാസിയായ ഈ അനുജൻ അങ്ങനെ പ്രാർഥിക്കുന്നു.

ഈ ലേഖനത്തിൽ ഗോപാലേട്ടനേക്കാൾ കുഞ്ഞപ്പ കടന്നുനിൽക്കുന്നുവെങ്കിൽ, എനിക്കെന്ത് നഷ്ടപ്പെടുന്നു എന്ന് ഞാൻ മുമ്പെന്നത്തെക്കാളും ഇന്ന് അറിയുന്നു എന്നതാണ് കാരണം. കണ്ണുപോകുമ്പോൾ കണ്ണിന്റെ വിലയറിയുന്നു. അപ്പോൾ, ഓർക്കുന്നത് പോയ കണ്ണിനെക്കാൾ ശേഷിക്കുന്ന അന്ധതയെയാവും എന്നത് സ്വാഭാവികവും അക്കാരണത്താൽ തന്നെ ക്ഷന്തവ്യവുമാണല്ലോ. മൂന്ന് വയസേ എനിക്ക് കുറവുള്ളൂ എന്ന് ഞാൻ കാണുന്നു. എങ്കിലും അഞ്ചാറ് വയസ് കൂടുതലുള്ള ഒരേട്ടനെപ്പോലെയാണ് ആ ചെറുപ്പകാലത്ത് അവരെന്നോട് പെരുമാറിയിരുന്നത്; ഞാനങ്ങോട്ടും. ശങ്കരൻ മാസ്റ്ററുടെ നേതൃത്വത്തിലുള്ള സായാഹ്നസദസുകൾ ചിലപ്പോൾ സാഹിത്യം കൂടി ചർച്ച ചെയ്യും. രാഷ്ട്രീയ-സാമൂഹിക കാര്യങ്ങളിൽ സജീവമായി പങ്കെടുക്കുന്ന

ഗോപാലേട്ടൻ സാഹിത്യം വന്നാൽ അധികമൊന്നും സംസാരിക്കില്ല. പക്ഷേ അടുത്തുള്ള കവിതയെഴുത്തുകാരെ വല്ലവരേയും കളിയാക്കാൻ കിട്ടുന്ന സന്ദർഭം നഷ്ടപ്പെടുത്തുകയുമില്ല. അവിടെ വളരെ മൂർച്ചയുള്ള പരിഹാസമായിരിക്കും. രാഷ്ട്രീയത്തിലെ ഗൗരവം എന്തുകൊണ്ട് സാഹിത്യത്തിൽ ഉണ്ടായില്ല? കവിതകൾ ചൊല്ലി പഠിക്കാൻ കൂട്ടാക്കുകയില്ലെങ്കിലും അതിന്റെ രസികത്തം ആവോളം അദ്ദേഹം ആസ്വദിച്ചിരുന്നു. അന്നേ തന്റെ പോക്കെങ്ങോട്ടെന്ന് കണ്ടുവെച്ചിരിക്കുമോ? അങ്ങനെ തോന്നുന്നില്ല. സംഭവങ്ങൾ അതാത് കാലത്ത് അദ്ദേഹത്തിലെ കരുത്തുകൾ വേണ്ടതിൻവണ്ണം വികസിപ്പിച്ചു എന്ന് വിചാരിക്കുന്നതാവും ശരി. എ കെ ജി ചെയ്തതത്രയും എത്ര നല്ലതായാലും ശരി, ജയിലിൽപോക്ക് വരെ സഹിക്കാം; അതിലപ്പുറം ഒളിപ്പോരും ഒളിച്ചുപാർക്കലും ജയിൽ ചാടലും മറ്റുമാവുമ്പോൾ, ഒരച്ഛനുമമ്മയും അനുജനും പെങ്ങളുമൊക്കെ അത് എങ്ങനെ പൊറുപ്പിക്കും? അച്ഛൻ നിസംഗത നടിച്ചേക്കാം. അമ്മയ്ക്കത് സാധ്യമല്ല. ഏത് നാഴികയ്ക്കും മകൻ വന്ന് വാതിൽക്കൽ മുട്ടിവിളിക്കാം എന്ന് വിചാരിച്ച് രാത്രി മുഴുവൻ ഉറക്കമിളച്ച് കഴിയേണ്ടിവരുന്ന ഒരമ്മയെ ഓർത്തുനോക്കൂ. രാഘവനും വേദന തിന്നുകൊണ്ട് കറുത്ത നാളുകൾ തള്ളിനീക്കി. അന്നത്തെ സ്ഥിതി ഇന്നത്തേതുപോലല്ലായിരുന്നുവല്ലോ.

യാഥാസ്ഥിതികതയുടെ കോട്ടയായ വടക്കേ മലബാറിൽ നിന്ന് ഒരു ആഢ്യൻ നമ്പ്യാർ അങ്ങ് തെക്ക് വിപ്ലവാഗ്നിയിൽ തഴച്ചുവളർന്ന സുപ്രശസ്തയായ ഒരു ഈഴവമഹിളയെ മാലയിടുന്നു. അതിലെ സന്തതി നമ്പ്യാരുടെ ചിതക്ക് തീകൊളുത്തുന്നു. എല്ലാത്തരം നിമ്നോന്നത ഭാവനകൾക്കും വെച്ച തീയായി ഞാൻ അതിനെ കാണുന്നു. വലിയൊരു ജന്മി കുടുംബാംഗം കിസാൻ നേതാവായി ഇന്ത്യ ഉടനീളം നടന്ന് വിപ്ലവം പ്രസംഗിച്ച് ഭൂവുടമകളിൽ നിന്ന് ഭൂമി പിടിച്ചെടുത്ത്, ഭൂമി അതിൽ പണിയെടുക്കുന്നവന് എന്ന തത്വത്തെ നിയമാനുസാരിയായി പ്രയോഗത്തിൽ വരുത്തുന്നു. അതൊരു വിപ്ലവാഗ്നിയായിരുന്നു. അതിൽ ഒട്ടേറെ പലതും കത്തിയെരിയും. പക്ഷേ, മനഃക്ലേശം വർധിക്കാതിരിക്കാൻ നാം ശ്രദ്ധിക്കുക. ആയില്യത്തെ തിറക്ക് ചില കൊല്ലം മേലെരി കൂട്ടി ചാമുണ്ഡി തീയിൽ ചാടാറുണ്ട്. എല്ലാ അഴുക്കുകളും വെന്തെരിയുക. എല്ലാ രോഗബീജങ്ങളും നശിക്കുക. അങ്ങനെ നാട് ശുദ്ധമാകുക-ഇതാണുദ്ദേശ്യം. ഗോപാലേട്ടന്റെ ജീവിതത്തിന്റെയും പ്രവർത്തനത്തിന്റെയും ലക്ഷ്യം അതുതന്നെ. അതുകൊണ്ട് പെരളശേരിയെക്കുറിച്ച് നമുക്കിനി ഇങ്ങനെ പാടാം.

"ജാതിഭേദം മതദ്വേഷം
ഏതുമില്ലാതെ സർവരും
സോദരത്വേന വാഴുന്ന
മാതൃകാസ്ഥാനമാണിത്."

അതോടുകൂടി മൺമറഞ്ഞ എന്റെ ഏട്ടനെക്കുറിച്ച് ഈ വരികൾ

കൂടി പാടട്ടെ. അതിലെ ആദ്യത്തെ വരികൾ മൂന്നും അനുഭവത്തിൽ വന്നു കഴിഞ്ഞതായി നമുക്കറിയാം. നാലാമത്തേത് അങ്ങനെയാകുമെന്ന് നമ്മുടെ മനസ് ഉറപ്പുതരുന്നു.

"ധർമമാം വഴിതന്നിൽ വന്നണയുന്ന വൈരികളഞ്ചവേ
നിർമലദ്യുതിയാർന്ന നിശ്ചയ ഖഡ്ഗമേന്തി നടന്നുടൻ
കർമസീമ കടന്നുപോയ് കളിയാടുവാനരുളേണമേ
ശർമവാരിധിയിൽ-കൃപാകര ശാന്തിയാം മണിനൗകയിൽ."

(മാതൃഭൂമി ആഴ്ചപതിപ്പ്, 1977 മെയ് 1)

എ കെ ജിയുടെ പിതാവ്

വി കെ കെ ഗുരുക്കൾ

നാലഞ്ച് വ്യാഴവട്ടക്കാലംമുമ്പ് നമ്മുടെ നാട്, ഹൈന്ദവരെയപേക്ഷിച്ച് തികച്ചും അന്ധകാരനിബിഡമായിരുന്നു. പലതരം അനാചാരങ്ങൾ തഴച്ചുവളർന്ന് പടർന്നുപന്തലിച്ചതിന്റെ ഫലമായി സംസ്കാരത്തിന്റെ അരുണകിരണങ്ങൾക്കു പ്രവേശിക്കുവാൻ പഴുതുണ്ടായിരുന്നില്ലെന്നാണ് ഇപ്പറഞ്ഞതിനർഥം. കൂരിരുട്ടിൽ തപ്പിത്തടഞ്ഞും കൂട്ടിമുട്ടിയും ഞെട്ടിത്തെറിച്ചും ഹൈന്ദവസമുദായങ്ങൾ അങ്ങനെ സഞ്ചരിക്കുമ്പോൾ, അവരുടെ ദുർദശയ്ക്ക് പരിഹാരം കാണാൻ ദുർലഭം ചില ഉൽപതിഷ്ണുക്കൾ പരിശ്രമിക്കാതിരുന്നില്ല. അത്തരം ധീരപുരുഷൻമാരിൽ അദ്വിതീയമായ ഒരു സ്ഥാനത്തിനർഹനായിരുന്നു വി കെ രൈരു നമ്പ്യാർ.

മാവിലായി, വെള്ളുവക്കണ്ണോത്ത് എന്ന വംശത്തിന് മണിവിളക്കായി വിളങ്ങിയിരുന്ന അദ്ദേഹം മാതൃഭാഷയ്ക്ക് പുറമെ ഇംഗ്ലീഷിലും സാമാന്യജ്ഞാനം സമ്പാദിച്ചശേഷം, അധ്യാപകജോലിയിൽ പ്രവേശിച്ചു. പിന്നീടായിരുന്നു കൂടാളി ഒരു ബാങ്ക് മാനേജരായി പ്രവർത്തിച്ചുപോന്നത്.

"പുംഖാനു പുംഖ വിഷയേക്ഷണ തത്പരോപി
ബ്രഹ്മാവലോകന നിഗൂഢമനാഹി യോഗീ"

അതെ, യോഗി ഇതരങ്ങളായ എല്ലാ വിഷയങ്ങളിലും തൽപ്പരനായിരുന്നാലും ബ്രഹ്മാവലോകനത്തിങ്കൽ നിഗൂഢമനസായിത്തന്നെ വർത്തിക്കുന്നു. അതുപോലെ മറ്റു കാര്യങ്ങളിൽ വ്യാപൃതനായിരിക്കുമ്പോഴും അനൈക്യത്തിന് വളംവെച്ചുകൊടുക്കുന്ന അർഥശൂന്യങ്ങളായ അനാചാരങ്ങളെ വെട്ടിനീക്കി, സമൂഹത്തിൽ പരിഷ്കാരത്തിന്റെയും സംസ്കാരത്തിന്റെയും വെളിച്ചം പരത്തുവാനാവശ്യമായ പ്രവർത്തനത്തിൽ ബദ്ധശ്രദ്ധനായിരുന്നു ആ മഹാമനസ്കൻ.

ഇദ്ദേഹം, സ്വദേശത്തുനിന്ന്, ആയില്യത്ത് കുറ്റ്യേരിയെന്ന തറവാട്ടിലെ ആനുരൂപ്യം തികഞ്ഞ മാധവിയമ്മയെ യഥാകാലം വിവാഹംചെയ്തു. ദമ്പതികളുടെ നിർമ്മല പ്രേമവല്ലരിയിൽ വിരിഞ്ഞ ഒരു സുരഭില സുമമാകുന്നു എ കെ ഗോപാലൻ. കൊല്ലം ചിലതു കഴിഞ്ഞാറെ സുപ്രസിദ്ധനായിരുന്ന ഗണപതിയാടൻ കോരൻ നമ്പ്യാരുടെ മകൾ കുഞ്ഞിപ്പാറു അമ്മയുമായും നമ്പ്യാർ വിവാഹബന്ധത്തിലേർപ്പെട്ടു.

പിന്നീടെത്രകൊല്ലം കഴിഞ്ഞിട്ടാണെന്ന് നിശ്ചയമില്ല, കഥാനായകൻ കൂത്തുപറമ്പിൽ സ്ഥാപിതമായിരുന്ന സമുദായ ദീപികാ പ്രസിൽ വെച്ച് അതേ നാമധേയത്തിൽ തന്റെ പത്രാധിപത്യത്തിൽ ഒരു പത്രം പ്രസിദ്ധപ്പെടുത്തുവാൻ തുടങ്ങി. സമുദായപരിഷ്കരണത്തെ പുരസ്കരിച്ച് രൂപീകൃതമായ ഉത്തരകേരള നായർ സമാജത്തിന്റെ ജിഹ്വയായിരുന്നു *സമുദായദീപിക.*

പത്രികയുടെ മുഖക്കുറിപ്പ് ഈയൊരു പദ്യമായിരുന്നു:

"അരുതരുതു വിരോധം ഭിന്നവർഗങ്ങളെല്ലാം
ഒരു ചരടിലിണക്കിക്കോർത്ത പുഷ്പങ്ങളല്ലോ,
പൊരുളിതു വെളിവാക്കിക്കേരളത്തിന്റെ നന്മ-
ക്കൊരുമയൊടിനി യത്നം ചെയ്യുവിൻ നാട്ടുകാരേ!"

കേരളീയർ സാഹോദര്യം മുൻനിർത്തി നിർഭേദം സ്വദേശത്തിന്റെ അഭ്യുന്നതിക്കുവേണ്ടി ഒത്തൊരുമിച്ചു പ്രവർത്തിക്കണമെന്നാണല്ലോ ഇതിന്റെ സാരം. പത്രാധിപരുടെ ആദർശമഹിമാവിനും ഇതൊരാദർശമായി കരുതുന്നതിൽ തെറ്റില്ല.

പ്രസ്തുത പ്രസിൽ നിന്ന് 1923 ഒക്ടോബർ 1-ന് ഇതെഴുതുന്ന ആൾ ഒരു നോട്ടീസ് അടിപ്പിച്ചിരുന്നു, അനാചാര ദൂരീകരണപരമായ ഒരു യോഗം വിളിച്ചുകൂട്ടുന്നതിനുവേണ്ടി. അതിനുശേഷം എപ്പോഴായിരുന്നു ആ പ്രസും പത്രവും നാമാവശേഷമായതെന്ന് ഓർമ്മയില്ല.

പാട്യത്തൊരു പ്രത്യേക ഭവനം പണിയിച്ച് നമ്പ്യാർ അവിടെ സ്ഥിരവാസം തുടങ്ങിയതിൽപിന്നെ ഞങ്ങൾ കൂടുതലടുപ്പത്തിലായി. ആ വഴിക്കായിരുന്നു ദ്വിതീയപത്നിയിൽ പിറന്ന ഒരു മകന് - രാഘവൻ നമ്പ്യാർക്ക് - ഈ ലേഖകന്റെ കൂടെ സംസ്കൃതം പഠിക്കുവാനവസരം ലഭിച്ചത്. ഒരു പൊതുകാര്യ പ്രസക്തനും വേക്കളംശം അധികാരിയുമായിരുന്ന സി ബാലകൃഷ്ണൻ നമ്പ്യാർ രാഘവൻ നമ്പ്യാരുടെ നേരെ ജ്യേഷ്ഠനാണ്.

സ്വന്തം സമുദായത്തിന്റെ സമുദ്ധാരണത്തിനുവേണ്ടി രൈരു നമ്പ്യാർ ചെയ്ത പരിശ്രമം പരിമിതമായിരുന്നില്ല. പെൺകുട്ടികൾക്കൊരു താലികെട്ടു കല്യാണമുണ്ടായിരുന്നു അന്ന്, പുടമുറിക്കുമുമ്പ്. ഈ ആചാരം നിഷ്പ്രയോജനം. പണച്ചെലവ് ധാരാളം. എന്നാലും ഒരു പുണ്യകർമ്മമാണിതെന്ന വിശ്വാസം വേരുറച്ചു നിന്നിരുന്ന കാലം. ഈ വേണ്ടാപ്പണിക്കുവേണ്ടി പണം തരിപ്പണമാക്കി പലരും ദീപാളിക്ക് ഹർജി കൊടുക്കാതെയുമിരുന്നില്ല. ഇതൊന്നും വകവെക്കാതെ പഴമക്കാർ ആ

മഹായജ്ഞം നിർവഹിക്കുന്നതിൽ ബദ്ധകങ്കണരായിരുന്നുതാനും. ഈ താലികെട്ടു കല്യാണത്തെ നിഷ്കാസനം ചെയ്യാൻ അക്കാലത്തൊരുങ്ങിയറങ്ങിയ രൈരു നമ്പ്യാരുടെയും മറ്റും ചങ്കുറപ്പ് കേമമായിരുന്നുവെന്നല്ലാതെ മറ്റെന്താണ് പറയേണ്ടത്.

കാരണവൻമാരുടെ തലമുറയിൽ മുമ്പേതോ ഒരാൾ ഗോമാംസം തിന്നാൻ നിർബദ്ധനായിപ്പോയതിനെ പരിഗണിച്ച് ആ വംശക്കാരെ 'ചേലാവുകാർ' എന്നു നാമകരണം ചെയ്ത് പണ്ടേ വേർതിരിച്ചുവെച്ചിരുന്നു. അവരുമായി വിവാഹബന്ധം പുലർത്തിയാൽ നരകമനുഭവിക്കേണ്ടിവരുമെന്നുവരെ വിശ്വസിച്ചുപോന്ന മാമൂൽപ്രിയൻമാർ അന്ന് കുറച്ചൊന്നുമായിരുന്നില്ല. പ്രസ്തുത വിശ്വാസത്തെ ഗളഹസ്തം ചെയ്ത് പതിതരായി സങ്കൽപ്പിക്കപ്പെട്ട ചേലാവുകാരുമായി വാഴ്ചയും വേഴ്ചയും ഉളവാക്കാൻ പരിശ്രമിച്ചവരുടെ മുന്നണിയിൽ തന്നെ പ്രശോഭിച്ചിരുന്നു കഥാപുരുഷൻ.

സമൂഹത്തിലെ കുലീനയും അഭ്യസ്തവിദ്യയുമായ ഒരു മഹതിയും മേലെ സൂചിപ്പിച്ച വംശത്തിലെ ഉന്നത വിദ്യാഭ്യാസവും കർമകുശലതയും വാഗ്‌വിലാസവുമിയന്ന ഒരു മഹാശയനും തമ്മിൽ നടത്തിയിരുന്ന വിവാഹം പോലും വളരെ ഒച്ചപ്പാടുണ്ടാക്കിയ ഒന്നാണെന്നോർക്കുന്നവർ ഇന്നുമുണ്ടായിരിക്കും. ഇത്തരം എത്രയോ വിവാഹബന്ധത്തിന് നമ്പ്യാരുടെ സുധീരമായ പ്രവർത്തനം സഹായകമായിരുന്നു.

സമൂഹത്തിലെ അനാശാസ്യങ്ങളായ ആചാരങ്ങൾ പമ്പകടക്കണമെങ്കിൽ സ്ത്രീജനങ്ങളും വിദ്യാസമ്പന്നരായിരിക്കണമെന്നു കരുതി. അതിനുവേണ്ടിയും ആ ചിന്താശീലൻ അത്യന്തം പ്രയത്നിച്ചിരുന്നുവെന്ന വസ്തുത ഈ സന്ദർഭത്തിൽ പറയേണ്ടതുണ്ട്.

ജാതിഭേദം തുടങ്ങിയ ദുരാചാര പരമ്പരകളുടെ കഴുത്തിനു കത്തിവെക്കാൻ മുതിർന്നുകൊണ്ട് അചിരേണ ആത്മവിദ്യാസംഘം കേരളത്തിൽ പ്രചരിക്കുവാൻ തുടങ്ങി. ഉൽപതിഷ്ണുക്കളുടെ പ്രവർത്തനങ്ങൾക്ക് ഉത്തേജകമായിരുന്നു അതിന്റെ ആവിർഭാവമെന്ന് എടുത്തുപറയേണ്ടതില്ല. വാഗ്ഭടാനന്ദ ഗുരുദേവന് സംഘപരമായ സഹായഹസ്തം നൽകുവാൻ മുമ്പോട്ടുവന്നവരിൽ നായർ സമുദായത്തിലെയും പല പ്രമുഖൻമാർ സന്നദ്ധരായിരുന്നു. അക്കൂട്ടത്തിൽ രൈരുനമ്പ്യാർക്കുമുണ്ടായിരുന്നു ഒരു പ്രധാനസ്ഥാനം. പാട്യം ആത്മവിദ്യാ മഹാസഭയുടെ പല യോഗങ്ങളിലും അദ്ദേഹം പലപ്പോഴും പ്രസംഗിക്കാറുണ്ടായിരുന്നുവെന്നത് അതിനൊരു തെളിവാണു താനും. ആ മാന്യാത്മാവിന്റെ പ്രസംഗമില്ലാത്ത സ്കൂൾ സാഹിത്യ സമാജങ്ങളും ഇവിടെ വളരെ വിരളമായിരുന്നു.

മനുഷ്യനെ മൃഗീയതയിലേക്ക് നയിക്കുന്ന മദ്യപാനത്തെ അകറ്റി നാട്ടിൽ സമാധാനവും സംതൃപ്തിയുമുളവാക്കണമെന്ന വിചാരവും സഹജമായിരുന്നു അദ്ദേഹത്തിന്. വടക്കേ മലബാർ മദ്യവർജന സംഘ

ത്തിന്റെ രൂപീകരണത്തിൽ തന്റെ ബലിഷ്ഠഹസ്തവും വ്യാപരിച്ചിരുന്നുവെന്ന കാര്യം ഈ സന്ദർഭത്തിൽ വിസ്മരിച്ചുകൂടാ.

സ്വന്തം സമുദായവും മറ്റു സമുദായങ്ങളും മാത്രമല്ല, കേരളം മുഴുവനും ഒന്നായും നന്നായും കാണാൻ പ്രത്യാശിച്ചുകൊണ്ട് അനവരതം പ്രവർത്തിച്ചുപോന്ന ആ വിശാലാശയൻ അർഹിക്കുന്നത്ര പ്രശസ്തിക്ക് പാത്രീഭൂതനാകാതെ പോയത്, ദൗർഭാഗ്യകരമെന്നല്ലാതെ മറ്റെന്താണ് പറയേണ്ടത്. പിതാവിനെ അപേക്ഷിച്ച് എ കെ ജി തിരിയിൽനിന്ന് കൊളുത്തിയ പന്തമാണെന്നു പറഞ്ഞാൽ രൈരുനമ്പ്യാർക്കത് അപകർഷമായി പരിണമിക്കുകയില്ല.

"സർവ്വത്ര ജയമന്വിച്ഛേത് പുത്രാദിച്ഛേത് പരാജയം." അതായത് എല്ലാവരിൽ നിന്നും വിജയവും പുത്രനിൽ നിന്ന് പരാജയവും അഭിലഷിക്കുകയെന്നത് പിതാവിന് അഭിവാദനാർഹമാകുന്നു; എന്ന പ്രവചനം ഈ അഭിപ്രായത്തെ ശരിവെക്കുന്നുമുണ്ട്. പിതാവിന്റെ ദേശസേവനതൽപ്പരത, സുതനിൽ രാജ്യസേവനതൃഷ്ണയായി വളർന്ന് അഖിലഭാരത പ്രസിദ്ധിക്ക് ഹേതുഭൂതമായി തീർന്നതിൽ, പിന്നെയെന്താണ് അസാംഗത്യമുള്ളത്.

(റോക്കറ്റ്, എ കെ ജി ഷഷ്ടിപൂർത്തി പതിപ്പ്, 1965)

ആദ്യ സമരം തറവാട്ടുകാരണവർക്കെതിരെ

ഇ നാരായണൻ നായർ

കൈകാര്യകർത്താവായ കാരണവരിൽ നിന്ന് 'ജീവനാംശവിഹിതം' ശരിയായി കിട്ടുന്നതിനുവേണ്ടി കുട്ടിയായ ഗോപാലൻ കാരണവരുടെ വീട്ടുമുറ്റത്ത് നിരാഹാരം തുടങ്ങി. പ്രതാപിയായ കോരൻ കാരണവരെ മുട്ടുകുത്തിച്ച കഥയാണ് എ കെ ജിയുടെ ആദ്യത്തെ സമരം എന്നാണെന്റെ അറിവ്.

ഇവിടത്തെ നാടുവാഴി നായൻമാരുടെ ഭരണാതിർത്തിയായി അന്ന് അറിയപ്പെട്ട 'രണ്ടുതറ'യിലെ ഒരു പ്രമുഖ നായർ ജന്മിശാഖയായ ആയില്യത്ത് കുറ്റ്യേരി വീട് സ്ഥിതിചെയ്യുന്ന മാവിലായിയിലുള്ള പ്രതാപിയായ കാരണവരുടെ ആസ്ഥാനം ഇവിടെയായിരുന്നു. മാവിലായിയിലും പരിസരപ്രദേശങ്ങളിലുമുള്ള ഭൂരിപക്ഷം കൃഷിഭൂമിയുടെ ഉടമസ്ഥതയും ഇവർക്കായിരുന്നു. കൃഷിക്കാരായ കുടിയാൻമാരിൽ നിന്നെല്ലാം വാരം-പാട്ടം-വാങ്ങി സ്വന്തം സുഖഭോഗത്തിനും സമ്പാദ്യത്തിനുംമാത്രം ഉപയോഗിക്കുകയും തറവാട്ടിലെ മറ്റ് അംഗങ്ങൾക്ക് കൊടുക്കാതെ വിഷമിപ്പിക്കുകയും ചെയ്ത കോരൻ കാരണവർക്കെതിരെയായിരുന്നു എ കെ ജിയുടെ ആദ്യത്തെ വിജയകരമായ സമരം.

ഒരു ദിവസം രാവിലെ ഉറക്കമുണർന്ന് വീടിന്റെ ഇറയത്ത് വന്ന കാരണവർ, സ്വന്തം മരുമകൻ അവിടെ നിൽക്കുന്നതു കണ്ടു.

"എന്താ ഗോപാലാ" ഇത്ര രാവിലെ ഇങ്ങട്ടുവരാൻ ഉണ്ടായത്?"

"എന്റെ അമ്മയ്ക്കും സഹോദരിമാർക്കും എനിക്കുമുള്ള ജീവനാംശവിഹിതം കണക്കുപറഞ്ഞ് വാങ്ങാൻ വേണ്ടിയാണ് ഞാനിന്ന് വന്നത്."

കുറ്റ്യേരി തറവാടിന്റെ ചരിത്രത്തിലിന്നേവരെ ഒരു മരുമകൻ നേരെ മുമ്പിൽനിന്ന് സംസാരിച്ച അനുഭവമില്ലാത്ത ആ കാരണവർ

കോപാകുലനായി. "വാങ്ങിപ്പോകാൻ തന്നെയാണോ വന്നത്?" എന്നു മാത്രം ചോദിച്ചുകൊണ്ട് അകത്തേക്ക് പോയി. ഗോപാലൻ നടുമുറ്റത്ത് തന്റെ ആദ്യത്തെ സമരം താൻതന്നെ ഉദ്ഘാടനം ചെയ്തു. "ഗോപാലൻ പോയോ?" എന്നന്വേഷിച്ച കാരണവർക്ക് കിട്ടിയ മറുപടി "പോകാൻ വന്നതല്ല, കാര്യം സാധിക്കുന്നതുവരെ ഇവിടെ ഇരിക്കാൻ തന്നെ വന്നതാണ്" എന്നാണ്. കുറെനേരം ഇരുന്നാൽ വിശക്കുമ്പോൾ പോകുമെന്ന് കരുതിയ കാരണവർക്ക് അമളിപറ്റി. ഉച്ചയായിട്ടും ഗോപാലൻ പോകുന്നില്ല. ഈ പുതിയ സംഭവം നാട്ടിൽ പരന്നു. പലരും അവിടെ എത്താൻ തുടങ്ങി. രാത്രിയായതോടെ ഗോപാലന്റെ നിരാഹാര സത്യഗ്രഹം തറവാട്ടിലെ പ്രമുഖരായ പലരെയും ഇടപെടുവിക്കുന്നതിനിടയാക്കി. അടുത്തദിവസം ബാക്കി മുഴുവൻ തീർത്തുകൊടുക്കാമെന്ന ഉറപ്പിൻമേലാണ് സമരം വിജയകരമായി പര്യവസാനിച്ചത്. അതിനുശേഷം കുടുംബാംഗങ്ങൾക്ക് കൊടുക്കേണ്ട ജീവനാംശം കൃത്യമായി കാരണവർ കൊടുത്തുവെന്നാണറിവ്.

സ്വന്തം തറവാട്ടുമുറ്റത്തുനിന്നും സ്വന്തം ജീവനാംശത്തിനുവേണ്ടി സമരം ആരംഭിച്ച ആ സമരഭടൻ ഇന്ത്യയിലെ ആകമാനം കർഷകരെയും മറ്റധ്വാനിക്കുന്നവരെയും മോചിപ്പിക്കാനുള്ള സമരത്തിൽ പടത്തലവനായി ഉയരുമെന്ന് അന്നാരും കണ്ടിരിക്കില്ല. കാർഷികനിയമം നടപ്പിൽ വരുത്തുന്നതിനു മുമ്പുതന്നെ തനിക്കും അനുജനും മറ്റും അവകാശപ്പെട്ട ജന്മാവകാശം എ കെ ജി കുടിയാൻമാർക്ക് വിട്ടുകൊടുത്തിരുന്നു.

(കേരള കർഷകസംഘം പ്രസിദ്ധീകരിച്ച
എ കെ ജി സ്മാരക സുവനീർ, 1978)

എ കെ ജി : ഒരധ്യാപകൻ

കെ വി കുഞ്ഞിക്കണ്ണൻനായർ

അഖിലേന്ത്യാ പ്രശസ്തനായ എ കെ ജിയും ഇതെഴുതുന്ന ആളും തമ്മിൽ പറയത്തക്ക ബന്ധമൊന്നുമില്ല. ഞങ്ങൾക്ക് അന്യോന്യമുള്ള വ്യക്തിപരമായ അഭിപ്രായങ്ങൾ എന്തുതന്നെ ആയാലും രാഷ്ട്രീയ വീക്ഷണത്തിൽ അദ്ദേഹത്തോടൊന്നിച്ചു നിൽക്കുവാൻ എനിക്ക് സാധിച്ചിട്ടില്ല എങ്കിലും അദ്ദേഹത്തിന്റെ തിരക്കേറിയ പരിപാടികൾക്കിടയിൽ ഇടക്ക് എപ്പോഴെങ്കിലുമൊന്ന് തമ്മിൽ കാണാൻ ഇടവന്നാൽ ഈ എളിയവന്റെ നേരെ അദ്ദേഹം ചൊരിയാറുള്ള സ്നേഹവായ്പ് പലപ്പോഴും എന്നെ അദ്ഭുതപ്പെടുത്തിയിട്ടുണ്ട്.

എ കെ ജിയുടെ ശിഷ്യനാണെന്ന് അവകാശപ്പെടുന്നത് ആർക്കും അഭിമാനകരമാണ്. ഇതെഴുതുന്ന ആളാണെങ്കിൽ അദ്ദേഹത്തിന്റെ സ്വന്തം നാട്ടുകാരൻ കൂടിയുമാണ്. ഈ രണ്ട് നിലയിലും ഞാൻ അദ്ദേഹത്തിന്റെ രാഷ്ട്രീയമായ ഉയർച്ചയെ സകൗതുകം നോക്കിനിന്നിട്ടുണ്ട്. തീ കൊളുത്തിവിട്ട ഒരു വാണം പോലെയാണ് അദ്ദേഹത്തിന്റെ പ്രശസ്തി ഇന്ത്യൻ രാഷ്ട്രീയാന്തരീക്ഷത്തിൽ ഉയർന്നു പൊങ്ങിയത്. അതെല്ലാം എല്ലാവർക്കുമറിയാവുന്ന വസ്തുതകളാണ്. അവയെക്കുറിച്ച് പ്രതിപാദിക്കാൻ എന്നേക്കാൾ അർഹതയുള്ളവർ എത്രയെങ്കിലുമുണ്ട്. അതിനാൽ പലർക്കും അറിയാത്ത അധ്യാപകനായ എ കെ ജിയെക്കുറിച്ചുമാത്രം ഞാൻ ചിലതു കുറിക്കുകയാണ്.

1930-ഗാന്ധിജിയുടെ സുപ്രസിദ്ധ ദണ്ഡിയാത്രയെ തുടർന്ന് കേളപ്പന്റെ നേതൃത്വത്തിൽ ഉപ്പുനിയമലംഘന പ്രസ്ഥാനം കേരളത്തിലും ആരംഭിച്ചിരിക്കുന്നു. മലബാറിലെ കുഗ്രാമങ്ങൾ പോലും ആ രാഷ്ട്രീയ വേലിയേറ്റത്തിൽ ഒന്നടങ്കം ഇളകിമറിയുകയാണ്. ഉപ്പുനിയമം ലംഘിക്കുന്നതിനുള്ള ഒന്നാമത്തെ വളണ്ടിയർസംഘം കേളപ്പജിയുടെ നേതൃ

ത്വത്തിൽ പെരളശേരി, കാടാച്ചിറ വഴി പയ്യന്നൂരേക്ക് കടന്നുപോയി. ഞാൻ അന്ന് ചാല ബോർഡ് ഹയർ എലിമെന്ററി സ്കൂളിൽ ആറാംതരത്തിൽ പഠിക്കുകയാണ്. വിദ്യാർഥികളായ ഞങ്ങളെയെല്ലാം അ സമരജാഥ എത്രമാത്രം ആവേശഭരിതരാക്കിയെന്ന് പറയേണ്ടതില്ലല്ലോ. അതൊരു മധ്യവേനൽ ഒഴിവുകാലമായിരുന്നു എന്നാണെന്റെ ഓർമ്മ. സ്കൂൾ തുറന്നപ്പോഴാണ് മനസിലായത്, ഞങ്ങൾ പലരും ഊഹിച്ചതുപോലെതന്നെ ഞങ്ങളുടെ ക്ലാസ് ടീച്ചറും സ്കൂളിൽ കോൺഗ്രസുകാരനായി അറിയപ്പെടുന്ന ദേഹവുമായ എം എൻ പിഷാരോടി സത്യഗ്രഹസംഘത്തിൽ ചേരാൻ സ്ഥലം വിട്ടിരിക്കുന്നു. ഇതൊരുതരം സമ്മിശ്രവികാരമാണ് ഞങ്ങളിലുണ്ടാക്കിയത്. ഞങ്ങളുടെ ഒരധ്യാപകൻ സ്വാതന്ത്ര്യസമരത്തിൽ പങ്കുകൊണ്ടത് ഞങ്ങളെ ആവേശഭരിതരാക്കിയെങ്കിലും കോൺഗ്രസ് കാര്യങ്ങളെ കുറിച്ച് എന്തെങ്കിലും പറഞ്ഞുതരാൻ ഇനിയാരുണ്ടെന്ന ചിന്ത വിദ്യാർഥികളെ വികാരതരളിതരാക്കുകതന്നെ ചെയ്തു.

എന്നാൽ മറ്റൊരു സംഗതി ഞങ്ങൾക്ക് കുറെ ആശ്വാസം തരുന്നതായിരുന്നു. പിഷാരോടിക്ക് പകരം വന്ന പ്രസരിപ്പുള്ള അധ്യാപകന്റെ വേഷവിധാനമായിരുന്നു അത്. പിഷാരോടിയെ പോലെതന്നെ നല്ല പരുക്കൻ ഖാദിവസ്ത്രം ധരിച്ചിരുന്ന ആ അധ്യാപകന്റെ പേര് എ കെ ഗോപാലൻ നമ്പ്യാർ എന്നാണെന്നും, അദ്ദേഹം ഞങ്ങളുടെ പ്രിയപ്പെട്ട ഹെഡ്മാസ്റ്റർ എ കെ ഗോവിന്ദൻ നമ്പ്യാരുടെ മരുമകനാണെന്നും വിദ്യാർഥികൾ അചിരേണ മനസിലാക്കി. പുതിയ ഗുരുനാഥനുമായി ഇണങ്ങിച്ചേരാൻ ഞങ്ങൾക്ക് യാതൊരു വിഷമവുമുണ്ടായില്ല. അത്രയ്ക്ക് സരളമായിരുന്നു അദ്ദേഹത്തിന്റെ സ്വഭാവം. ഉറ്റൊരു കളിത്തോഴനെപ്പോലെ ആയിരുന്നു പെരുമാറ്റം.

പിന്നീട് ഞങ്ങൾക്ക് സ്കൂൾജീവിതം ഒരു ഉത്സവം തന്നെ ആയിരുന്നു. പുതിയ അധ്യാപകൻ എന്റെ ഏഴാംതരത്തിലെ ക്ലാസ്മാസ്റ്ററാണ്. ഇംഗ്ലീഷാണ് അദ്ദേഹം എടുക്കുന്ന വിഷയം. അതു മാത്രമേ അദ്ദേഹം എടുക്കാറുള്ളൂ. സ്കൂളിലെ മറ്റേത് അധ്യാപകനേക്കാളും നന്നായി ആ വിഷയം കൈകാര്യം ചെയ്യും. ഒഴിവു കിട്ടുമ്പോഴെല്ലാം വിദ്യാർഥികളെ രാഷ്ട്രീയ കാര്യങ്ങൾ പഠിപ്പിക്കും. ഒഴിവുള്ള പീരിയഡുകളിലെല്ലാം ക്ലാസിൽ ചാടിയെത്തും. ഇംഗ്ലീഷ് പഠിപ്പിക്കുകയോ, എന്തെങ്കിലും രാഷ്ട്രീയകാര്യങ്ങളെക്കുറിച്ച് പറഞ്ഞുതരികയോ ആവും അപ്പോൾ അദ്ദേഹം ചെയ്യുക. ചിലപ്പോൾ അത് കവിതാവിനോദവുമാവും. മഹാകവി വള്ളത്തോളിന്റെ ദേശീയഗാനങ്ങൾ കേരള സാഹിത്യാന്തരീക്ഷത്തിൽ കോളിളക്കം സൃഷ്ടിച്ചുകൊണ്ടിരുന്ന കാലവുമായിരുന്നല്ലോ അത്. *സാഹിത്യമഞ്ജരി*കളിൽ കൂടിയും മറ്റും പുറത്തു വന്നു കൊണ്ടിരുന്ന വള്ളത്തോളിന്റെ പല ദേശീയ കവിതകളും ഗോപാലൻ മാസ്റ്റർ ഞങ്ങളെ പഠിപ്പിച്ചുതന്നു. അവയ്ക്കുപുറമെ *ഒരു തോണിയാത്ര*, *വെടികൊണ്ട പക്ഷി*, *കാറുകണ്ട കർഷകൻ* തുടങ്ങിയ മഹാകവിയുടെ മറ്റുപല മനോഹരകവിതകളുമായും അദ്ദേഹം ഞങ്ങളെ പരിചയപ്പെടുത്തി.

അവയിലെ സാഹിത്യസവിശേഷതകളെക്കുറിച്ച് അദ്ദേഹം എന്തെങ്കിലും ചൂണ്ടിക്കാണിച്ചുതന്നതായോർക്കുന്നില്ല. എങ്കിലും ഇതെഴുതുന്ന ആൾക്ക് പിൽക്കാലത്തുണ്ടായ സാഹിത്യകമ്പത്തിന് ബീജാവാപം ചെയ്തത്, ഈ സാഹിത്യരേണുസ്പർശമായിരുന്നുവെന്നതിന് സംശയമില്ല.

ഗോപാലൻ മാസ്റ്റർ സരസനും പ്രിയങ്കരനും വിനോദപ്രിയനുമായിരുന്നു എങ്കിലും അതേ അവസരത്തിൽ കുറെയെല്ലാം നിർദയനുമായിരുന്നുവെന്ന് പറയേണ്ടതുണ്ട്. വിദ്യാർഥികളിൽ നിന്നുണ്ടാവുന്ന ചെറിയ തെറ്റുകൾപോലും അദ്ദേഹം ക്ഷമിച്ചിരുന്നില്ല. എപ്പോഴും ഫലിതം പറയുകയും ചിരിച്ചുകൊണ്ടിരിക്കുകയും ചെയ്യുന്ന അദ്ദേഹം പെട്ടന്ന് ഭയങ്കരമായി മാറും. "കണ്ണിൽ ചോരയില്ലാതെ" ശിക്ഷിക്കും. എന്നിരുന്നാലും നിമിഷങ്ങൾക്കപ്പുറം അദ്ദേഹത്തിലും വിദ്യാർഥികളിലും തൽസംബന്ധമായ ഈർഷ്യകൾ നിലനിൽക്കുകയില്ലെന്നത് ഒരു സവിശേഷത തന്നെ ആയിരുന്നു.

അക്കാലത്ത് ഇടക്ക് ഗോപാലൻ മാസ്റ്റർക്കുണ്ടാകാറുള്ള ഒരു രോഗം പരക്കെ സംസാരവിഷയമായിരുന്നു. സ്കൂളിൽ വെച്ചുതന്നെ ചിലപ്പോഴെല്ലാം അദ്ദേഹം ബോധരഹിതനായിപ്പോകാറുണ്ട്. കുട്ടികളെല്ലാം വല്ലാതെ പരിഭ്രാന്തരാവും. തന്റെ രാഷ്ട്രീയജീവിതത്തിന്റെ ആദ്യഘട്ടത്തിലും ഈ രോഗം അദ്ദേഹത്തെ പിന്തുടർന്നിരുന്നുവെന്നു തോന്നുന്നു.

സ്കൂൾ സമയത്തിന് പുറമെ മിക്കവാറും രാവിലെയും വൈകുന്നേരവും നടത്താറുള്ള സ്പെഷ്യൽ ക്ലാസുകൾ കൊണ്ടും കെട്ടടങ്ങുന്നതല്ലായിരുന്നു ഗോപാലൻ മാസ്റ്ററുടെ അധ്യാപനവൃത്തിയിലുള്ള ആവേശം. ആയിടയിൽ അദ്ദേഹം അന്ന് കാടാച്ചിറയിൽ നടന്നുവന്ന ഗുരുകുലം നൈറ്റ് ഹയർ എലിമെന്ററി സ്കൂളിൽ പ്രധാനാധ്യാപക പദവും ഏറ്റെടുത്തു. സ്കൂൾ ദിവസങ്ങളിലെല്ലാം രാത്രി അവിടെത്തന്നെ താമസിക്കും. തന്നേക്കാൾ വളരെയധികം പ്രായമുള്ള നിരവധി അധ്യാപകരുടെ ഗുരുസ്ഥാനം വഹിക്കുവാൻ ഈ പുതിയ ജോലി ഗോപാലൻമാസ്റ്റർക്ക് അവസരം നൽകി. എന്നാൽ തന്റെ സ്വന്തം നാട്ടുകാരും തന്നേക്കാൾ പ്രായംചെന്നവരുമായ ചില വിദ്യാർഥികളുമായി ഈ നിശാപാഠശാലയിൽവെച്ച് അദ്ദേഹം ഏറ്റുമുട്ടലിന്റെ വക്കുവരെ എത്തിയിട്ടുണ്ട്. മാസ്റ്ററുടെ ഇളംപ്രായത്തിനും എടുത്തുചാട്ടത്തിനും മറ്റും ഈ കാര്യത്തിൽ കുറെയെല്ലാം പങ്കുണ്ടെന്ന് സമ്മതിച്ചേതീരൂ.

ചാല ബോർഡ് സ്കൂളിൽ ചേരുന്നതിനുമുമ്പ് എ കെ ജി ചൊവ്വ ഹയർ എലിമെന്ററി സ്കൂളിലും അതിനുമുമ്പ് പെരളശേരി ബോർഡ് എച്ച് ഇ സ്കൂളിലും ജോലിനോക്കിയിരുന്നു. അവിടങ്ങളിലെല്ലാം തന്നെ അദ്ദേഹം വിദ്യാർഥികൾക്ക് അത്യന്തം പ്രിയങ്കരനായിരുന്നുവെന്നു പറയേണ്ടതില്ലല്ലോ.

അന്തസും പ്രൗഢിയുമുള്ളൊരു ജന്മികുടുംബത്തിൽ അക്കാലത്ത് പരക്കെ ആദരിക്കപ്പെട്ട ഒരു സാമാന്യപുരുഷന്റെ പുത്രനായി ജനിച്ച

ഗോപാലനിൽ ചെറുപ്പത്തിൽതന്നെ ഭാവി ജനനേതാവിന്റെ അങ്കുരം ഒളിഞ്ഞു നിൽക്കുന്നത് സൂക്ഷ്മദൃക്കുകൾക്ക് കാണാൻ കഴിയുമായിരുന്നു. ബാല്യത്തിലെ ആർഭാടപുരസരമായ ജീവിതവും ശൃംഗാരക്കുഴമ്പൻ വേഷവിധാനവും മറ്റും എന്തുതന്നെ ആയിരുന്നാലും എല്ലാവരെയും തുല്യനിലയിൽ വീക്ഷിക്കുവാനും സാധാരണക്കാരോടുപോലും സഹോദരഭാവേന പെരുമാറുവാനും ഉള്ള അദ്ദേഹത്തിന്റെ കഴിവ് അന്നത്തെ നിലയിൽ അസാധാരണം തന്നെയായിരുന്നു. അക്കാലത്ത് ഒരു സബ് കളക്ടറുടെ മരുമകനായി ഒരു സാമന്തകുടുംബത്തിൽ പിറന്ന വിദ്യാസമ്പന്നനായ ചെറുപ്പക്കാരനും ഒരു സാധാരണ നാടൻ കർഷകനും തമ്മിലുള്ള ദൂരം ചെറുതൊന്നുമായിരുന്നില്ലല്ലോ.

വിദേശസാധനങ്ങൾ ബഹിഷ്കരിക്കുകയെന്ന കോൺഗ്രസ് നയത്തിൽ ആവേശംകൊണ്ട ഗോപാലൻ മാസ്റ്റർ തന്റെ സിൽക് വേഷങ്ങൾ മാത്രമല്ല ഉപേക്ഷിച്ചത്. ശീലക്കുട ഉപയോഗിക്കുന്ന സമ്പ്രദായം നിശ്ശേഷം നിർത്തി വലിയൊരു ഓലക്കുടയും വഹിച്ചു കൊണ്ടായി സ്കൂളിലേക്കും മറ്റുമുള്ള യാത്ര. അധ്യാപകജോലി ഉപേക്ഷിച്ചതിനു ശേഷം തന്റെ രാഷ്ട്രീയ ജീവിതത്തിന്റെ ആദ്യഘട്ടത്തിലും കുറെക്കാലത്തോളം ഈ ഓലക്കുട പ്രേമം അദ്ദേഹം തുടർന്നു പോന്നിട്ടുണ്ട്.

ചാല ബോർഡ് സ്കൂളിലും കാടാച്ചിറയിലെ നൈറ്റ് ഹയർ എലിമെന്ററി സ്കൂളിലുമായുള്ള ഏതാനും മാസത്തെ സേവനത്തിനു ശേഷം ഗോപാലൻ മാസ്റ്റർ ഉപ്പുനിയമലംഘന പ്രസ്ഥാനത്തിൽ ചേരുന്നതിനായി സ്ഥലം വിട്ടു. അതിനിടയിൽ തന്റെ ഭാവിപരിപാടിയെ പറ്റിയും വിദ്യാർഥികളായ ഞങ്ങളുടെ കർത്തവ്യത്തെ പറ്റിയും അദ്ദേഹം വിശദമായി ഞങ്ങളെ പറഞ്ഞ് ധരിപ്പിച്ചിരുന്നു. ഗോപാലൻ മാസ്റ്ററുടെ വേർപാട് വിദ്യാർഥികളായ ഞങ്ങളെ എത്രമാത്രം വേദനിപ്പിച്ചു എന്നു പറയേണ്ടതില്ലല്ലോ.

ഏതാനും നാളുകൾക്കു ശേഷം അദ്ദേഹം അറസ്റ്റു ചെയ്യപ്പെട്ട വാർത്ത നാടെങ്ങും പരന്നു. ഞങ്ങൾക്ക് സംശയമുണ്ടായില്ല. ചാല ബോർഡ് സ്കൂളിലെ വിദ്യാർഥികൾ ഒന്നടങ്കം സ്കൂൾ ബഹിഷ്കരിച്ചു. അത് ഞങ്ങളുടെ പ്രദേശത്ത് ഒരു പുത്തൻ സംഭവമായിരുന്നു. ഞങ്ങൾ മുദ്രാവാക്യം മുഴക്കിക്കൊണ്ട് നാലുനാഴിക ആകലെ പെരളശേരിയിലുള്ള അദ്ദേഹത്തിന്റെ വസതിവരെ ഘോഷയാത്രയായി സഞ്ചരിച്ച് തിരിച്ചുപോന്നു. 13വയസ് മാത്രം പ്രായമുള്ള ഞാൻ അന്ന് വീട്ടിൽ തിരിച്ചെത്തിയത് ഭയംകൊണ്ട് കടുന്തുടി കൊട്ടുന്ന നെഞ്ചുമായിട്ടാണ്. അന്ന് തികഞ്ഞ രാജഭക്തനായിരുന്ന എന്റെ പിതാവ്, മക്കളുടെ ചെറിയ തെറ്റുകൾ പോലും പൊറുക്കാത്ത ആളായിരുന്നു. എങ്കിലും സ്കൂളിലെ സംഭവത്തെ കുറിച്ച് അദ്ദേഹം എന്തുകൊണ്ടോ അറിഞ്ഞഭാവം നടിച്ചില്ല. എന്നാൽ എട്ടാം തരത്തിലെ ഒരു വിദ്യാർഥിക്ക് - എഴുത്താണി ഗോവിന്ദന് - ഉണ്ടായ അനുഭവം മറിച്ചായിരുന്നു. സ്കൂൾ ബഹിഷ്കരിച്ച അപരാധത്തിന് അവനെ തന്റെ രക്ഷിതാവായ ജ്യേഷ്ഠൻ പൊതിരെ

തല്ലി. അന്ന് വൈകുന്നേരം സ്വന്തം വസതിക്കടുത്തുള്ള ഒരു പറങ്കിമാവിൻ കൊമ്പിൽ അവൻ തന്റെ ജീവിതം അവസാനിപ്പിച്ചു. എ കെ ജിയുടെ ആത്മകഥയിൽ ഈ സംഭവം വിവരിച്ചു കാണാം.

ആദ്യത്തെ ജയിൽ വാസത്തിനു ശേഷം ഗോപാലൻ മാസ്റ്റർ ഇടക്കിടെ സ്കൂൾ സന്ദർശിക്കുകയും ഞങ്ങൾക്ക് രാഷ്ട്രീയാവേശം പകർന്നു തരികയും ചെയ്യാറുണ്ട്. അക്കാലത്ത് പലപ്പോഴും അദ്ദേഹത്തിന്റെ രാഷ്ട്രീയ പ്രസംഗങ്ങൾ കേൾക്കാൻ എനിക്ക് അവസരം ലഭിച്ചിരുന്നു. എല്ലാ തരത്തിൽപെട്ട ആളുകൾക്കും അന്ന് ഗോപാലൻ മാസ്റ്ററുടെ പ്രസംഗം ഇഷ്ടമാണ്. ജനങ്ങൾക്കെല്ലാം അദ്ദേഹം ഒരുപോലെ കണ്ണിലുണ്ണിയുമാണ്. എന്നാൽ ഇടക്കിടെ ഫലിതങ്ങളും കഥകളും കുത്തിത്തിരുകിയുള്ള അദ്ദേഹത്തിന്റെ അന്നത്തെ പ്രസംഗങ്ങളുടെ ഭാഷാശുദ്ധിയെപ്പറ്റി ചെറുപ്പമായിരുന്ന എനിക്കുപോലും വലിയ മതിപ്പൊന്നുമുണ്ടായിരുന്നില്ല.

വിദ്യാർഥി ജീവിതകാലത്തു തന്നെ മദ്യഷാപ്പ് പിക്കറ്റിങ്ങിലും മറ്റും പങ്കാളിയാവാറുണ്ടായിരുന്ന ഈ ലേഖകനെ, അന്ന് ഒരു മുഴുവൻ സമയ രാഷ്ട്രീയ പ്രവർത്തകനായി കഴിഞ്ഞിരുന്ന ഗോപാലൻമാസ്റ്റർ അഭിനന്ദിക്കുകയുണ്ടായിട്ടുണ്ട്. പിന്നീട് ഞങ്ങളുടെ പ്രദേശത്തുണ്ടായ രാഷ്ട്രീയ-കർഷക പ്രസ്ഥാനങ്ങളിലെല്ലാം തന്നെ ഭാഗഭാക്കാകാറുണ്ടായിരുന്ന എനിക്ക് പലപ്പോഴും അദ്ദേഹത്തിന്റെ വാൽസല്യമസൃണമായ ഉപദേശ നിർദേശങ്ങൾ ലഭിച്ചു പോന്നിട്ടുണ്ട്.

(റോക്കറ്റ്, എ കെ ജി ഷഷ്ടിപൂർത്തി പതിപ്പ്, 1965)

ഇതിഹാസപുരുഷനായ എന്റെ ഗുരുനാഥൻ

കെ എ കേരളീയൻ

അമ്പത്തഞ്ചുകൊല്ലം മുമ്പുള്ള ചില ഏടുകളാണ് ഞാനിവിടെ കുറിക്കുന്നത്. പയ്യന്നൂരിനടുത്ത കുഞ്ഞിമംഗലം വില്ലേജിലെ ബോർഡ് എലിമെന്ററി സ്കൂളിൽ നിന്ന് അഞ്ചാംതരത്തിൽ പാസായ ഞാൻ ഇംഗ്ലീഷ് പഠിക്കാനുള്ള ആഗ്രഹത്തോടെ കണ്ണൂരിന് തെക്കായുള്ള മാവിലായിക്ക് - എന്റെ അമ്മയുടെ നാട്ടിലേക്ക് - പോയി. കാടാച്ചിറയിലുള്ള ആൾപാർപ്പില്ലാത്ത അമ്മയുടെ വീട്ടിൽ താമസിച്ച് പെരളശേരി ബോർഡ് ഹയർ എലിമെന്ററി സ്കൂളിൽ പഠിക്കണമെന്നാണുദ്ദേശ്യം. എന്റെകൂടെ ആ വീട്ടിൽ താമസിച്ച് പഠിക്കുന്നവരായി കടയപ്രത്ത് നാരായണേട്ടനും കടയപ്രത്ത് ബാലരാമനും ഉണ്ടായിരുന്നു.

ബഹുമാന്യനായ എ കെ ശങ്കരൻ നമ്പ്യാർ ഹെഡ്മാസ്റ്ററായുള്ള ആ സ്കൂളിൽ ഞാൻ അഞ്ചാം തരത്തിൽ ചേർന്നു. എന്റെ ക്ലാസ്മാസ്റ്റർ എ കെ ജിയുടെ തന്നെ ഒരു ബന്ധുവും അന്തരിച്ച പ്രസിദ്ധ കവിയായ വി വി കെയുടെ ഒരു സഹോദരനും എന്റെ ഒരു ജ്യേഷ്ഠസഹോദരിയുടെ ഭർത്താവുമായ വി വി കുഞ്ഞിരാമേട്ടനായിരുന്നു. പരിതഃസ്ഥിതികളെല്ലാം എനിക്കേറ്റവും ഹൃദ്യമായ രംഗമായി തീർന്നു. എന്റെ വിചാരം, പഴയ കുഞ്ഞിമംഗലം സ്കൂളിലെപ്പോലെ ഒരേ അധ്യാപകൻ എല്ലാ വിഷയങ്ങളിലും പാഠം എടുക്കുമെന്നായിരുന്നു. എന്നാൽ അതല്ല, ഓരോ വിഷയത്തിനും ഓരോ അധ്യാപകൻ മാറിമാറിവരുന്ന സമ്പ്രദായമായിരുന്നു.

ആദ്യ ദിവസം തന്നെ ഇംഗ്ലീഷ് ക്ലാസിൽ പാഠമെടുക്കാൻ ഹാഫ് ട്രൗസറും ബൂട്സും ഹാറ്റുമായി വന്ന സുമുഖനായ ആ അധ്യാപകനെക്കുറിച്ച് വിദ്യാർഥികൾക്കെല്ലാം പിന്നീട് അഭിമാനപൂർവം പലതും പറയാനുണ്ടാകും. ആ അധ്യാപകൻ ക്ലാസിൽ വന്ന് 'ശരേ' എന്ന് പാഠം

പറഞ്ഞുപോകലല്ല ചെയ്തത്. എല്ലാ വിദ്യാർഥികളുമായി, ഓരോരുത്തരുടെയും അടുത്തുപോയി അവരുമായി സൊള്ളി പരിചയപ്പെടുകയായിരുന്നു. അങ്ങനെ എന്റെ അടുക്കലും എത്തി. അന്നത്തെ എന്റെ വേഷം നാട്ടിൻപുറത്തെ പ്രാകൃതനായ ഒരു കൃഷീവലന്റെ കുട്ടിയുടേതായിരുന്നു. ഒരു ഉടുമുണ്ടും ഒരു തോർത്തും. ഉളിപ്പിടി സമാനം വളർത്തിയ തലമുടി കോതിക്കെട്ടി ഇടതുഭാഗത്ത് തലയിൽ ചായ്ച്ചിട്ടിരിക്കുന്നു. എന്നെ കണ്ടപ്പോൾ അധ്യാപകന് സ്നേഹം മാത്രമല്ല, സന്തോഷവും തമാശയും തോന്നി. അദ്ദേഹം എന്റെ വീടും രക്ഷിതാക്കൻമാരെയും മറ്റും എന്നോട് ചോദിച്ചറിഞ്ഞു. ഒടുവിലെന്റെ തലമുടിക്കെട്ട് കൈവിരൽകൊണ്ട് രണ്ടുനാലാവർത്തി സാവകാശം പൊക്കി കീഴോട്ടുവിട്ടു. "നന്നായി പഠിച്ചുകൊള്ളൂ, കേട്ടോ." ഇത്രയും പറഞ്ഞ് അദ്ദേഹം മറ്റു കുട്ടികളുടെ അടുത്തേക്കുപോയി. എ കെ ജിയുമായി ഞാൻ ആദ്യമായി അങ്ങനെയാണ് ബന്ധപ്പെടുന്നത്. അഞ്ചാംക്ലാസിൽവെച്ച് അദ്ദേഹത്തിന്റെ സ്നേഹവും രസികത്തവും പന്ത്രണ്ടുവയസുകാരനായ എന്നെ നന്നേ ആകർഷിച്ചു.

എ കെ ഗോപാലൻമാസ്റ്റർ (അങ്ങനെയാണ് ഞങ്ങൾ അന്ന് വിളിച്ചു വന്നത്) ഞങ്ങളുടെ, ഇംഗ്ലീഷ് പഠിപ്പിക്കുന്ന അധ്യാപകനായിരുന്നു. അക്കാലത്ത് പെരളശേരി ഹയർ എലിമെന്ററി സ്കൂളിലെ വിദ്യാഭ്യാസം ഇംഗ്ലീഷ് മാധ്യമത്തിലായിരുന്നു. മലയാളം ക്ലാസിലൊഴികെ മറ്റൊരു ക്ലാസിലും മലയാളം സംസാരിക്കാനാവാത്ത സ്ഥിതിയായിരുന്നു. ഇംഗ്ലീഷ് ക്ലാസിലിരിക്കുക എന്നത് വിദ്യാർഥികൾക്കെല്ലാം പ്രത്യേകം സന്തോഷപ്രദമായിരുന്നു. രസംപറഞ്ഞ് ചിരിപ്പിച്ചുകൊണ്ടുള്ള പഠിപ്പിക്കലായിരുന്നു. മലയാളത്തിൽ വല്ലതും സംസാരിച്ചു പോയാൽ സംസാരിച്ചവർക്ക് ഒരു തവണയ്ക്ക് കാലണ (ഒരു മുക്കാൽ) പിഴയായിരുന്നു. പഠിക്കാനുള്ള കാര്യങ്ങളെല്ലാം കൊച്ചുകൊച്ച് ഇംഗ്ലീഷ് വാചകങ്ങളിൽ പഠനസാമഗ്രികളുടെ സഹായത്തോടുകൂടി പഠിപ്പിച്ചുവന്ന ആ മാതൃക ഒന്നുമറിയാത്ത കുട്ടികളെപ്പോലും പഠിക്കാൻ എളുപ്പംകൂട്ടി. എന്നാലും ഒരണയും രണ്ടണയും പിഴയിൽ കുടുങ്ങുന്ന വിദ്യാർഥികൾ കാണും. എന്നാൽ ഞാനവിടെ പഠിച്ചിരുന്ന രണ്ടുകൊല്ലക്കാലത്തിനിടയിൽ എനിക്കൊരു മുക്കാലും പിഴ കുടുങ്ങിയിരുന്നില്ലെന്നത് പ്രസ്താവ്യമാണ്.

വീട്ടഭ്യാസങ്ങൾ ഗോപാലൻമാസ്റ്ററുടെ വിദ്യാർഥികൾക്ക് ഒരു പതിവായിരുന്നു. ഹോംവർക് ഭംഗിയായി ചെയ്തുകൊണ്ടുവരാത്ത ആരോടും ഗോപാലൻ മാസ്റ്റർക്ക് യാതൊരു വിട്ടുവീഴ്ചയുമുണ്ടായിരുന്നില്ല. ക്ലാസിൽ ഒരറ്റത്തുനിന്ന് അടി തുടങ്ങിയാൽ മറ്റേ അറ്റംവരെ ഉൽകണ്ഠാഭരിതരായിരിക്കും ഞങ്ങളെല്ലാം. എന്നാൽ ഒന്നു പറയട്ടെ. ഒരടിയും എനിക്കേൽക്കേണ്ടി വന്നില്ല എന്നതാണ് സത്യം. വീട്ടിൽ പഠിക്കുക മാത്രമായിരുന്നു എന്റെ പണിയെന്നതിനാൽ ഒന്നൊഴിയാതെ പാഠം പഠിക്കുന്നതിലും വീട്ടഭ്യാസങ്ങൾ തയ്യാറാക്കുന്നതിലും ഞാനും ദുർലഭം മറ്റു ചിലരും വളരെ കൃത്യക്കാരായിരുന്നു. പഠിക്കുന്ന കുട്ടികളെ

മാതൃകയാക്കിക്കാട്ടാനും അവരുടെ നോട്ടുബുക്കും കയ്യെഴുത്തും മറ്റു കുട്ടികളെ കാണിച്ചുകൊടുത്ത് അക്ഷരവടിവും നോട്ടുബുക്കുകളിൽ വൃത്തിയും പരിപാലിക്കുവാനും അദ്ദേഹം ഉപദേശിക്കുമായിരുന്നു.

ഇങ്ങനെ പൊതിരെ തല്ലുകൊണ്ട വിദ്യാർഥിയെക്കുറിച്ച് ഗോപാലൻമാസ്റ്റർക്കുള്ള മനഃപ്രയാസം ഞങ്ങൾക്കറിയാൻ കഴിയുമായിരുന്നു. "ഗോപാലൻമാസ്റ്ററുടെ തല്ലുകൊണ്ടാലെന്താ? അദ്ദേഹത്തിന് നമ്മോടുള്ള സ്നേഹം കൂടുതലാവാൻ നാലടി ജാസ്തി കൊള്ളാൻ പോലും സന്തോഷമാണ്" എന്നിപ്രകാരം പറയുന്ന പല വിദ്യാർഥികളും എന്റെ ക്ലാസിലുണ്ടായിരുന്നു.

തല്ലുകൊണ്ട വിദ്യാർഥിയുടെ വീടുകളിൽ എ കെ ജി കൃത്യമായും തല്ലുകൊടുത്ത അന്നുതന്നെയോ, അല്ലെങ്കിൽ നിശ്ചയമായും തൊട്ടു പിറ്റേദിവസമെങ്കിലുമോ സന്ദർശിക്കും. തല്ലുകൊണ്ട വിദ്യാർഥിയെ അദ്ദേഹം എന്തുമാത്രം ഓമനിച്ച് തലോടി പഠിക്കുവാൻ ഉൽസാഹിയാക്കി തീർക്കുമെന്നോ? മാത്രമല്ല, കുട്ടിയുടെ രക്ഷിതാക്കൻമാരെയാകെ ഗോപാലൻമാസ്റ്റർ തന്റെ സ്വന്തക്കാരാക്കിത്തീർത്ത് മടങ്ങുകയും ചെയ്യും. അങ്ങനെ ഒരു ദിവസം കാലത്തെ ഏഴരമണിയോടെ ഞാനെന്റെ പുസ്തകങ്ങളെല്ലാം മുന്നിൽ നിരത്തി വീട്ടിലൊരിടത്തിരുന്ന് വായിക്കുകയായിരുന്നു. വീട്ടിൽ ഞാനടക്കം മൂന്നു കുട്ടികളും ഞങ്ങൾക്ക് ഭക്ഷണം പാകംചെയ്തു തരാൻ അമ്മാമൻ ഏർപ്പെടുത്തിയിട്ടുള്ള കുറ്റ്യാട്ടൂർകാരനായ കുട്ട്യപ്പ എന്ന ഒരു ചെറുപ്പക്കാരനും മാത്രമേയുള്ളൂ. കിഴക്കേ കോലായിൽ ഇരുന്നു വായിക്കുന്ന എന്റെ കണ്ണുകൾ പെട്ടെന്ന് ആരോ പിന്നിൽ നിന്ന് വന്ന് രണ്ടുകൈകൊണ്ടും പൊത്തി. ഞാൻ അന്ധാളിച്ചു. എന്റെ വീടിനടുത്തുള്ള ഞങ്ങളുടെ ഉറ്റബന്ധുക്കളിൽ ആരെങ്കിലുമായിരിക്കുമെന്ന് കരുതി ഞാൻ പലരുടെയും പേർ പറഞ്ഞു. ആരുമല്ല. ഒടുവിൽ തോൽവി സമ്മതിച്ചു. കണ്ണിൻമേലുള്ള കൈപ്പിടിത്തം വിട്ടപ്പോൾ മുമ്പിൽ ഗോപാലൻ മാസ്റ്റർ. ഞാൻ സ്തംഭിച്ചു. ഉടൻ എഴുന്നേറ്റ് നമസ്കാരം പറഞ്ഞു. "സാരമില്ല, ഇരുന്നു വായിച്ചുകൊള്ളൂ. നിങ്ങളെല്ലാം നന്നായി പഠിക്കുന്നുണ്ടോ എന്നന്വേഷിക്കാൻ മാത്രം ഇവിടെ കയറിയതാണ്" എന്നദ്ദേഹം പുഞ്ചിരിച്ചുകൊണ്ടു പറഞ്ഞു. ഇത്ര കാലത്തേ മാസ്റ്റർ ഇവിടെ എങ്ങനെ എത്തിയെന്ന് ഞാൻ ചോദിച്ചപ്പോൾ, "അതോ, ഇന്നലെ പൊതിരെ തല്ലുകൊണ്ട കാടാച്ചിറയിലെ കുഞ്ഞിരാമന്റെ വീട്ടിൽ ഒന്നുപോയി. അപ്പോൾ ഇവിടുത്തോളം വന്നു നിങ്ങളുടെ വിവരം അറിഞ്ഞു പോകാമെന്നുവെച്ചു." ഞങ്ങൾ മുമ്പിൽ കൊണ്ടുവെച്ച ചായയും കഴിച്ച് അദ്ദേഹം പിരിഞ്ഞു.

പാവപ്പെട്ട കുട്ടികൾക്ക് പുസ്തകങ്ങൾ, ഉടുപ്പുകൾ, ഭക്ഷണസൗകര്യങ്ങൾ എന്നിവയെല്ലാം അദ്ദേഹം ചെയ്തുകൊടുത്തുവന്നു. രോഗികളായ തന്റെ ശിഷ്യൻമാർക്ക് അദ്ദേഹം ചികിൽസാസഹായവും ചെയ്തുവന്നു. കഴിവില്ലാത്തവരുടെ പുര കെട്ടിമേയാൻപോലും അദ്ദേഹം സഹായിച്ചു.

മറ്റൊരു ദിവസം തൃക്കപ്പാലത്തമ്പലത്തിനടുത്ത് താമസിച്ചിരുന്ന ഒരു വിദ്യാർഥിയെ ക്ലാസിൽനിന്ന് പൊതിരെ തല്ലിയത് കുറെ 'കമല'യായിപ്പോയി. കുട്ടിയെ കണ്ട രക്ഷിതാക്കളിൽ അതിയായ രോഷം ആളിക്കത്തി. ഇതൊന്ന് നിർത്തിയശേഷം കഥ എന്ന മട്ടിൽ പിറ്റേന്ന് കാലത്തെ വീട്ടിൽ നിന്ന് ഗോപാലൻമാസ്റ്ററെ കാണാൻ കുട്ടിയുടെ അച്ഛനും മറ്റും യാത്രയാകാൻ ഒരുങ്ങുകയായിരുന്നു. എന്നാൽ അവരുടെയെല്ലാം പ്രതീക്ഷക്ക് തികച്ചും വിരുദ്ധമായി അവരുടെ വീട്ടിലേക്കതാ ഗോപാലൻമാസ്റ്റർ മന്ദഹാസത്തോടുകൂടി കയറിവരുന്നു. എത്തിയ ഉടനെ കുട്ടിയെ വാൽസല്യപൂർവം തലോടുന്ന ഗോപാലൻമാസ്റ്ററെ കണ്ട് രക്ഷിതാക്കൾ ഹർഷപുളകിതരായി. "മോൻ നന്നായി പഠിക്കാനുദ്ദേശിച്ച് വടി വീശിയപ്പോൾ അതൽപ്പം 'കമല'യായിപ്പോയി. ആകയാൽ ഞാനിന്നലെ രാത്രി ഉറങ്ങിയില്ല. പുലരാൻ കാത്തിരിക്കയായിരുന്നു. അങ്ങനെ കാലത്തെ ഇവിടെ എത്തി." ഇത്രയും പറഞ്ഞ ഗോപാലൻ മാസ്റ്ററോട് കുട്ടിയുടെ അച്ഛൻ കോപതാപങ്ങളാകെ വിവരിച്ചപ്പോൾ മാസ്റ്റർ മന്ദഹാസപൂർവം പറയുകയാണ്. "കുട്ടി നിങ്ങളുടെ മകൻ തന്നെ. ശരിയാണ്. എന്നാൽ എന്റെ വൽസലനായ ശിഷ്യനാണ്. കുട്ടിക്കെന്തെങ്കിലും പിണഞ്ഞാൽ, എന്റെ തല്ലുകൊണ്ടല്ലെങ്കിൽപോലും ചികിൽസിച്ചു മാറ്റാൻ എനിക്ക് ചുമതലയില്ലേ? വിഷാദിക്കേണ്ടാ." അങ്ങനെ, ആ അച്ഛനമ്മമാരുടെ ആളിക്കത്തിയ രോഷം സന്തോഷാധിക്യത്താൽ ഉറച്ച മഞ്ഞിൻകട്ടയായിത്തീർന്നു.

അന്നും ഗോപാലൻമാസ്റ്റർ എന്റെ വീട്ടിലെത്തി. ഞങ്ങളുടെ സുഖവിവരങ്ങളന്വേഷിച്ചറിഞ്ഞശേഷം എന്നോടായി ചോദിച്ചു: "താനെന്തിനാണ് പയ്യന്നൂർ ഹൈസ്കൂളും അവിടെ വെച്ച് ഇവിടെ വന്നു പഠിക്കുന്നു? അച്ഛനമ്മമാരെല്ലാം അവിടെയല്ലേ? ഇവിടെ ഈ ഒഴിഞ്ഞവീട്ടിൽ വന്നു താമസിച്ച് ഈ വിഷമം സഹിക്കണോ?" ഒന്നും ഉത്തരം പറയാതെ നിന്നുകണ്ട എന്നെ ഉത്തരം പറയാൻ നിർബന്ധിച്ചപ്പോൾ ഞാൻ സത്യം തുറന്നുപറഞ്ഞു: "കുട്ടിക്കാലം മുതൽക്കേ കുറച്ച് അമരവും രൂപവും കാവ്യവും പഠിച്ചുപോയെന്നതുകൊണ്ട് ഇംഗ്ലീഷ് പഠിക്കാൻ ആഗ്രഹിച്ച എന്നെ അച്ഛൻ വീട്ടിൽ ഒരു പണിക്കരെവെച്ച് "ഗീർണ ശ്രയാ, ധേന വശ്രാ, രുദ്രസ്യനമ്യഃധന്യേയം നാരി, ധനവാൻപുത്രഃ" എന്നിപ്രകാരമുള്ള ജ്യോതിഷപാഠങ്ങൾ പഠിപ്പിക്കാൻ മുതിർന്നു. കുറച്ചു ദിവസം ഞാൻ സഹിച്ചു. പിന്നീട് അച്ഛനോട് തുറന്നു പറഞ്ഞു. "ഞാൻ ഇംഗ്ലീഷ് പഠിക്കാൻ അമ്മയുടെ നാട്ടിലേക്ക്-മാവിലായിയിലേക്ക് പോകാനാണാഗ്രഹിക്കുന്നത്" എന്ന്. ഇതുകേട്ട അച്ഛൻ എനിക്ക് നാലടി പാസാക്കുകയാണ് ചെയ്തത്. ആ അടിയുടെ ചൂടോടുകൂടി ഞാനുടൻ ഇങ്ങോട്ട് വണ്ടികയറി. അങ്ങനെയാണ് ഇവിടെ എത്തിയത്." ഇത്രയും കേട്ടപ്പോൾ അദ്ദേഹത്തിനുണ്ടായ അദ്ഭുതം അവാച്യമായിരുന്നു. "എട പഹയാ" എന്നു പറഞ്ഞുകൊണ്ട് എന്റെ പുറത്ത് നാല് തട്ടുതട്ടി അനുമോദിച്ചു. ആയിടെ എന്റെ ക്ലാസിലെ തലമുടി കെട്ടിവെച്ച കുട്ടി

കൾ ഞാനടക്കം രണ്ടുമൂന്നു പേരുണ്ടായിരുന്നവരെല്ലാം മുടിവെട്ടി ക്രോപ്പാക്കുകയും തോർത്തുമുണ്ട് മാറ്റി ഷർട്ടിടാൻ തുടങ്ങുകയും ചെയ്തതിനെ ഒരു സംഭവം കണക്കെ ഗോപാലൻമാസ്റ്റർ ക്ലാസിൽ പ്രത്യേകം പ്രഖ്യാപിച്ച് ഞങ്ങളെ അഭിനന്ദിച്ചു.

കുട്ടികളോട് ഗോപാലൻമാസ്റ്ററുടെ വാൽസല്യം ഇതായിരുന്നുവെങ്കിൽ ഞങ്ങൾക്ക് അദ്ദേഹത്തോടുള്ള ഭക്തി അളവറ്റതായിരുന്നു. ചെറിയ ജലദോഷപ്പനി കാരണം രണ്ടുദിവസം അദ്ദേഹം ക്ലാസിലെത്തിയില്ല. ഞങ്ങളെല്ലാം നിത്യവും വീട്ടിലെത്തി സന്ദർശിക്കുക മുറയായിത്തീർന്നു. ഗോപാലൻമാസ്റ്റർ മാത്രമല്ല, അദ്ദേഹത്തിന്റെ വന്ദ്യമാതാപിതാക്കൾ വിദ്യാർഥികളായ ഞങ്ങളോട് എന്തുമാത്രം സൗഹാർദമായാണ് പെരുമാറിയതെന്നോ.

അച്ഛന്റെ മാതിരിതന്നെ മകൻ ഗോപാലൻമാസ്റ്ററും കുട്ടിക്കാലം തൊട്ടേ ഒരു സാമൂഹ്യ പരിഷ്കർത്താവായിരുന്നു. നാട്ടിലുള്ള മിക്ക സാമൂഹ്യപ്രവർത്തനങ്ങളിലും ഗോപാലൻമാസ്റ്റർ ഒന്നാംകിട ഉൽസാഹിയായിരുന്നു. സ്കൂളിലെ സാഹിത്യസമാജത്തിൽ മാത്രമല്ല, പുറത്തു നടക്കുന്ന മിക്ക സാംസ്കാരിക സംരംഭങ്ങളിലും നമുക്കദ്ദേഹത്തെ കാണാം. ദിവസത്തിൽ നാലുവേഷത്തിൽ (രാവിലെ ട്രൗസർ, ഹാറ്റ്, ബൂട്സ്, ഉച്ചയ്ക്ക് ഷർട്ടും കോട്ടും, വൈകുന്നേരം മുണ്ടും ഷർട്ടും, പ്ലേഗ്രൗണ്ടിൽ മുണ്ടും ബനിയനും) കാണുന്ന ഗോപാലൻമാസ്റ്റർ എന്ന ചെറുപ്പക്കാരൻ മറ്റുള്ള അധ്യാപകരിലും വിദ്യാർഥികളിലും വലിയ കൗതുകം വളർത്തി. പ്ലേഗ്രൗണ്ടിൽ അദ്ദേഹം നല്ല സ്പോർട്സ്മാനും ആയിരുന്നു.

നാട്ടിലെ സാമൂഹ്യമായ ഒരു ഉൽസവവും ഗോപാലൻമാസ്റ്റർ ഒഴിവാക്കാറില്ല. കൊല്ലംതോറും മേടം വിഷു തൊട്ട് അഞ്ചുദിവസങ്ങളിൽ മാവിലാക്കാവിൽ ഉൽസവമാണ്. ഈ ഉൽസവത്തിന്റെ ഒരു സവിശേഷത പ്രത്യേക തരത്തിലുള്ള ഒരു മൽസരത്തല്ലുണ്ടാകുമെന്നതായിരുന്നു. 40ദിവസം നോമ്പുനോറ്റിരുന്ന ഇരുകക്ഷികൾ (അവരെ മൂത്തോറാട്ടും എളയോറാട്ടും എന്നാണ് പറഞ്ഞുവന്നിരുന്നത്) എട്ടെട്ടുപേരാണ് ഓരോ കക്ഷിയിലും എന്നാണെന്റെ ഓർമ്മ. ഇവരെ ഓരോരാൾ ചുമലിൽ കയറ്റിയിരുത്തും. വീണുപോകാതിരിക്കാൻ ചുമലിൽ കയറിയ ഓരോ ആളുടെ പക്കലും നിരവധി തുണക്കാരും ഉണ്ടാകും. ഇങ്ങനെ രണ്ടു കക്ഷികളിലെയും നോമ്പുകാരെ ഭദ്രമായും ചുമലിൽ കയറ്റി അഭിമുഖമായി അണിനിരക്കുന്നു. അങ്ങനെ ചുമലിൽ കയറി ഇരുന്നവർ തമ്മിലുള്ള കൈത്തല്ല് എന്തുമാത്രം ഭയാനക ഉൽസവമായിരുന്നെന്നോ? തന്റെ ചുമലിലുള്ള ആൾക്ക് എന്തു തല്ലുവീണാലും താഴത്തിറങ്ങിയാൽ തോറ്റതായി പ്രഖ്യാപിക്കപ്പെടുമെന്നതിനാൽ താഴത്തിറക്കില്ല. പൊറുതിമുട്ടിയാൽ മാത്രം ഇറക്കും. അങ്ങനെ ഒരു കക്ഷിയാകെ തോൽക്കുംവരെ തല്ല്. ഇതു കാണാൻ പതിനായിരക്കണക്കിനാളുകൾ കൂടും. അടുത്തുള്ള എല്ലാ വൃക്ഷങ്ങളിൻമേലും ആളുകൾ കയറി കടന്നിരിക്കും. തെങ്ങിൻമേലെല്ലാം അന്ന് വളരെയേറെ പറം കെട്ടിക്കി

ടക്കും. അന്ന് പറത്തിന് 2, 4, 5 ക. വരെയെല്ലാം വിലയായിരിക്കും. ഞാനാദ്യമായി തല്ലുൽസവം കാണാൻ പോയി. പെരളശേരിക്കടുത്തുള്ള മൂന്നാംപാലം വയലിലാണ് തല്ലുൽസവം. മാവിലാക്കാവിലെ ഭഗവതി (തെയ്യംതിറ) ഇതെല്ലാം മൂകസാക്ഷിയായി നോക്കിനിൽക്കുന്നു. എന്നാൽ ഇതിലെല്ലാം ഇതിന്റെയാകെ കൺവീനർ എന്ന നിലയ്ക്കുള്ള ഗോപാലൻമാസ്റ്ററുടെ ഉൽസാഹം കണ്ട് ഞങ്ങൾക്കെല്ലാം 'ഹരം' പിടിച്ചു. ഞങ്ങൾക്ക് ശരിക്കും ഓരോ പറം ശട്ടംകെട്ടി തരുന്നതിലും അദ്ദേഹം സഹായിച്ചു.

മാവിലാകാവിലെ തല്ലിന് സമാന്തരമായി എന്റെ താമസവീടിനടുത്ത് കച്ചേരിക്കാവിലെ 'തിക്ക്' എന്ന മറ്റൊരുൽസവം ഉണ്ടായിരുന്നു. പതിനായിരക്കണക്കിൽ ആളുകൾ കൂടുന്ന കാവിൽ ഒരു അവിൽ പൊതിയെറിഞ്ഞ് അത് തട്ടിത്തട്ടിത്തെറിപ്പിച്ചു കൊണ്ടുപോവുക എന്നതായിരുന്നു ഉൽസവം. ഈ അവിൽപൊതിയേറിലുള്ള തിക്കിലും ഗോപാലൻമാസ്റ്റർ ഒന്നാമനായി കണ്ട് കുട്ടിയായ ഞാൻ അദ്ഭുതപ്പെട്ടു. എത്രയോ ആളപായം വരുന്ന ഒരു ഉൽസവമായിരുന്നു അത്.

സ്കൂൾ മധ്യവേനലവധിക്ക് പൂട്ടിയെങ്കിലും ഞാൻ അച്ഛനമ്മമാരെ കാണാൻ പയ്യന്നൂർക്ക് പോയില്ല. ഗോപാലൻമാസ്റ്റർ എന്നെ വളരെയധികം പ്രേരിപ്പിച്ചുവെങ്കിലും അച്ഛൻ വെറുത്തുവന്നതാകയാൽ ഞാൻ പോകാൻ ഇഷ്ടപ്പെട്ടില്ല. അമ്മയുടെ കത്ത് കിട്ടുമായിരുന്നു. ആ അവധിക്കാലം ഗോപാലൻമാസ്റ്ററായിരുന്നു ഞങ്ങളുടെ രക്ഷകർത്താവ്. ആഴ്ചയിലൊരു ദിവസമെങ്കിലും വീട്ടിൽവന്ന് സുഖവിവരമന്വേഷിക്കും. പഠിക്കുവാനുള്ള വിഷയം അദ്ദേഹം ഉപദേശിച്ചുതന്നു പോകും. അങ്ങനെ അവധിക്കാലം അടുത്ത വർഷത്തേക്കുള്ള തയ്യാറെടുപ്പുകാലമാക്കി ത്തീർത്തു. ഞാൻ ക്ലാസിൽ മിടുക്കായും പാസായി.

ആറാംതരത്തിൽ ഗോപാലൻമാസ്റ്റർ ആയിരുന്നു എന്റെ ക്ലാസ് മാസ്റ്റർ. അക്കൊല്ലവും ഞാൻ കൃത്യനിഷ്ഠയോടെ പഠിച്ചു. ക്ലാസിൽ ഏതു വിഷയത്തിലും നല്ല മാർക്കു വാങ്ങും. ഇതിനെല്ലാം കാരണക്കാരൻ ഗോപാലൻമാസ്റ്റർ തന്നെ. ഞാൻ എന്റെ അച്ഛനമ്മമാരെ കാണാൻ പോകാത്തതിൽ അദ്ദേഹത്തിന് വലിയ കുണ്ഠിതമായിരുന്നു. അമ്മയുള്ളതുകൊണ്ട് വിളിവരും എന്ന് ഞാൻ അദ്ദേഹത്തെ സമാശ്വസിപ്പിച്ചു. ആറാംക്ലാസിൽ കൊല്ലാവസാനത്തോടെ അമ്മയുടെ കത്ത്. കൂടെ അച്ഛന്റെ കുറിപ്പും, "നിന്നെ പയ്യന്നൂർ ഹൈസ്കൂളിൽ ചേർക്കാൻ തീരുമാനിച്ചിരിക്കുന്നു. സ്കൂൾ പൂട്ടിയാൽ ഉടനെ തിരിച്ചുവരിക" എന്ന്. ഞാൻ ഗോപാലൻമാസ്റ്ററോടും കുഞ്ഞിരാമേട്ടനോടും ഹെഡ്മാസ്റ്ററോടും മറ്റു വേണ്ടപ്പെട്ട എല്ലാവരോടും ആദരപൂർവം വിടവാങ്ങി പിരിഞ്ഞു.

പിന്നീട് ഞാൻ അദ്ദേഹത്തെ കണ്ടത് ആറേഴുകൊല്ലം കഴിഞ്ഞപ്പോഴായിരുന്നു. കെ കേളപ്പന്റെ നേതൃത്വത്തിൽ കോഴിക്കോട്ടുനിന്ന് പയ്യന്നൂർക്കുള്ള ഉപ്പുസത്യഗ്രഹ വളണ്ടിയർമാരുടെ കാൽനടജാഥ. ഞാൻ അതിൽ ഒരംഗമായിരുന്നു. ഞങ്ങൾക്കുള്ള പെരളശേരിയിലെ

സ്വീകരണയോഗത്തിൽ ഗോപാലൻമാസ്റ്റർ എന്നെ കെട്ടിപ്പിടിച്ചു പ്രത്യേകം അനുമോദിച്ചു. "ഞാനും നിങ്ങളുടെ കൂടെയെത്തും. ജയിലിൽ കാണാം" എന്നദ്ദേഹം ആഹ്ളാദപൂർവം പറഞ്ഞു. അതുപോലെ തന്നെയതാ, അദ്ദേഹവും കണ്ണൂർ സെൻട്രൽ ജയിലിൽ. ഞങ്ങളദ്ദേഹത്തിന് ജയിലിൽ സ്നേഹനിർഭരമായ സ്വീകരണം നൽകി. പിന്നീടുള്ള സംഭവബഹുലമായ കഥകൾ എ കെ ജിയുടെ അഗ്നിപരീക്ഷകളിൽ കാണാം.

എ കെ ജിയുടെ ജീവിതത്തിലെ മഹത്വത്തിന്റെ നാമ്പുകൾ കൊച്ചുനാളിലെ പ്രകടമായി. അധ്യാപകജീവിതകാലത്ത് അത് തെഴുത്തു വളർന്നുവരിക ആയിരുന്നു. അങ്ങനെയത് പാവങ്ങളുടെ പടവാളായി, ദേശവ്യാപകമായ മനുഷ്യസ്നേഹമായി ഉയർന്നു. അതുകൊണ്ടുതന്നെ എന്റെ ഗുരുനാഥൻ സർവ്വർക്കും പ്രിയങ്കരനായിത്തീർന്നു. യുഗപ്രഭാവനായി, ആ ഇതിഹാസപുരുഷൻ എന്നെന്നും സ്മരിക്കപ്പെടും.

(1977 മെയ് 1-ന്റെ ലക്കം ദേശാഭിമാനി വാരിക)

ഓർമ്മകൾ
മുപ്പത്തഞ്ചുകൊല്ലത്തിനപ്പുറം

വി കെ പൈതൽ

അധ്യാപകനായിരുന്ന കാലംതൊട്ട് എ കെ ജിയെ എനിക്കറിയാം. ചാല ബോർഡ് ഹൈസ്കൂളിൽ അധ്യാപകനായിരിക്കുന്ന കാലത്ത് ഒരിക്കൽ *ഭഗവത്ദൂത്* എന്ന നാടകവുമായി അദ്ദേഹം മട്ടന്നൂർ ബോർഡ് യു പി സ്കൂളിൽ വന്നു. അന്ന് എ കെ ജി ശ്രീകൃഷ്ണന്റെ വേഷമാണ് അഭിനയിച്ചത്. അതേ സ്കൂളിൽവെച്ചുതന്നെ അദ്ദേഹം ഒരു മദ്യപാനിയുടെ വേഷം ധരിച്ച് അഭിനയിക്കുകയുമുണ്ടായി. ഇതൊക്കെ 1929-നു മുമ്പാണ്.

1929-ൽ മട്ടന്നൂർ നാരായണൻ നമ്പീശൻ മെമ്മോറിയൽ ബാറ്റ്മിന്റൻ ടൂർണമെന്റ് നടത്തി. അതിലെ തെരഞ്ഞെടുക്കപ്പെട്ട ഒരു കളിക്കാരനായിരുന്നു എ കെ ജി. അന്നത്തെ പല പ്രഗൽഭ കളിക്കാരും അതിലുണ്ടായിരുന്നു. എക്സൈസ് എസ് ഐ ആയിരുന്നു ഒരു കളിക്കാരൻ. കളി കാര്യത്തിൽ കലാശിച്ചു. എസ് ഐയും എ കെ ജിയും ഗ്രൗണ്ടിൽ വെച്ച് കയ്യാങ്കളിയായി. എസ് ഐ ആണോ എന്നൊന്നും എ കെ ജിക്ക് നോട്ടമില്ല. എങ്ങനെയും വിജയം വേണം എന്നേയുള്ളൂ.

1931 ഏപ്രിൽ 8-നാണ് ആദ്യമായി മട്ടന്നൂരിൽ ഒരു കോൺഗ്രസ് യോഗം കൂടുന്നത്. അന്ന് എ കെ ജിക്കു പുറമെ പ്രസംഗിച്ചവർ അഡ്വക്കേറ്റ് ടി നാരായണൻ നമ്പ്യാർ. എൽ എസ് പ്രഭു, പരിയാട്ട് മൂസാസാഹേബ് തുടങ്ങിയവരാണ്. ഗാന്ധി-ഇർവിൻസന്ധി കഴിഞ്ഞ ഉടനെയാണിത്. അന്ന് വൈകുന്നേരം തന്നെ എ കെ ജിയുടെ നേതൃത്വത്തിൽ മട്ടന്നൂർ മദ്യഷാപ്പ് പിക്കറ്റിങ്ങ് ആരംഭിച്ചു. അതിൽ എന്നെയും ഒരു വളണ്ടിയറാക്കിയെടുത്തു. ആറേഴു വളണ്ടിയർമാർ വേറെയുമുണ്ടായിരുന്നു.

വളണ്ടിയർമാർ ഒന്നിച്ച് ഒരു ക്യാമ്പിലായിരുന്നു താമസം. പലയിടത്തും ക്യാമ്പുകൾ ഉണ്ടാക്കിയും വളണ്ടിയർമാരെ സംഘടിപ്പിച്ചും അവർക്ക് നേതൃത്വം കൊടുത്തുംകൊണ്ട് എ കെ ജി സഞ്ചരിച്ചു കൊണ്ടിരിക്കുകയായിരുന്നു. ഒരിടത്തും സ്ഥിരമായി ക്യാമ്പടിക്കില്ല. അങ്ങ

നെയിരിക്കെ ഒരു ദിവസം എ കെ ജി മട്ടന്നൂരിലെ ഞങ്ങളുടെ ക്യാമ്പിൽ വന്നു. അന്നവിടെ ഭക്ഷണം പാകം ചെയ്യാൻ വിറകുണ്ടായിരുന്നില്ല. എ കെ ജി തന്നെ വളണ്ടിയർമാരെകൂട്ടി അടുത്ത കാട്ടിലേക്ക് പുറപ്പെട്ടു. താൻതന്നെ വിറകുണ്ടാക്കി സ്വന്തം തലയിൽ ചുമന്നുകൊണ്ട് ക്യാമ്പിലേക്ക് തിരിച്ചുപോന്നു. ഏതു കാര്യത്തിൽ ഇടപെട്ടാലും ആത്മാർഥമായും അർപ്പണ മനോഭാവത്തോടുംകൂടി മുൻനിന്ന് ജോലിചെയ്യാൻ അദ്ദേഹ ത്തിന് മടിയുണ്ടായിരുന്നില്ല എന്നർഥം.

ഇവിടെയടുത്തുള്ള കല്ലൂരിൽ അന്ന് കള്ളുഷാപ്പ് നടത്തിയിരുന്നത് എന്റെ അമ്മാവനാണ്. ഞാൻ കള്ളുഷാപ്പ് പിക്കറ്റിങ്ങിന് പോകുന്നത് അദ്ദേഹത്തിനിഷ്ടമായിരുന്നില്ല. എന്നെ കണ്ടാൽ കാല് തല്ലിയൊടിക്കു മെന്ന് അന്ന് അമ്മാവൻ ഭീഷണിപ്പെടുത്തിയിരുന്നു. പക്ഷേ എ കെ ജി അവിടെ പോയി. അമ്മാവനെ കണ്ടു; സംസാരിച്ചു. കള്ളുകൊണ്ടുണ്ടാകുന്ന കുഴപ്പങ്ങളെപ്പറ്റി അമ്മാവനെ പറഞ്ഞു ബോധ്യപ്പെടുത്തി. ഇനി കള്ള് കുടിക്കുകയില്ലെന്നും വിൽക്കുകയില്ലെന്നും ഷാപ്പ് നടത്തുകയില്ലെന്നും അമ്മാവനെക്കൊണ്ട് സമ്മതിപ്പിക്കാൻ എ കെ ജിക്ക് കഴിഞ്ഞു. അത്തരം ഒരു ഉറപ്പ് അമ്മാവനിൽ നിന്ന് എഴുതിവാങ്ങിക്കാനും എ കെ ജിക്ക് സാധിച്ചു. അതിൽപിന്നീട് അമ്മാവൻ കള്ളുഷാപ്പ് നടത്തിയിട്ടില്ല, കള്ള് കുടിച്ചിട്ടില്ല. കല്ലൂരിൽ ഇന്നും കള്ളുഷാപ്പില്ല എന്നു പറയാൻ എനിക്ക് സന്തോഷമുണ്ട്. മുമ്പ് അമ്മാവൻ കള്ളുഷാപ്പ് നടത്തിയിരുന്ന സ്ഥാനത്ത് ഇന്ന് നല്ല നിലയിൽ നടന്നുവരുന്ന കല്ലൂർ ന്യൂ യു പി സ്കൂളാണുള്ളത്.

കള്ളുഷാപ്പ് പിക്കറ്റിങ്ങ് നടത്തിയിരുന്ന എ കെ ജിക്ക് പല അനുഭ വങ്ങളുമുണ്ടായിട്ടുണ്ട്. മൽസ്യം കഴുകിയ വെള്ളം അദ്ദേഹത്തിന്റെ ത ലയിൽ ഒഴിക്കാൻ പല കള്ളുഷാപ്പുകാരും മടിച്ചിട്ടില്ല. അതിലും കടുത്ത പല പരീക്ഷണങ്ങളെയും അദ്ദേഹം അചഞ്ചലം നേരിട്ടു.

അക്കാലത്ത് ജന്മിമാർ തങ്ങളുടെ കുടിയാൻമാരിൽ നിന്ന് നുരി, വാശി, മുക്കാല്, ശീലക്കാശ്, വെച്ചുകാണൽ തുടങ്ങിയ നിയമവിധേയമ ല്ലാത്ത പല പിരിവുകളും നടത്തിയിരുന്നു. അന്യായമായി കുടിയാൻമാരെ മർദ്ദിച്ചിരുന്നു. ഇതിനെതിരായി അദ്ദേഹം കർഷകരെ സംഘടിപ്പിച്ച് വമ്പിച്ച കർഷകസമരങ്ങൾ നടത്തി. കൂടാളി നമ്പ്യാർ എന്ന ജന്മി എ കെ ജിയെയും സർദാർ ചന്ത്രോത്തിനെയും മാത്രം സംഭാഷണത്തിന് വിളിക്കു കയും സമരം പൊളിക്കാനായി അവർ കൈക്കൂലി വാങ്ങി എന്നാരോപിക്കുക യും ചെയ്തു. പക്ഷേ അതൊന്നും കർഷകരുടെ ഇടയിൽ വിലപ്പോയില്ല.

മുപ്പത്തിമൂന്നിലോ മുപ്പത്തിനാലിലോ എന്നോർമ്മയില്ല, എ കെ ജി വെല്ലൂർ ജയിലിൽനിന്ന് മോചിതനായി കോഴിക്കോട്ട് വണ്ടിയിറങ്ങിയ പ്പോൾ അദ്ദേഹത്തെ സ്വീകരിക്കാൻ ഞാനുണ്ടായിരുന്നു. റെയിൽവെ സ്റ്റേഷനിൽ അദ്ദേഹത്തോടൊപ്പം എ ഐ എസ് എ നടത്തിയിരുന്ന ഖാദി വസ്ത്രാലയംവരെ ഞാനും പോയി.

മലബാർ കർഷക സംഘത്തിന്റെ ആഭിമുഖ്യത്തിൽ 1938-ൽ കോഴിക്കോട്ടുവെച്ച് വമ്പിച്ച ഒരു സമ്മേളനം നടന്നു. ആ സമ്മേളനത്തി ലേക്ക്, പാലക്കാട്ടുനിന്നും കാസർകോട്ടുനിന്നും രണ്ട് കാൽനട

ജാഥകൾ പോവുകയുണ്ടായി. ചുവപ്പ് കുപ്പായമണിഞ്ഞ അഞ്ഞൂറ് വളണ്ടിയർമാർ നടത്തിയ വടക്കേ മലബാർ ജാഥയെ നയിച്ചത് എ കെ ജിയും സർദാർ ചന്ദ്രോത്തുമായിരുന്നു. ഞാനും അതിൽ ഒരു വളണ്ടിയർ ആയിരുന്നു. വളണ്ടിയർമാർക്കിടയിൽ അച്ചടക്കവും സംയമനവും ഉണ്ടാക്കാൻ എ കെ ജി വളരെ ശ്രദ്ധിച്ചിരുന്നു. വളണ്ടിയർമാർ കള്ളുകുടിക്കുന്നതും കഞ്ചാവുവലിക്കുന്നതും മറ്റും അദ്ദേഹം കർശനമായിത്തന്നെ വിലക്കി.

നാട്ടിൻപുറങ്ങളിൽ ചെറിയചെറിയ കർഷകയോഗങ്ങളും പ്രചാരണജാഥകളും നടക്കുന്ന കാലം. യോഗത്തിൽ സംബന്ധിക്കുന്ന വളണ്ടിയർമാർക്കും മറ്റ് പ്രവർത്തകർക്കും ഭക്ഷണം ഏർപ്പാട് ചെയ്തിരിക്കും. പക്ഷേ യോഗത്തിൽ സംബന്ധിക്കുന്ന മറ്റൊരു വിഭാഗമുണ്ട്- യോഗത്തെപ്പറ്റി ബ്രിട്ടീഷ് ഗവൺമെന്റിന് റിപ്പോർട്ടുകൾ നൽകാൻ ഒപ്പം കൂടുന്ന പോലീസുകാർ. അവരെ എ കെ ജി കലശലായി ശകാരിക്കും. ശകാരമെല്ലാം കഴിഞ്ഞാൽ എ കെ ജി ക്യാമ്പ് ഭാരവാഹികളോട് പറയും: "നമ്മുടെ ഒപ്പമുള്ള പോലീസുകാർക്കും ചോറുകൊടുക്കണം, കേട്ടോ. ബ്രിട്ടീഷ് ഗവൺമെന്റിന്റെ ഏജന്റായി നിൽക്കുന്നെങ്കിലും പാവങ്ങളാണ്. വയറ്റുപിഴപ്പിനുവേണ്ടിയാണാ പണി ചെയ്യുന്നത്."

എ കെ ജി പറഞ്ഞാലേ അവർക്ക് ചോറുകിട്ടൂ. അല്ലെങ്കിൽ നാട്ടുകാർ അവരുടെ നേരെ വാതിൽ കൊട്ടിയടയ്ക്കുമായിരുന്നു.

1937-ൽ മദിരാശി ലെജിസ്ലേറ്റീവ് അസംബ്ലിയിലേക്ക് നടന്ന ഒന്നാമത്തെ തെരഞ്ഞെടുപ്പിൽ എ കെ ജിയുമായി സഹകരിച്ച് പ്രവർത്തിക്കാൻ എനിക്ക് കഴിഞ്ഞിട്ടുണ്ട്. എത്ര എളിയ ആളെയാണെങ്കിലും എ കെ ജി തനിക്ക് സമാനനായിട്ടേ കാണൂ. കല്ലോറത്ത് മാധവൻ നമ്പ്യാർ, ഗോപാലൻ നമ്പ്യാർ, കെ സി കുഞ്ഞപ്പമാസ്റ്റർ, എം കെ രാമുണ്ണി തുടങ്ങിയവർ അന്ന് മട്ടന്നൂർ ഫർക്കയിൽ എ കെ ജിയുടെ അനുയായികളായി പ്രവർത്തിച്ചിരുന്നവരിൽ ചിലരാണ്.

കോൺഗ്രസ് സോഷ്യലിസ്റ്റ് പാർട്ടി, കമ്യൂണിസ്റ്റ് പാർട്ടി ആയപ്പോൾ ഞാനും അതിൽ അംഗമായിരുന്നു. യുദ്ധവിരുദ്ധ പ്രവർത്തനത്തിൽ പങ്കെടുത്തതുമൂലം 1940-ൽ അറസ്റ്റ് ചെയ്ത് 18മാസം കഠിനതടവിന് ശിക്ഷിച്ചു. 1942 ആഗസ്തിൽ വിട്ടയച്ചു. അതിൽ പിന്നീട് എനിക്ക് കമ്യൂണിസ്റ്റ് പാർട്ടിയുമായി ബന്ധമില്ല.

എന്നിരുന്നാലും എ കെ ജിയെ എനിക്ക് ഇന്നും ബഹുമാനമാണ്. ആദരവാണ്. ഏറ്റവും ഒടുവിൽ എ കെ ജി പെരളശേരിയിൽ വന്നപ്പോൾ മട്ടന്നൂരിലും വന്നിരുന്നു. അന്നിവിടെ ഒരു യോഗം ചേർന്നു. എ കെ ജി പ്രസംഗിച്ചു. ഞാൻ ആ പ്രസംഗം കേൾക്കാൻ പോയിരുന്നു.

പാർട്ടിയുമായുള്ള ബന്ധം വിട്ടതിൽ പിന്നീട് എ കെ ജിയുമായി നേരിട്ട് ഇടപഴകാനോ ഒപ്പം പ്രവർത്തിക്കാനോ എനിക്ക് കഴിഞ്ഞിട്ടില്ല. പക്ഷെ അതിന് കഴിഞ്ഞ ആ നല്ലകാലത്തെക്കുറിച്ചുള്ള ഓർമ്മ ഇന്നും എന്റെ മനസിൽ പൂക്കൾ വിരിച്ചു നിൽക്കുന്നു.

(ചിന്ത മെയ്ദിനപ്പതിപ്പ്, 1977)

ഗോപാലൻ എന്റെ അനിയൻ

കെ മാധവനാർ

ഷഷ്ടിപൂർത്തി ഒരു ഫാഷനായിരിക്കുന്ന ഇക്കാലത്ത് എ കെ ഗോപാലനും അറുപത് തികഞ്ഞുവെന്നത് ഗോപാലന്റെ കുറ്റമല്ല. അദ്ദേഹത്തോട് ഉള്ളഴിഞ്ഞ കൂറും സ്നേഹവും ആദരവുമുള്ള നാട്ടുകാർ പല സ്ഥലത്തും പല പ്രകാരവും ഈ ഫാഷൻകാലത്ത് അദ്ദേഹത്തിന്റെ ഷഷ്ടിപൂർത്തിയും ആഘോഷിക്കാനിടയായി എന്നത് അതിന്റെ മാറ്റ് കുറയ്ക്കുന്നുമില്ല. എന്നാലും പരസ്യമായ എന്തെങ്കിലും അഘോഷച്ചടങ്ങുകളിൽ - ഈ സോവനീറും അതിലൊരു ഭാഗമാണ് - പങ്കെടുക്കുന്നതിനേക്കാൾ എനിക്കിഷ്ടം വേറൊന്നായിരുന്നു. പിറന്നാൾ ദിവസം ക്ഷണം കൂടാതെ, ഒരുപചാരത്തിന്റെ മണം തട്ടാതെയും തട്ടിക്കാതെയും ഗോപാലന്റെ വീട്ടിൽ ചെന്നങ്ങുകേറുക; എന്നിട്ട് എന്റെ പഴയ ചങ്ങാതിക്ക് ഈ അറുപത് ഒരു ഭാരമോ അഴകോ എന്ന് നോക്കിയറിയുകയും ഇനിയും കൂടുന്ന പ്രായമേതും ഒരു ജരാഭാരമാകാതെ ചെറുപ്പംകൂട്ടാൻ എനിക്കറിയാവുന്ന കല്പം അവനെ ഉപദേശിച്ചനുഗ്രഹിക്കുകയും ചെയ്യുക; അങ്ങനെ കളിപറഞ്ഞ് കശപിശകൂടാൻ വക വെക്കുക; ഒടുവിൽ ഏട്ടനും അനിയനും തൊട്ടിരുന്ന് മറ്റു ബന്ധുമിത്രങ്ങളോടൊപ്പം മൃഷ്ടമായി അഷ്ടിക്കുക. ഇതായിരുന്നു എനിക്കിഷ്ടം. അതിന് യോഗമുണ്ടായില്ല. ഈ സോവനീറിലാണ് വിധിയെന്നെ വലിച്ചുകേറ്റിയത് എന്നേയുള്ളൂ.

ഗോപാലന്റെ ജീവിതവും സേവനവും വിലയിരുത്തുവാനിവിടെ ഞാൻ ഉദ്ദേശിക്കുന്നില്ല. പരിചയം ഒന്നനുസ്മരിക്കുന്നേയുള്ളൂ. സ്വാതന്ത്ര്യസമരമാണ് ഞങ്ങളെ ഒരണിയിൽ കൊണ്ടുവന്നത്. സ്വാതന്ത്ര്യപ്രാപ്തിക്കുമുമ്പുതന്നെ ഞങ്ങൾ അണിപിരിഞ്ഞു. ഭിന്നകക്ഷികളായി പ്രവർത്തിച്ചു. സ്വാതന്ത്ര്യപ്രാപ്തിക്ക് ശേഷമാകട്ടെ, കോൺഗ്രസ്

രാഷ്ട്രീയ പ്രവർത്തനം നിർത്തണമെന്നും മേലിൽ 'ലോകസേവാസംഘ'മായി സർവോദയാദർശത്തോടെ നിർമ്മാണപരിപാടിയിൽ മാത്രം പ്രവർത്തിക്കണമെന്നും സ്വതന്ത്രഭാരതത്തിന്റെ രാഷ്ട്രീയ പ്രവർത്തനത്തിലും ഭരണകാര്യത്തിലും പങ്കെടുക്കണമെന്ന് ആഗ്രഹിക്കുന്ന കോൺഗ്രസുകാർ അവരവരുടെ ലക്ഷ്യവും വാസനയുമനുസരിച്ച് വേറെ രാഷ്ട്രീയകക്ഷികൾ രൂപവൽക്കരിച്ചുകൊൾകയേ വേണ്ടൂ എന്നും മഹാത്മാഗാന്ധി തന്റെ ഒടുവിലത്തെ ഒസ്യത്ത് എന്ന നിലയ്ക്ക് കോൺഗ്രസിന് ഉപദേശം നൽകി. കോൺഗ്രസിന് അത് അനുസരിക്കാൻ കഴിഞ്ഞില്ലെങ്കിലും അധികം താമസിയാതെ കോൺഗ്രസ് സംഘടനയുമായുള്ള ബന്ധം അവസാനിപ്പിച്ച വളരെ പ്രവർത്തകൻമാരുണ്ട്. അവരിൽ പിന്നെ വേറെ ഏതെങ്കിലും രാഷ്ട്രീയ പാർട്ടിയിൽ ചേർന്ന് പ്രവർത്തിക്കണമെന്ന് തോന്നാത്തവരുമുണ്ട്. എ കെ ജിയെപ്പോലുള്ളവർ കോൺഗ്രസിനോടുള്ള ഗാന്ധിജിയുടെ ഉപദേശത്തെ തുടർന്ന് കമ്യൂണിസ്റ്റ് പാർട്ടി ഉണ്ടാക്കിയതല്ല. അതിന്റെ ഉൽപ്പത്തി വേറെയാണ്. ഞാൻ ഒരു കക്ഷിയിലും പെട്ടവനുമല്ല. എന്നാൽ കോൺഗ്രസിൽതന്നെ ഉറച്ചുനിന്നവരാകട്ടെ, കോൺഗ്രസിൽ നിന്ന് വേർതിരിഞ്ഞവരാവട്ടെ, ഏത് കക്ഷിക്കാരായാലും പലരുമായും വ്യക്തിപരമായി പഴയ സൗഹൃദം പുലർത്തിപ്പോരാനെനിക്ക് സാധിച്ചിട്ടുണ്ട്. ഗോപാലൻ ഈ കണക്കിൽപെടുന്നു. ഒരു സർവോദയ വീക്ഷണക്കാരനും രാഷ്ട്രീയമുണ്ടാവാം. കക്ഷിരാഷ്ട്രീയവും അധികാരരാഷ്ട്രീയവുമില്ലെങ്കിലും ഒരു ജർണലിസ്റ്റ് ആയാലോ. രാഷ്ട്രീയവുമായി ഇടപെട്ടുകൊണ്ടേ ഇരിക്കണം. ഈ നിലയ്ക്ക് എനിക്ക് ഇനിയും ശേഷിച്ചുകാണാവുന്ന രാഷ്ട്രീയമോ? കമ്യൂണിസ്റ്റ് രാഷ്ട്രീയത്തിന് വിരുദ്ധവുമാവാം. എന്നാലും ഒരു അനാഗരിക ശക്തിവിശേഷമായി വിഹരിച്ചിരുന്ന പി കൃഷ്ണപിള്ളയുടെ സൗഹൃദസ്മരണ, മൊരത്തവക്കാണത്തിലും സ്വാരസ്യം തുളുമ്പിപ്പോന്ന എ കെ ജിയുടെ സാന്നിധ്യം എനിക്ക് ഉന്മേഷപ്രദമാണ്.

രാഷ്ട്രീയപ്രവർത്തനം പൊതുവിൽ രാജ്യസ്നേഹികൾക്കെല്ലാം അതിവിഷമവും യാതനാമയവുമായി അനുഭവപ്പെട്ട ഒരു കാലം ഇന്നാട്ടിലുണ്ടായിരുന്നു. ക്രൂരമർദ്ദനങ്ങൾക്ക് വിധേയരായി പ്രവർത്തിക്കുമ്പോൾ തങ്ങളുടെകൂടെ രംഗത്തിറങ്ങുവാനല്ലെങ്കിൽ അകലെനിന്ന് അഭിനന്ദിക്കാനെങ്കിലും ആളുണ്ടെന്ന് കാണുന്നത് പ്രവർത്തകൻമാർക്ക് ഒരാശ്വാസമാണ്. തങ്ങൾ സഹിക്കുന്ന മർദ്ദനങ്ങളും തങ്ങളുടെ വീരസാഹസകൃത്യങ്ങളും പത്രങ്ങളിൽ ഫോട്ടോ ആയും റിപ്പോർട്ടുകളായും വന്നുകാണുന്നതും വീരഭടൻമാർക്കുപോലും വലിയ സംതൃപ്തിക്കു വകയാണ്. രാഷ്ട്രീയ രംഗത്തു പ്രവർത്തിച്ചു പോന്നവർക്കും അങ്ങനെയൊരാശ്വാസം ദുർലഭമായിരുന്ന ഒരു കാലത്ത് അവരുടെ ധീരകൃത്യങ്ങൾക്ക് അവ അർഹിക്കുന്ന പ്രസിദ്ധീകരണം നൽകാൻ ഫോട്ടോഗ്രാഫർമാരും പത്രങ്ങളും വളരെ ധൈര്യപ്പെട്ടിരുന്നില്ലാത്ത ആ കാലത്തും ഏകാന്തത്തിലും ഇരുട്ടിലും ജീവത്യാഗങ്ങളർപ്പിച്ച്, കഠിനക്ലേശം

സഹിച്ച്, വിശ്വാസത്തിലടിയുറച്ച് ദേശസേവനത്തിൽ മുഴുകിയിരുന്ന പഴയ വീരയോദ്ധൃപരമ്പരയിലെ അപൂർവം ചിലരിലൊരാളാണ് എ കെ ജി. സമരരംഗത്ത് ഇടവിടാതെ അനുഭവിച്ച ദുരിതങ്ങളും അതിനിടയിലെല്ലാം തന്റെ ഭാവനക്ക് വിഷയമായിരുന്ന ഭാവിഭാരതത്തിന്റെ രൂപവും ഭാവവും വിശ്രമത്തിലും ഗോപാലന്റെ ഉപബോധമനസിൽ പതിഞ്ഞു കിടന്നിരിക്കണം. ആ ഘോരാനുഭവങ്ങളും സ്വപ്നങ്ങളും അക്കാലത്ത് ജയിലിൽ എ കെ ജിക്ക് ഇടക്കിടെയുണ്ടാകാറുള്ള ഭയങ്കരമായ അപസ്മാര ചേഷ്ടകളിൽ ഒരിക്കൽ നിഴലിച്ചിരുന്നത്, ഭ്രാന്തുപറയുംപോലെ ചില വാക്കുകളിൽ സൂചിപ്പിച്ചുകണ്ടത്, ഞാനോർക്കുന്നു. എന്റെ കൂട്ടുകാരന്റെ അവസാനമെന്ന് ഞാൻ വല്ലാതെ ശങ്കിച്ചുപോയ ആ രാത്രി കാത്തു ശുശ്രൂഷിക്കാൻ എന്നെ ഡോക്ടർ ദയവോടെ അനുവദിച്ചതായിരുന്നു. കേളപ്പന്റെ കൂടെ രാഷ്ട്രീയരംഗത്തും സാമൂഹ്യരംഗത്തും ഗോപാലനും ഞാനും ഒന്നിച്ച് പ്രവർത്തിച്ച കാലമുണ്ടായിരുന്നു. ഇന്ന് പലകാര്യങ്ങളിലും മൂവരുടെയും ചിന്താഗതികൾക്ക് അന്തരമുണ്ട്. എന്നാൽ പഴയ കാലത്തുണ്ടായിരുന്ന ഭ്രാതൃഭാവം മൂവർക്കും അന്യോന്യമുണ്ടെന്നാണ് ഞാനഭിമാനിക്കുന്നത്. ഒന്നിച്ച് പ്രവർത്തിച്ച കാലത്തു കൂടി അഭിപ്രായവ്യത്യാസങ്ങളുണ്ടായിരുന്നു.

കേളപ്പന്റെ ഉപവാസ സത്യഗ്രഹങ്ങൾ പ്രസിദ്ധമാണ്. ഗുരുവായൂർ ക്ഷേത്രസത്യഗ്രഹത്തിൽ ക്ഷേത്രനടയ്ക്കൽ കേളപ്പൻ നിരാഹാര വ്രതനായി കിടക്കുന്നേടത്ത് ഒരമ്മ കഠിനദീനത്തിൽ കിടക്കുന്ന തന്റെ കുട്ടിയെ എന്നപോലെ അദ്ദേഹത്തെ ശുശ്രൂഷിക്കുക - ഇതായിരുന്നു ഗോപാലന്റെ നിഷ്ഠ. സന്ദർശകർക്കെല്ലാം കേളപ്പനെ കഴിഞ്ഞാൽ ശ്രദ്ധാകേന്ദ്രമായിരുന്നു ഗോപാലൻ. അന്ന് ജയിലിന് പുറത്തുള്ള പ്രധാന പ്രവർത്തകൻമാർ പലരും ഗുരുവായൂരുണ്ട്. ഒരു നല്ല സംഘം വളണ്ടിയർമാരുമുണ്ട്. സന്ദർശകർക്ക് കണക്കില്ല. കേളപ്പനെക്കൊണ്ട് അധികം സംസാരിപ്പിക്കാതെ ഇംഗിതമറിഞ്ഞ് എഴുത്തുകുത്തുകൾ സംബന്ധിച്ചും മറ്റും ആവശ്യമായ പ്രവൃത്തികൾ നിർവഹിക്കുക, ക്യാമ്പിലും കമ്പിയാപ്പീസിലും പ്രസംഗസ്ഥലത്തും മറ്റും ചുറ്റിത്തിരിയുക ഇതെല്ലാം ഒരു സേവനമായി ഞാനും കരുതി, ഗുരുവായൂർ ക്ഷേത്രം ഹരിജനങ്ങൾക്ക് തുറന്നുകൊടുക്കുന്നതുവരെ, അല്ലെങ്കിൽ മരണംവരെ നടയ്ക്കൽ ഉപവാസ സത്യഗ്രഹമനുഷ്ഠിക്കുന്ന ഘോരവ്രതമാണ് കേളപ്പന്റേത്. കേളപ്പന്റെ ഈ ദൃഢനിശ്ചയത്തോട് യോജിക്കുന്നവരാണ് കേളപ്പന്റെ ചുറ്റും പ്രവർത്തിച്ചുപോരുന്നവർ എന്നാണ് ആർക്കും തോന്നിപ്പോവുക. എന്നാൽ ഈ സത്യഗ്രഹത്തെപ്പറ്റി ഞാനുമായി ആദ്യം സ്വന്തം നിലയ്ക്ക് സംസാരിച്ചിരുന്നപ്പോഴൊക്കെ കേളപ്പനെ ഈ സംരംഭത്തിൽ നിന്ന് പിന്തിരിപ്പിക്കാനാണ് ഞാൻ ശ്രമിച്ചിരുന്നത്. പരസ്യമായി കേളപ്പന്റെ നിലപാട് എന്റെയും നിലപാടാണെന്ന നിലയ്ക്കേ ഞാൻ പെരുമാറിവന്നുള്ളൂ. കേളപ്പൻ ദൃഢനിശ്ചയും പ്രഖ്യാപിച്ചതുമുതൽക്ക് ഞാൻ അദ്ദേഹത്തോട് സ്വന്തം നിലയ്ക്കുള്ള എതിരഭിപ്രായപ്രകടനവും നിർത്തി. എന്നാൽ കേളപ്പന്റെ ജീവൻ ഈ സംരംഭ

ത്തിൽ നഷ്ടപ്പെടാതെ കഴിക്കണം. അത് കേളപ്പൻ ദൃഢപ്രതിജ്ഞനായി വ്രതമാരംഭിച്ചുകഴിഞ്ഞ സ്ഥിതിക്ക് കേളപ്പന്റെ യശസിന് ഒട്ടും ഭംഗം വരാതെ സാധിക്കയും വേണം. ഉപവാസവ്രതം നടക്കുന്നിടത്തോളംകാലം അതിന്റെ സത്യസന്ധതയും ശുദ്ധിയും കേളപ്പന്റെ ജീവനും ജീവനാകയാൽ കേളപ്പന്റെ വിശ്വസ്തമിത്രമെന്ന നിലയ്ക്ക് അതും നിഷ്കൃഷ്ടമായി മാനിച്ച് പാലിച്ചുപോരുന്നത് കേളപ്പനോടുള്ള ഒഴിച്ചുകൂടാനാവാത്ത കർത്തവ്യ നിർവഹണമാണ് - ഇതായിരുന്നു എന്റെ ആന്തരമായ നിലപാട്. കേളപ്പന്റെ ജീവൻ ഈ അവസ്ഥയ്ക്കു രക്ഷിച്ചുകിട്ടണമെങ്കിൽ ക്ഷേത്രം തുറന്നുകിട്ടണം. അല്ലെങ്കിൽ കേളപ്പന്റെ വ്രതം നിർത്തണമെന്നതിന് ന്യായമായ വല്ല കാരണവും കണ്ട് ഗാന്ധിജി ആജ്ഞാപിക്കണം - ഗാന്ധിജിക്ക് സത്യഗ്രഹപക്ഷക്കാരിൽ നിന്നും എതിർപക്ഷക്കാരിൽനിന്നും തുടരെ ഭിന്നറിപ്പോർട്ടുകൾ മലബാറിൽ നിന്ന് കമ്പിവഴി പോയിക്കൊണ്ടിരിക്കുന്നതായി മനസിലായി. കേളപ്പന്റെ മറുപടികൾ കേളപ്പന്റെ നിലപാടിനനുസരിച്ചുതന്നെ അയച്ചുപോന്നു. എന്നാൽ എന്റെ സ്വന്തം അഭിപ്രായങ്ങളും സംഭവ വിവരണങ്ങളും ഒരു വ്യക്തിയെന്ന നിലയ്ക്ക് എനിക്ക് വേണമെന്നു തോന്നിയാൽ, ഗാന്ധിജിയെ അതേപടി അറിയിക്കുന്നതിനുള്ള സ്വാതന്ത്ര്യം, കേളപ്പനെ സ്വന്തം സെക്രട്ടറിയെപ്പോലെ പരിചരിച്ചു കൊണ്ടിരുന്ന ഘട്ടത്തിലും ഞാൻ കരുതലായി സൂക്ഷിച്ചുവെച്ചു. അപൂർവമായി ഞാനത് ഉപയോഗപ്പെടുത്തുകയും ചെയ്തിട്ടുണ്ട്. കേളപ്പനോട് എനിക്കുള്ളേടത്തോളംതന്നെ സ്നേഹബഹുമാനങ്ങൾ പുലർത്തിപ്പോന്ന മറ്റു പല സഹപ്രവർത്തകൻമാരുടെയും വളണ്ടിയർ മാരുടെയും നില ഒട്ടു വ്യത്യസ്തമാണ്. സവർണഹിന്ദുക്കളുടെ ജാതിക്കുശുമ്പും പ്രഭുത്വവും അടിച്ചുതകർക്കാൻ ക്ഷേത്രം കയ്യേറ്റം തന്നെ ന്യായീകരിക്കാമെന്ന ഒരഭിപ്രായം വളരുന്നതായി കണ്ടു. അതിന് പ്രാരംഭവും സഹായകവുമായി കേളപ്പനെപ്പോലെ വ്യക്തിപ്രഭാവമുള്ള ഒരു നേതാവിന്റെ പ്രായോപവേശം മൂർധന്യദശയിലെത്തുവാൻ അവർ കാത്തുനിൽക്കുകയായിരുന്നു. അദ്ദേഹത്തിന്റെ ജീവൻ ഒരു ബലിദാനമായി കലാശിക്കുകയാണെങ്കിൽ അതും തങ്ങളിച്ഛിക്കുന്ന വിപ്ലവത്തിലേക്ക് വഴിതുറക്കും എന്ന ആശയം കൃഷ്ണപിള്ളയെപ്പോലെയുള്ള ഇടതുപക്ഷത്തിലേക്ക് ചാഞ്ഞ ഭടൻമാർ പുലർത്തിപ്പോന്നതായി പിന്നീട് മനസിലായി. ഗോപാലനുമായി ഒരഭിപ്രായ വിനിമയം ഞാൻ നടത്തുകയുണ്ടായില്ല. വിപ്ലവത്തിന്റെ പേര് വന്നാൽ പിന്നെ സമരം സത്യഗ്രഹത്തിന്റെ നിറത്തിൽതന്നെ തുടരണമെന്ന നിർബന്ധം അന്നും ചില കോൺഗ്രസ് വളണ്ടിയർമാർക്കുകൂടി ഇല്ല. ഈവക കാര്യങ്ങളിൽ ഗോപാലൻ സത്യഗ്രഹപക്ഷക്കാരനായ എന്നോടല്ല വിപ്ലവാത്മാക്കളോടാണ്, കൃഷ്ണപിള്ള തന്റെ നില മുൻകൂട്ടി വെളിപ്പെടുത്തിയിട്ടുണ്ടായിരുന്നെങ്കിൽ ചേർന്നു നിൽക്കുക എന്നൂഹിക്കാം. ഏതായാലും കേളപ്പന്റെ സത്യഗ്രഹംതന്നെ സവർണരുടെ മനോഭാവം അനുകൂലമാക്കാൻ വേണ്ടത്ര ഒരുക്കം ചെയ്യാതെയും ക്ഷേത്രഭാരവാഹികൾക്ക് വേ

ണ്ടത്രെ മുന്നറിവ് നൽകാതെയും ആരംഭിച്ചതാണെന്നുകണ്ട് അത് തൽക്കാലം നിർത്താൻ കേളപ്പനോട് ഗാന്ധിജി ഉപദേശിച്ചു. ക്യാമ്പിലെ അഭിപ്രായഭേദങ്ങൾ കൂടുതൽ വിഷമഘട്ടം സൃഷ്ടിക്കാതെ കഴിഞ്ഞു. ഗോപാലനും കൃഷ്ണപിള്ളയുംതന്നെ പലപ്പോഴും നിരാഹാരം ഒരു സമരായുധമാക്കിയിട്ടുണ്ട്. ആ അവസരങ്ങളിൽ അവരുടെ ലക്ഷ്യമോ ആവശ്യമോ ഒക്കെ ന്യായമാണ് എന്ന് തോന്നിയാലും നിരാഹാരമാർഗം സ്വാഗതാർഹമായി എനിക്ക് തോന്നിയിട്ടില്ല. അവരുടെ ജീവൻ രക്ഷിച്ചു കിട്ടണമെന്ന് ഉത്കണ്ഠ തോന്നിയിട്ടുമുണ്ട്. ഗുരുവായൂർ സത്യഗ്രഹത്തിൽ നിന്ന് കമ്യൂണിസ്റ്റ് ഭരണകാലത്തുണ്ടായ തിരുനാവായ സത്യഗ്രഹത്തിലേക്ക് ദൂരം കുറെയേറെയുണ്ട്. ഗുരുവായൂർ സത്യഗ്രഹത്തിൽ ഒന്നിച്ചുകൂടിയിരുന്ന കേളപ്പനും ഗോപാലനും എനിക്കും തമ്മിൽ അഭിപ്രായാന്തരം ഇപ്പോൾ അന്നത്തേക്കാളധികമാണെന്ന് ഞാൻ വിശ്വസിക്കുന്നു. എന്നാൽ തിരുനാവായിലും എ കെ ജി തന്റെ ആശങ്കാജനകമായ അനാരോഗ്യവും കാര്യാന്തരവ്യഗ്രതയും വകവെക്കാതെ എത്തി. പ്രത്യേകിച്ചും ഉപവാസം സമാപിച്ച ദിവസം എ കെ ജി ചെയ്ത പ്രസംഗം ഹൃദയസ്പർശിയായിരുന്നു.

ഗോപാലൻ ഒരു പാർലമെന്റ് മെമ്പർ എന്ന നിലയ്ക്ക് കാര്യങ്ങൾ വേണ്ടതുപോലെ പഠിച്ച് മനസിലാക്കുന്ന പതിവുണ്ട്. അജണ്ടയിലെ വിഷയങ്ങൾ കാര്യവിവരമുള്ള മറ്റു സുഹൃത്തുക്കളുമായി ചർച്ചചെയ്ത് സഭാനടപടികളിൽ കാര്യക്ഷമമായി പങ്കെടുക്കുവാൻ കഴിയുമാറ് ഒരുങ്ങിയ ശേഷമാണ് അദ്ദേഹം ലോകസഭയിലേക്ക് പുറപ്പെടുന്നത്. കൊച്ചി കപ്പൽ നിർമ്മാണപദ്ധതി പോലെയുള്ള കാര്യങ്ങൾ കേന്ദ്രത്തിൽ അധികാരം വഹിക്കുന്നവർ വളരെ കാലമായി ഇട്ടുകളിപ്പിക്കുന്ന മട്ടിനെ ആക്ഷേപിച്ചുകൊണ്ട് ഗോപാലൻ പാർലമെന്റിലും പുറത്തും നടത്തിയ പ്രചാരവേല വളരെ ആവശ്യവും ന്യായവുമായിരുന്നു. കേരളത്തെ സംബന്ധിച്ചിടത്തോളം അത്തരം കാര്യങ്ങളിലെങ്കിലും പാർട്ടി വ്യത്യാസമില്ലാതെ ജനപ്രതിനിധികൾ ഒന്നിച്ച് സംഘടിതമായി പ്രവർത്തിച്ചാലേ ഫലമുള്ളൂ എന്നദ്ദേഹം ഉദ്ബോധിപ്പിച്ചു. അങ്ങനെ കേരളത്തിന്റെ ആവശ്യങ്ങൾ കേന്ദ്രത്തിൽ സാധിച്ചു കിട്ടേണ്ടതിനായി അദ്ദേഹം കേരളത്തിന്റെ ശബ്ദം ഒന്നിച്ചിണക്കി വളർത്താൻ ചെയ്ത ശ്രമം ഫലിക്കാതെ പോയതിന് ഉത്തരവാദികളായ ജനപ്രതിനിധികൾ ഇന്നും കപ്പൽ നിർമ്മാണ പദ്ധതി എവിടെ കിടക്കുന്നു എന്നോർക്കുമ്പോൾ പശ്ചാത്തപിക്കും.

ഗോപാലനെ ഞാൻ കണ്ടിട്ട് കാലം കുറച്ചായി. കമ്യൂണിസ്റ്റ് പാർട്ടിയിൽ ഇടത്തോട്ട് തിരിഞ്ഞശേഷം കണ്ടിട്ടേയില്ല. ഇനി എന്നു കാണുമെന്ന് രൂപവുമില്ല. സ്വാതന്ത്ര്യയോദ്ധാവും നാട്ടുകാരുടെ അരുമയുമായി ഞാനറിഞ്ഞുപോന്ന എന്റെ ആ പഴയ ഗോപാലനെ അവന്റെ അറുപത് തികഞ്ഞ ഈ സന്ദർഭത്തിൽ ഞാനോർക്കുന്നു.

(ദേശാഭിമാനി, എ കെ ജി ഷഷ്ടിപൂർത്തി പതിപ്പ്, 1965)

നിത്യസ്മരണീയനായ എന്റെ സുഹൃത്ത്

ഇ മൊയ്തുമൗലവി

ഞാൻ പരിചയപ്പെടുമ്പോൾ എ കെ ഗോപാലൻ കോഴിക്കോട്ടെ മദ്രസുതൽ മൊഹമ്മദീയ സ്കൂളിൽ ഒരു ചുറുചുറുക്കുള്ള അധ്യാപകനായിരുന്നു. ശമ്പളം കിട്ടിയാൽ കുട്ടികൾക്കും മറ്റും മിഠായി വാങ്ങിക്കൊടുക്കുകയും അവരുടെ കൊച്ചുകൊച്ചു ആഹ്ലാദങ്ങളിൽപങ്കുചേരുകയും ചെയ്യുക അന്നൊക്കെ എ കെ ജിയുടെ ഒരു ശീലമായിരുന്നു. എന്റെ പ്രിയസുഹൃത്തിനെ അനുസ്മരിക്കുമ്പോൾ ഈ ചെറിയ കാര്യത്തിനുപോലും ഇവിടെ പ്രസക്തിയുണ്ട്. പിൽക്കാലത്ത് സജീവ രാഷ്ട്രീയരംഗത്തിറങ്ങിയിട്ടും ബഹുജനനേതാവായിട്ടും കലവറയില്ലാത്ത ഈ സ്വഭാവം എ കെ ജി കൈവിടാതെ സൂക്ഷിച്ചു. അദ്ദേഹത്തെ സമാദരണീയനാക്കുന്നത് ഈ സ്വഭാവവിശേഷമാണെന്ന് പറയുന്നതിൽ തെറ്റില്ല. എന്റെ പഴയകാല കോൺഗ്രസ് പ്രവർത്തന രംഗത്തേക്ക് കണ്ണോടിക്കുമ്പോൾ ഗോപാലന്റെ പ്രസന്നത മുറ്റിയ മുഖം ഞാൻ നിരവധി ഘട്ടങ്ങളിലായി കാണുകയാണ്. കോൺഗ്രസിൽ അക്കാലത്തും ഗ്രൂപ്പ് വടംവലികളും അഭിപ്രായഭിന്നതകളുമുണ്ടായിരുന്നു. അന്നത്തെ ചാലപ്പുറം ഗ്യാങ്ങിനെക്കുറിച്ചും മറ്റുമൊക്കെ ഇവിടെ പ്രതിപാദിക്കേണ്ടതില്ല. ഒരു പക്ഷത്തിന്റെ നേതാവ് മുഹമ്മദ് അബ്ദുറഹിമാൻ സാഹിബായിരുന്നു. ചാലപ്പുറം ഗ്യാങ്ങിന്റെ കടുത്ത വിമർശനം അബ്ദുറഹിമാൻ സാഹിബിന്റെ നേരെ ഉയർന്നപ്പോൾ എ കെ ജി സാഹിബിനോടൊപ്പം നിന്ന് ധീരമായി പൊരുതുകയുണ്ടായി.

അബ്ദുറഹിമാൻ സാഹിബിന്റെ സ്വഭാവത്തിൽ അഗ്നിക്കൂറ് കൂടുതലായിരുന്നുവെങ്കിലും എ കെ ജിയുടെ സ്വഭാവം അതിൽ നിന്ന് വ്യത്യസ്തമായിരുന്നു. ഇങ്ങനെ തണുപ്പും ചൂടും ഒന്നായി ചേർന്നുകൊണ്ട് ഒരു മിതമായ നില സൃഷ്ടിക്കാൻ അന്നൊക്കെ ഞങ്ങൾക്ക്

സാധിച്ചു. എ ഐ സി സി സമ്മേളനത്തിന്റെ സ്വഭാവത്തിൽ എന്നു പറയാവുന്ന ചരിത്രപ്രസിദ്ധമായ ബക്കളം പറപ്പൂർ സമ്മേളനങ്ങളിൽ അബ്ദുറഹിമാൻ സാഹിബിന്റെ കൂടെ മുന്നിട്ടു പ്രവർത്തിക്കുവാൻ എ കെ ജിയുമുണ്ടായിരുന്നു. ബക്കളം സമ്മേളനം പരാജയപ്പെടുത്തുവാൻ ചാലപ്പുറം ഗ്യാങ്ങ് എല്ലാ നിലയ്ക്കും യത്നിക്കുകയുണ്ടായി. എതിർപ്പുണ്ടായിട്ടും ഒരു വലതുപക്ഷക്കാരനായ സാമുവൽ ആറോൺ സമ്മേളന നടത്തിപ്പിനുവേണ്ട സാമ്പത്തിക സഹായങ്ങൾ നൽകിയതും ഇത്തരുണത്തിൽ ഓർക്കുകയാണ്. പറപ്പൂർ സമ്മേളന കാലത്തും ചാലപ്പുറം ഗ്യാങ്ങിന്റെ വിദ്വേഷപരമായ ചെയ്തികളുണ്ടായി. എന്നാൽ കോഴിക്കോട്ടെ ഗുജറാത്തി കച്ചവടക്കാരിൽ നിന്ന് പണസംബന്ധമായ സഹായം ലഭിക്കുകയും അവർ കൂട്ടത്തോടെ സമ്മേളനത്തിൽ പങ്കുകൊള്ളുകയും ചെയ്തു. അതൊരു പുതിയ സംഭവമായിരുന്നു. ആൾ ഇന്ത്യാ സമ്മേളനത്തിന്റെ സ്വഭാവം അതിനൊരു കാരണം കൂടിയായിരുന്നുവെന്നു പറയാം.

പിൽക്കാലത്ത് കോൺഗ്രസിൽ നിന്ന് എ കെ ജി തുടങ്ങിയ പുരോഗമനവാദികൾ വേർപെട്ടു പോയെങ്കിലും ദേശീയ മുസ്ലീങ്ങളായ ഞങ്ങൾ അവരുമായുള്ള ബന്ധം നിലനിർത്തി. കോഴിക്കോട്ടെ കിഴക്കേ പാളയത്തിലെ അൽ അമീൻ ലോഡ്ജിലെ കൂടിച്ചേരലുകൾ എന്നും മനസിൽ പച്ചപിടിച്ചു നിൽക്കുന്നതുതന്നെ. എ കെ ജി, ഇ എം എസ്, കൃഷ്ണപിള്ള തുടങ്ങിയവർ മാത്രമല്ല, വലതുപക്ഷക്കാരും താവളമടിക്കുക അവിടെയായിരുന്നു.

ഹിച്ച്കോക്ക് സായ്പിന്റെ സ്മാരകസ്തൂപം നീക്കാനുള്ള സമരത്തിൽ അബ്ദുറഹിമാൻ സാഹിബിന്റെ പ്രബലനായ സഹായി എ കെ ഗോപാലനായിരുന്നു. എ കെ ജിയായിരുന്നു ജനറൽ ക്യാപ്ടൻ. സംഘത്തിൽ ഞാനുമുണ്ടായിരുന്നു.

ഗോപാലന്റെ ആ നർമബോധത്തെപ്പറ്റിയും സവിശേഷമായ പെരുമാറ്റത്തെപ്പറ്റിയും ഞാൻ സ്മരിക്കാറുണ്ട്. ഒരിക്കൽ കോഴിക്കോട് താലൂക്കിലെ മുക്കത്തേക്ക് എന്നെ ചിലർ പ്രസംഗത്തിന് കൊണ്ടുപോയി. ആ അവസരത്തിൽ കോൺഗ്രസ് യോഗം നിശ്ചയിച്ചതിന്റെ അടുത്തുതന്നെ ഒരു കമ്യൂണിസ്റ്റ് യോഗവുമുണ്ടായിരുന്നു. ആ വിവരം സ്ഥലത്തെത്തിയപ്പോഴാണ് എനിക്ക് മനസിലായത്. എന്നെ കൂട്ടിക്കൊണ്ടുപോയത് എതിരായി പ്രസംഗിക്കേണ്ടതിനായിരുന്നു. എന്നാൽ ഞാനതിന് വഴങ്ങിയില്ല. മഗ്രീബ് (സന്ധ്യാവന്ദനം) നമസ്കാരം അടുത്തിട്ടുണ്ടായിരുന്നു. ആ യോഗം കഴിഞ്ഞല്ലാതെ ഞാൻ പ്രസംഗിക്കില്ലെന്ന് അവരോട് തീർത്തുപറഞ്ഞു.

പ്രാർഥനയ്ക്കായി ഞാൻ പള്ളിയിലേക്ക് പോയി. മടങ്ങിയെത്തിയ ഉടനെ അറിഞ്ഞത് എ കെ ജി തന്റെ പ്രസംഗം നിർത്തിയതായിട്ടാണ്. "എന്റെ ഉറ്റ ഒരു സുഹൃത്ത് പ്രസംഗത്തിനായി സ്ഥലത്തെത്തിയിട്ടുള്ളതുകൊണ്ട് ഞാനീ യോഗനടപടികൾ അവസാനിപ്പിക്കുന്നു" എന്നു പറഞ്ഞുകൊണ്ട് പ്രസംഗം നിർത്തുകയാണുണ്ടായത്.

ഇങ്ങനെ രണ്ടു ചേരിയിലായിരുന്നുവെങ്കിലും പഴയകാലത്തെ സ്നേഹബന്ധങ്ങൾക്ക് യാതൊരു ഹാനിയും തട്ടാതെ സൂക്ഷിക്കുന്ന സ്വഭാവക്കാരനായിരുന്നു എ കെ ഗോപാലൻ. ഒരു ഹൈന്ദവ സമുദായ ത്തിലാണ് ജനിച്ചതെങ്കിലും വർഗീയമനോഭാവമോ ജാതീയമായ കുശുമ്പോ അദ്ദേഹത്തെ മലിനപ്പെടുത്തുകയുണ്ടായില്ല. എല്ലാവരോടും ഒന്നുപോലെ പെരുമാറി. അദ്ദേഹത്തിന്റെ മതവിശ്വാസത്തെപ്പറ്റി പരാമർശിക്കുകയാണെങ്കിൽ എനിക്ക് പറയാനുള്ളതിതാണ്. അദ്ദേഹം പ്രത്യേകമായ ഒരു മതാനുയായി ആയിരുന്നില്ല. എന്നാൽ അദ്ദേഹം എല്ലാ മതങ്ങളുടെയും അനുയായിയും അവയിൽ വിശ്വാസമുറപ്പിച്ച ആളുമായിരുന്നുവെന്നും എനിക്കൊരു പക്ഷമുണ്ട്. ഒരു മതത്തെയും അദ്ദേഹം വെറുത്തിരുന്നില്ല. മതകർമ്മങ്ങൾ അനുഷ്ഠിക്കുന്നതിൽ അദ്ദേഹത്തിന് യാതൊരു വിരോധവും ഉണ്ടായിരുന്നില്ല. എന്നുമാത്ര മല്ല, അതനുഷ്ഠിക്കുന്നവർക്ക് ആവശ്യമായ സൗകര്യങ്ങൾ ചെയ്തു കൊടുക്കുകയും ചെയ്തിരുന്നു. പരേതനായ അബ്ദുറഹിമാൻ സാഹിബും ഈ ഓർമ്മകുറിപ്പെഴുതുന്ന ഞാനും കൃത്യസമയത്ത് നമ സ്കാരാദികർമ്മങ്ങൾ നിർവഹിച്ചിരുന്നു. ആ അവസരത്തിൽ ഞങ്ങൾ ക്കുവേണ്ട ഒത്താശകൾ ചെയ്കയല്ലാതെ ഇന്നത്തെ ചില പുത്തൻ പ രിഷ്കാരികളെപ്പോലെ അതിൽ വെറുപ്പും പരിഹാസവും പ്രകടിപ്പിക്കു ന്ന സ്വഭാവം എ കെ ജിയിൽ ഞങ്ങൾക്കൊരിക്കലും കാണുവാൻ കഴി ഞ്ഞിട്ടില്ല. ചുരുക്കിപ്പറഞ്ഞാൽ അദ്ദേഹം എല്ലാ മതങ്ങളുടെയും നല്ല വ ശങ്ങളെ സ്വീകരിക്കുന്ന ഒരു നല്ല മനുഷ്യനായിരുന്നു.

അദ്ദേഹത്തിന്റെ വിയോഗം ഓർക്കാപ്പുറത്ത് നാടിന് ഏൽക്കേ ണ്ടിവന്ന ഒരു കടുത്ത ആഘാതമാണ്. ഒരു അവസരത്തിലെങ്കിലും നീ രസവും വെറുപ്പും ജനിപ്പിക്കുന്ന ഒരക്ഷരം പോലും അദ്ദേഹത്തിൽ നിന്ന് എനിക്ക് കേൾക്കാൻ കഴിഞ്ഞിട്ടില്ല. എപ്പോഴും സന്തുഷ്ടൻ. മെയ് എന്നതുപോലെ അദ്ദേഹത്തിന്റെ മനവും സംശുദ്ധവും ശുഭ്രവു മായിരുന്നു. കോപവും താപവുമില്ലാത്ത വ്യക്തി. എപ്പോഴും സമാധാനവും സന്തോഷവും വിളയാടുന്ന മുഖം. പ്രകൃതി അദ്ദേഹ ത്തെ എല്ലാവിധത്തിലും അനുഗ്രഹിച്ചു എന്നുതന്നെ പറയാം. എന്റെ സുഹൃത്ത് എ കെ ജി യെപ്പോലുള്ള രാഷ്ട്രീയനേതാക്കൻമാർ വളരെ വിരളമാണെന്നോർക്കുമ്പോൾ ആ വിയോഗം സൃഷ്ടിച്ച ദുഃഖം അളവറ്റ താകുന്നു.

കാന്തശക്തിയുള്ള മനുഷ്യൻ

വി എം വിഷ്ണുഭാരതീയൻ

അത്യുജ്ജ്വലമായ കാന്തശക്തിയുള്ള ഒരു മനുഷ്യൻ - അതാണ് എ കെ ജി. നമുക്കെല്ലാം അദ്ദേഹം പ്രിയങ്കരനാണ്. അതുപോലെ ഇന്ത്യയിലെ അധ്വാനിക്കുന്ന ജനലക്ഷങ്ങൾക്കും. ആ അർഥത്തിൽ അദ്ദേഹം ഭാരതത്തിലെ സമുന്നതനും സമാരാധ്യനുമായ ജനനേതാവും ജനകീയനേതാവുമാണ്.

തനി കമ്യൂണിസ്റ്റുകാരെയും ഒരു വേള ഒന്നാന്തരം കമ്യൂണിസ്റ്റ് വിരോധികളെയും എ കെ ജി ആകർഷിക്കുന്നു. അതുകൊണ്ടുതന്നെ സവിശേഷമായ ഒരു വ്യക്തിത്വത്തിന്റെ ഉടമസ്ഥനാണ് അദ്ദേഹമെന്ന് തീർത്തുപറയാം. എ കെ ജി എവിടെയെവിടെയെല്ലാം പോകുന്നുവോ അവിടെയൊക്കെ ജനലക്ഷങ്ങൾ അദ്ദേഹത്തിന്റെ പിന്നാലെ പോകുന്നത് ആ വ്യക്തിത്വത്തിന്റെ കാന്തശക്തികൊണ്ടാവാമെന്ന് എനിക്ക് പലപ്പോഴും തോന്നിയിട്ടുണ്ട്.

എ കെ ജിയുമായി ബന്ധപ്പെട്ട ചില ഓർമ്മക്കുറിപ്പുകൾ ഞാനിവിടെ രേഖപ്പെടുത്താം.

എനിക്കദ്ദേഹത്തെ ആദ്യമായി കാണാനും പരിചയപ്പെടാനും അദ്ദേഹവുമായി രാഷ്ട്രീയമായി ബന്ധപ്പെടാനുമുള്ള ഭാഗ്യം സിദ്ധിച്ചത് 1931-ലെ കള്ളുഷാപ്പ് പിക്കറ്റിങ്ങ് സമരകാലത്താണ്. ആ പരിചയവും ബന്ധവും ഏറെ വർധിപ്പിക്കാൻ സാധിച്ചത് സുപ്രസിദ്ധമായ ഗുരുവായൂർ സത്യഗ്രഹസമരത്തോടെയാണ്. സത്യഗ്രഹകാലത്ത് ഈരണ്ടുമണിക്കൂർ സമയം ഗുരുവായൂർ ക്ഷേത്രത്തിന്റെ ഓരോ നടയ്ക്കലും ഈരണ്ടുപേർ സത്യഗ്രഹം നടത്തുകയാണ് പതിവ്. സത്യഗ്രഹം അനുഷ്ഠിക്കുന്ന സമയം മർദ്ദനങ്ങളോ ഭീഷണികളോ ഉപയോഗിച്ചാലും സത്യഗ്രഹികൾ നിൽക്കുന്ന സ്ഥലത്തു നിന്ന് ഒരു യവമാത്ര

പോലും മാറിനിൽക്കാറില്ല. അങ്ങനെ ഒരു കടുംതപംതന്നെ ആയിരുന്നു കേളപ്പന്റെ ഉപദേശത്തിലും എ കെ ജിയുടെ ശിക്ഷണത്തിലും പരിശീലനം സമ്പാദിച്ച സത്യഗ്രഹികൾ അനുഷ്ഠിച്ചിരുന്നത്. ഒരു ദിവസം ക്യാപ്ടനായ എ കെ ജി തന്നെയാണ് വൈകുന്നേരം അഞ്ചുമണി മുതൽ ഏഴുമണിവരെ പടിഞ്ഞാറെ നടയ്ക്കൽ സത്യഗ്രഹതപസ്യ അനുഷ്ഠിച്ചത്. ക്ഷേത്രഭാരവാഹികൾ സത്യഗ്രഹികളുടെ മനോവീര്യത്തെ ക്ഷതപ്പെടുത്തുവാനും സ്ഥാനത്തുനിന്നു ചലിപ്പിക്കുവാനും കൈക്കൊണ്ട നടപടികളെല്ലാം വിഫലമായിത്തീർന്നപ്പോൾ, അന്നവർ പുതിയൊരു സമരമുറയാണ് ആരംഭിച്ചത്. ഗുരുവായൂർ ദേവസ്വത്തിൽ ആറേഴു ഗജവീരൻമാരുണ്ട്. അതിൽ ഔന്നത്യംകൊണ്ടും ഔദ്ധത്യംകൊണ്ടും സുപ്രസിദ്ധനായിരുന്നു, ദേവസ്വം വലിയ കൊമ്പൻ. ദേവസ്വം ഭാരവാഹികൾ മുൻകൂട്ടി തയ്യാറാക്കിയ പ്ലാനനുസരിച്ച് സത്യഗ്രഹികളുടെ നേതൃത്വം വഹിക്കുന്ന എ കെ ജിയുടെ മനോധൈര്യത്തെയും സ്ഥിരനിശ്ചയത്തോടുകൂടിയ സത്യഗ്രഹതപസ്യയെയും ഒന്നു പരിശോധിക്കുവാൻ തീരുമാനിച്ചു. ആ വിവരം ഞങ്ങളാരുംതന്നെ അറിഞ്ഞിരുന്നില്ല. എ കെ ഗോപാലനും മറ്റൊരു വളണ്ടിയറും പടിഞ്ഞാറെ നടയിൽ നിയമനിഷ്ഠയോടുകൂടി ചെയ്യുന്ന സത്യഗ്രഹത്തിൽ നിന്ന് അവരെ ഭീഷണിപ്പെടുത്തി അതിൽ നിന്നും പിന്തിരിപ്പിക്കുവാൻവേണ്ടി ഈ ദേവസ്വം വലിയ കൊമ്പനെ ആനക്കാർ അവരുടെ നിയന്ത്രണത്തിൽ നിന്ന് വേർപെടുത്തി, ഗോപാലന്റെ നേരെ ആക്രമണത്തിന് ഇളക്കിവിട്ടു. ആന യാതൊരു നിയന്ത്രണവും കൂടാതെ ഗോപാലനെ സമീപിക്കുന്നു. കാണികൾ സംഭ്രമം പൂണ്ട് ആനക്കാരോട് ആനയെ മാറ്റിനിർത്തുവാനും എ കെ ജിയോട് മാറിനിൽക്കാനും അപേക്ഷിക്കുന്നു. രണ്ടുപേരും ആ അപേക്ഷയെ ചെവിക്കൊണ്ടില്ല. അങ്ങനെ ആ ഭയങ്കരസത്വം നിയന്ത്രണം കൂടാതെ എ കെ ജിയുടെ അടുത്തേക്കു നീങ്ങുന്നു. അപ്പോൾ മാറിനിൽക്കാതെ നിന്നാൽ എ കെ ജിയുടെ നില അപകടത്തിലാകുമെന്ന് ജനങ്ങൾ ആർത്തുവിളിച്ചു. എന്നിട്ടും ഗജേന്ദ്രനും, അമ്മഷ്ടനും ദൃഢചിത്തനുമായ എ കെ ഗോപാലനാകുന്ന സത്യഗ്രഹിയും അതാതാളുടെ കൃത്യം ശരിക്കും നിർവഹിച്ചു. അതായത് ആ ഗജവീരന്റെ പർവതാകാരമായ ശരീരവും കൂർത്തുമൂർത്ത ദന്താഗ്രങ്ങളും എ കെ ജിയുടെ ശരീരത്തെ ഉരുമ്മിയുംകൊണ്ട് മുന്നോട്ട് കടന്നുപോയി. എന്നാൽ ഭാഗ്യമെന്നു പറയട്ടെ അധികമായ അപകടങ്ങളൊന്നും ബലിഷ്ഠനായ ആ അതികായൻ എ കെ ജിയുടെ നേരെ പ്രയോഗിച്ചില്ല. ഇത് ഗുരുവായൂർ സത്യഗ്രഹചരിത്രത്തിലെ പ്രഖ്യാതമായ ഒരു സംഭവമായിരുന്നു.

1937-ൽ കോൺഗ്രസിന്റെ അഖിലേന്ത്യാസമ്മേളനം സൂറത്ത് ജില്ലയിൽപെട്ട ഹരിപുരത്തുവെച്ചാണ് നടത്തിയത്. അന്ന് മദിരാശി സംസ്ഥാനത്തിൽ രാജാജി മന്ത്രിസഭ നിലവിൽ വന്നിരുന്നു. വേറെയും ചില സംസ്ഥാനങ്ങളിൽ കോൺഗ്രസ് തന്നെയാണ് മന്ത്രിസഭ

രൂപീകരിച്ചത്. എ കെ ജിയും കേരളീയനും ഞാനും എ സി കണ്ണൻ നായരും കെ ടി കുഞ്ഞിരാമൻ നമ്പ്യാരും വക്കീൽ പി മാധവൻ എം എൽ എയും മറ്റു ചിലരുമാണ് കേരള പ്രദേശ് കോൺഗ്രസിന്റെ പ്രതിനിധികളായി ആ സമ്മേളനത്തിൽ പങ്കെടുത്തത്. ഇരുപത്തോരായിരം വൈദ്യുതബൾബുകളാൽ ജാജ്വല്യമാനമായിരുന്ന ആ സമ്മേളന നഗരിയിൽ രാത്രി എട്ടുമണിക്ക് ഞങ്ങളെല്ലാം എത്തിച്ചേർന്നു. സമ്മേളന നഗരിയെപ്പറ്റിയോ അതിന്റെ വിവിധ വിഭാഗങ്ങളെപ്പറ്റിയോ ഇവിടെ വിസ്തരിക്കുന്നില്ല. ആ സമ്മേളനം തുടർച്ചയായി ഏഴു ദിവസം നടന്നു. പൊതുസമ്മേളനം രണ്ടുദിവസമായിരുന്നു. അവസാനദിവസം അയൽ ഗ്രാമങ്ങളിലെ ജനസമൂഹം ആബാലവൃദ്ധം ആ സമ്മേളനനഗരിയിൽ തടിച്ചുകൂടി. ഏകദേശം നാലുലക്ഷത്തിൽപരം ആളുകളുണ്ടെന്നാണ് സന്ദർശകരുടെ അഭിപ്രായം. പൂർണ്ണസമ്മേളനം കഴിഞ്ഞ് മടങ്ങിവരുമ്പോൾ സമയം രാത്രി പതിനൊന്നു മണിയായിരുന്നു. അന്ന് ഞങ്ങൾ വലിയ ഒരു ഹോട്ടലിലേക്കാണ് പോയത്. ഞങ്ങൾ കിട്ടുന്നതെല്ലാം വാങ്ങി ഭക്ഷിച്ചു. ഹോട്ടൽകാരൻ ബിൽ തന്നപ്പോഴാണ് കാര്യം കുഴപ്പത്തിലായതെന്ന് ഞങ്ങൾക്ക് തോന്നിയത്. ഞങ്ങളെല്ലാവരുടെയും കൈവശമുള്ള സംഖ്യ കൊടുത്താലും ബില്ലുപ്രകാരം മൂന്നര ഉറുപ്പിക കൂടുതൽ കൊടുക്കണം. ഞങ്ങളുടെ ക്യാമ്പിൽ പണമുണ്ട്. ഹോട്ടലിൽ നിന്ന് ഏകദേശം മൂന്നു ഫർലോങ്ങ് ദൂരത്താണ് ക്യാമ്പ്. തികച്ചും അപരിചിതരായ ഞങ്ങൾ എന്തുചെയ്യേണ്ടൂ എന്നു ചിന്തിച്ച് കുഴങ്ങി. ഒടുവിൽ ഒരു സൂത്രം പ്രയോഗിച്ചു. "ഞങ്ങൾ ക്യാമ്പിൽ പോയി പണമെടുത്തുകൊണ്ടുവന്ന് ബില്ലുപ്രകാരമുള്ള സംഖ്യ നിങ്ങൾക്ക് തരുന്നതുവരെ ഞങ്ങളിൽ നിങ്ങൾക്കിഷ്ടമുള്ള ഒരാളെ ഇവിടെ പണയമായി വെക്കാം" എന്ന് ഞങ്ങൾ ഹോട്ടലുടമയോട് അഭ്യർഥിച്ചു. അതയാൾ അംഗീകരിച്ചു. അയാൾ ഞങ്ങളെ പ്രത്യേകം പ്രത്യേകം സൂക്ഷിച്ചു നോക്കി. എ കെ ജിയെ ചൂണ്ടിക്കൊണ്ട് "ഇയാളാകട്ടെ പണയദ്രവ്യമെന്ന്" ഹോട്ടൽ ഉടമസ്ഥൻ അഭിപ്രായപ്പെട്ടു. എ കെ ജിയും ഞങ്ങളും അതിനനുവദിച്ചു. ആ കരാർ പ്രകാരം നാല്പതുമിനിട്ടിനുള്ളിൽ പണയക്കടം തീർത്ത് എ കെ ജിയാകുന്ന ആ വിലപിടിച്ച പണയദ്രവ്യത്തെ തിരിച്ചുവാങ്ങി. ആ ഹോട്ടൽകാരന്റെ ദൃഷ്ടിയിൽ അക്കാലത്തുതന്നെ എ കെ ജി ഒരു വിലപിടിച്ച പണയദ്രവ്യമായിരുന്നു.

(റോക്കറ്റ്, എ കെ ജി ഷഷ്ടിപൂർത്തി പതിപ്പ്, 1965)

പട്ടിണിപ്പാട്ട്

എം കെ കേളു

സ്വാതന്ത്ര്യസമ്പാദനത്തിനുമുമ്പ് 1936-ൽ, അന്നത്തെ മദിരാശി സംസ്ഥാനത്തിന്റെ ഭാഗമായിരുന്ന മലബാർ ജില്ലയിലെ കണ്ണൂരിൽ നിന്നും എ കെ ജി ക്യാപ്ടനായും ചാന്ദ്രോത്ത് കുഞ്ഞിരാമൻനായർ സെക്രട്ടറിയുമായി 28 പേരടങ്ങിയ പട്ടിണിജാഥ മദിരാശി അസംബ്ലിയിൽ മെമ്മോറാണ്ടം കൊടുക്കാൻ തീരുമാനിച്ചതനുസരിച്ച്, കാൽനടയായി പുറപ്പെട്ടു. പാട്ടുപാടുന്നതിനുള്ള ചുമതല കെ പി ആറിനും കുഞ്ഞിക്കണ്ണനും മുദ്രാവാക്യത്തിന്റെ ചുമതല ഈ ലേഖകനുമായിരുന്നു. 56 ദിവസംകൊണ്ട് എണ്ണൂറോളം നാഴിക നടന്നാണ് ജാഥ മദിരാശിയിൽ എത്തിച്ചേർന്നത്.

ഒരു മാസം കഴിഞ്ഞപ്പോൾ ജാഥാംഗങ്ങൾ ക്ഷീണിച്ചു. ചിലർക്ക് നടക്കാൻ കഴിയാതെയായി. ചില്ലറ രോഗങ്ങൾ ബാധിച്ചു. കാലത്ത് ഏഴുമണിക്ക് നടക്കാനാരംഭിക്കും, പത്തുമണിക്ക് വിശ്രമിക്കും. രണ്ട് മണിയോടെ വീണ്ടും പുറപ്പെട്ട് പൊതുയോഗം പ്ലാൻ ചെയ്തിരിക്കുന്ന സ്ഥലത്ത് ആറുമണിയോടെ എത്തിച്ചേരും.

ജാഥാംഗങ്ങൾക്ക് ക്ഷീണവും അസുഖവും ബാധിച്ചതോടെ അവരവരുടെ സാധനങ്ങൾ സൂക്ഷിച്ചിരുന്ന സഞ്ചിക്കുപുറമെ ഉണ്ടായിരുന്ന പൊതുസഞ്ചീം സൂക്ഷിക്കാനാളില്ലാതായി. ആ പൊതുസഞ്ചി തലയിലേറ്റി എ കെ ജി രണ്ടുദിവസം നടന്നു. വിൽപ്പനയ്ക്കുള്ള ലഘുലേഖകളും മരുന്നുകളും മറ്റുമായിരുന്നു അതിൽ ഉണ്ടായിരുന്നത്. അതിനുശേഷം മറ്റുള്ളവരും സഞ്ചി മാറിമാറി ചുമന്നു.

ഞങ്ങളെ അനുഗമിച്ചിരുന്ന പൊലീസുകാർ ഒരിക്കൽ ഞങ്ങളുടെ വസ്ത്രങ്ങൾ മോഷ്ടിച്ചു. വാണിയംപാടിയിലെ കോൺഗ്രസുകാർ സ്വീകരണം ഏർപ്പാട് ചെയ്യാമെന്ന് ഏറ്റിരുന്നെങ്കിലും ഞങ്ങൾ ചെന്ന

ദിവസം സ്ഥലംവിട്ടുകളഞ്ഞു. ഞങ്ങൾ സത്രത്തിൽ താമസിച്ചു. പട്ടിണി കിടക്കുകയാണ് ഞങ്ങളെന്നു ധരിച്ച് ഒരു സ്ഥലത്തുവെച്ച് ഒരു വൃദ്ധ പൊട്ടിക്കരഞ്ഞു. കഴിക്കാനുള്ള ഭക്ഷണം അവർ പാകം ചെയ്തു തരാമെന്ന് പറഞ്ഞു. ജാഥയെക്കുറിച്ച് അവരെ പറഞ്ഞുമനസിലാക്കി.

എ കെ ജിക്ക് അക്കാലത്ത് ചിലപ്പോൾ അപസ്മാപര രോഗലക്ഷണങ്ങളുണ്ടാകാറുണ്ട്. വടക്കേ ആർക്കാട്ടെ വാണിയമ്പാടി എന്ന സ്ഥലത്തെ പരിപാടി കഴിഞ്ഞ് വിശ്രമിച്ചുകൊണ്ടിരിക്കുമ്പോൾ രോഗസൂചനയുണ്ടായി. ക്യാപ്ടനായി തുടരില്ലെന്ന് എ കെ ജി ശഠിച്ചു. പിറ്റേ ദിവസം ഞാൻ ക്യാപ്ടനായി. അന്നു രാത്രി രോഗം ഭേദമായി. അടുത്ത ദിവസം മുതൽ എ കെ ജി വീണ്ടും നേതൃത്വമേറ്റു.

മദിരാശി അസംബ്ലിമന്ദിരത്തിന് മുമ്പിലെത്തിയപ്പോൾ ഇരുനൂറോളം കുതിരപ്പട്ടാളക്കാർ ജാഥയെ വലയം ചെയ്തിരുന്നു. അസംബ്ലിക്ക് മുമ്പിൽവച്ച് പൊലീസ് ഞങ്ങളെ തടഞ്ഞു.

അഞ്ഞൂറോളം പൊതുയോഗങ്ങളിലായി രണ്ടുലക്ഷത്തോളം ആളുകളോട് പ്രസംഗിച്ചു. തമിഴിലും മലയാളത്തിലുമായി കാൽലക്ഷത്തോളം ലഘുലേഖകൾ വിറ്റു. ഈ ജാഥ സൃഷ്ടിച്ച ഉണർവിനെത്തുടർന്ന്, കേരളത്തിലെ എല്ലാ താലൂക്കുകളിലും അനേകം പുതിയ പ്രവർത്തകരെ പങ്കെടുപ്പിച്ചുകൊണ്ടുള്ള ചെറിയ ജാഥകൾ സംഘടിപ്പിക്കപ്പെട്ടു.

"പട്ടിണിയായ് പട്ടിണിയായ്
മുറുമുറെ പട്ടിണിയായ്
പട്ടണത്തിലുള്ളവരും ഉൾനാട്ടുകാരും"

ഇത്തരം പട്ടിണിപ്പാട്ടുകൾ എല്ലായിടത്തും കേൾക്കാമായിരുന്നു.

(കേരള കർഷകസംഘം പ്രസിദ്ധീകരിച്ച
എ കെ ജി സ്മാരക സുവനീർ, 1978)

ഞാൻ അനുസ്മരിക്കുന്ന എ കെ ജി

എം എസ് ദേവദാസ്

സഖാവ് എ കെ ജിയുമായുള്ള എന്റെ അടുപ്പത്തിനും പരിചയത്തിനും മുപ്പത്തെട്ടുവർഷത്തെ പഴക്കമുണ്ട്. 1939 ജൂൺ - ജൂലായ് മാസങ്ങളിൽ (രണ്ടാം ലോകമഹായുദ്ധം പൊട്ടിപ്പുറപ്പെടുന്നതിനുമുമ്പ്) സിങ്കപ്പൂർവെച്ചാണ്, എനിക്കദ്ദേഹത്തെ ആദ്യം കാണാനും അദ്ദേഹവുമായി പരിചയപ്പെടാനും, അദ്ദേഹത്തോടൊപ്പം പ്രവർത്തിക്കാനും സന്ദർഭം ലഭിച്ചത്. കോഴിക്കോട്ട് നിന്ന് ഇ എം എസ് നമ്പൂതിരിപ്പാടിന്റെ പത്രാധിപത്യത്തിൽ പുറപ്പെട്ടിരുന്ന *പ്രഭാതം* വാരികയ്ക്കും കോൺഗ്രസ് സോഷ്യലിസ്റ്റ് പാർട്ടിക്കും, പിന്നെ പൊതുവിൽ കേരളത്തിലെ അന്നത്തെ ഇടതുപക്ഷ കോൺഗ്രസ് പ്രസ്ഥാനത്തിന്റെയും തൊഴിലാളി - കർഷക പ്രസ്ഥാനത്തിന്റെയുമെല്ലാം പ്രവർത്തനങ്ങൾക്കും വേണ്ടി കുറെ ഫണ്ട് ശേഖരിക്കാൻ ഇ എം എസും സഖാവ് പി കൃഷ്ണപിള്ളയും അക്കാലത്ത് എ കെ ജിയെ സിലോണിലേക്കും സിങ്കപ്പൂരിലേക്കും അയച്ചതായിരുന്നു.

ഞാനാണെങ്കിൽ, അക്കാലത്ത് സിങ്കപ്പൂരിലൊരു ബ്രിട്ടീഷ് കമ്പനി നടത്തിയിരുന്ന ഒരു പ്രൈവറ്റ് കമേർഷ്യൽ കോളെജിൽ ഇംഗ്ലീഷ് അധ്യാപകനായി ജോലി എടുത്തിട്ടാണ് എന്റെ ഉപജീവനം കഴിച്ചിരുന്നത്. എനിക്ക് കിട്ടിയിരുന്ന അത്ര വലുതല്ലാത്ത ശമ്പളത്തിൽ നിന്ന് ചെറിയ ഒരു തുക ഞാൻ തൃശൂരിൽ എന്റെ വീട്ടിലേക്കയച്ചുകൊടുത്തിരുന്നുതാനും. പക്ഷേ അതേസമയം തന്നെ സിങ്കപ്പൂരിലെ ആ ഉദ്യോഗത്തിൽ പറ്റിപ്പിടിച്ചു നിൽക്കാൻ ഞാൻ തീരെ ഇഷ്ടപ്പെട്ടിരുന്നില്ല; അത് ഞാൻ ഉദ്ദേശിച്ചിരുന്നുമില്ല. കഴിവതും വേഗം ആ ജോലി വലിച്ചെറിഞ്ഞ്, നാട്ടിൽ തിരിച്ചുവന്ന് രാജ്യത്തിന്റെ ദേശീയ സ്വാതന്ത്ര്യ സമരത്തിൽ പങ്കെടുക്കാനും കോഴിക്കോട്ടുചെന്ന് ഇ എം എസും

കൃഷ്ണപിള്ളയും എ കെ ജി യും മറ്റും നയിക്കുന്ന വിപ്ലവപാർട്ടിയിൽ (എന്നുവെച്ചാൽ കോൺഗ്രസ് സോഷ്യലിസ്റ്റ് പാർട്ടിയിലല്ല, കമ്യൂണിസ്റ്റ് പാർട്ടിയിൽ തന്നെ) ചേർന്ന് പ്രവർത്തിക്കാനും ആയിരുന്നു എനിക്ക് വ്യഗ്രത.

എന്നാൽ അപ്പോഴേക്കുമുണ്ടതാ, എ കെ ജി തന്റെ സിലോൺ പര്യടനം കഴിഞ്ഞ് സിങ്കപ്പൂർക്ക് വരുന്നു! പാർട്ടിക്കും പത്രത്തിനും പ്രസ്ഥാനത്തിനും വേണ്ടി ഫണ്ട് പിരിക്കാനാണുപോലും! എന്നല്ല, എ കെ ജിക്ക് അക്കാര്യത്തിൽ "എല്ലാ സഹായവും സഹകരണവും നൽകുമെന്നാശിക്കുന്നു" എന്ന് ഇ എം എസ് കോഴിക്കോട്ടുനിന്ന് എനിക്കയച്ച ഒരു കത്തിൽ നിർദേശിച്ചിട്ടുമുണ്ട്! ഞാൻ കുഴങ്ങിപ്പോയി. എന്താണിത് കഥ? ഒരു കാര്യത്തിനുവേണ്ടിയും മുമ്പെപ്പോഴെങ്കിലും പണപ്പിരിവ് നടത്തിയിട്ട് എനിക്ക് യാതൊരു പരിചയവുമില്ലല്ലോ! ആ ചിന്ത എന്നെ വിഷണ്ണനാക്കി.

എ കെ ജിയുടെ വരവ് സംബന്ധിച്ച് സിങ്കപ്പൂരിലെ ബ്രിട്ടീഷ് ഗവൺമെന്റിന്റെ സി ഐ ഡി സ്പെഷ്യൽ ബ്രാഞ്ച് തലവനായിരുന്ന പൃഥ്വീചന്ദ് എന്ന ഇന്ത്യക്കാരനായ ഒരു പൊലീസുദ്യോഗസ്ഥനും ഞാനും തമ്മിൽ നേരത്തെ ഉണ്ടായ ചെറിയൊരു ഏറ്റുമുട്ടലിനെപ്പറ്റി എ കെ ജി തന്നെ തന്റെ ആത്മകഥയിൽ ഒരിടത്ത് അവ്യക്തമായി സൂചിപ്പിച്ചിട്ടുണ്ട്. അതിനെപ്പറ്റി, അധികമൊന്നും ഇവിടെ തൽക്കാലം എഴുതുന്നില്ല. പക്ഷേ, "നിങ്ങളുടെ എ കെ ഗോപാലനെ" സിങ്കപ്പൂരിൽ കാൽകുത്താൻ, അവിടത്തെ ഗവൺമെന്റ് ഒരിക്കലും അനുവദിക്കില്ലെന്നും, അദ്ദേഹം കപ്പൽമാർഗം അവിടെ വന്നിറങ്ങിയാൽ ഉടനെ അദ്ദേഹത്തെ അറസ്റ്റുചെയ്യുമെന്നും ആ പൊലീസുദ്യോഗസ്ഥൻ എന്റെ അടുക്കൽ ഒരു ഭീഷണി പുറപ്പെടുവിക്കുകയുണ്ടായി എന്ന വസ്തുത ഞാനിപ്പോൾ നല്ലവണ്ണം ഓർക്കുന്നു. അതുകൊണ്ട് എ കെ ജിക്ക് ഞാൻ "ഇങ്ങോട്ടു വരണ്ട" എന്നുപറഞ്ഞ് എഴുതണമെന്നായിരുന്നു അയാളുടെ ആവശ്യം.

എന്നാൽ അങ്ങനെ എ കെ ജിയോട് ഒരിക്കലും "വരണ്ട" എന്നു പറഞ്ഞ് കത്തെഴുതാൻ ഞാൻ തയ്യാറില്ലെന്ന് അയാളെ അറിയിച്ചു. "അദ്ദേഹം നിശ്ചയിച്ച തീയതിക്ക് ഇവിടെ വരട്ടെ. നിങ്ങൾ അദ്ദേഹത്തെ അറസ്റ്റ് ചെയ്തോളൂ." ഞാൻ വെല്ലുവിളിച്ചു. "പക്ഷേ എ കെ ഗോപാലനെ നിങ്ങൾ തൊട്ടാൽ, ഇവിടെയും മലയാളികൾക്കിടയിൽ മാത്രമല്ല, ഇന്ത്യക്കാർക്കിടയിൽ മുഴുവൻ ബ്രിട്ടീഷ് ഗവൺമെന്റിനെതിരായി പ്രക്ഷോഭവും സമരവും തുടങ്ങും. അതാണ് നിങ്ങൾക്കാവശ്യമെങ്കിൽ നിങ്ങൾക്ക് അറസ്റ്റുചെയ്യാം."

എന്റെ ആ വെല്ലുവിളി വാസ്തവത്തിൽ പൊട്ടത്തോക്കുകൊണ്ടുള്ള ഒരു വെടിയായിരുന്നു. എങ്കിലും അത് കുറിക്കുകൊണ്ടു. അറസ്റ്റിന്റെ പ്രശ്നമൊന്നും പിന്നെ ഉയർന്നില്ല.

എ കെ ജി വന്നിട്ട്, ഞാനും എന്നെപ്പോലെ ചെറുപ്പക്കാരായ വേറെ നാലഞ്ചുപേരും ഒരുമിച്ച് താമസിച്ചിരുന്ന ഒരു ലോഡ്ജിലാണ്

ഞങ്ങളോടൊപ്പം താമസിച്ചത്. അദ്ദേഹവുമായി ഏതാനും വാക്കുകൾ സംസാരിച്ചപ്പോഴേക്കും എത്രയും വേഗത്തിൽ നമുക്ക് അടുക്കാനും അടുത്തിടപഴകാനും ബഹുമാനിക്കാനും കഴിയുന്ന ഹൃദയാലുവും നിസ്വാർഥിയും മഹാമനസ്കനുമായ ഒരു ജനനേതാവാണ് അദ്ദേഹമെന്ന് എളുപ്പത്തിൽ എനിക്ക് മനസിലായി. എന്തും അദ്ദേഹത്തോട് തുറന്നുപറയാം; അതുപോലെ ഒന്നും മറച്ചു വെക്കാതെ - മനസിൽ ഒരു കലവറയുമില്ലാതെ - അദ്ദേഹം ഇങ്ങോട്ടും പെരുമാറും. ഇതായിരുന്നു അദ്ദേഹത്തിന്റെ ഏറ്റവും ഹൃദ്യമായ അനേകം സവിശേഷതകളിലൊന്ന്. മറ്റാളുകളെ യാതൊരു ന്യായവും കൂടാതെ അഡ്വാൻസായി സംശയിക്കുകയും തെറ്റിദ്ധരിക്കുകയും അവരെ അനാവശ്യമായി നമ്മിൽ നിന്നകറ്റുകയും വെറുപ്പിക്കുകയും ചെയ്യുന്ന തരത്തിലുള്ള സെക്ടേറിയൻ ദുർബുദ്ധി ആ വിപ്ലവകാരിയിൽ ഞാൻ ഒട്ടും കണ്ടില്ല.

എന്റെ സ്വഭാവത്തിലും വീക്ഷണത്തിലുംതന്നെ അക്കാലത്ത് ധാരാളമുണ്ടായിരുന്ന പെറ്റിബൂർഷ്വാ അഹന്തയും സങ്കുചിതത്വവും കുറച്ചെങ്കിലും തിരുത്താൻ എ കെ ജിയുമായുള്ള സഹവാസം അന്ന് വളരെയധികം സഹായിച്ചു. ഉദാഹരണത്തിന്, സിങ്കപ്പൂരിലെ മലയാളികളിൽ നിന്ന് ഫണ്ട് പിരിക്കുന്ന കാര്യത്തിൽ എങ്ങനെയാണ് ഞാൻ അദ്ദേഹത്തെ സഹായിക്കേണ്ടത്? ഇതായിരുന്നുവല്ലോ എന്നെ ആദ്യം അലട്ടിയ പ്രശ്നം. അതുകൊണ്ട്, അക്കാര്യത്തിൽ എനിക്കുള്ള പരിചയക്കുറവും കഴിവുകേടും ഞാൻ ഏറെക്കുറെ ഒരുതരം ദുരഭിമാനത്തോടുകൂടിത്തന്നെ എ കെ ജിയോട് ഏറ്റുപറഞ്ഞു. എങ്കിൽക്കൂടി, അദ്ദേഹവുമായി പൂർണമായി സഹകരിച്ച് എത്രവേണമെങ്കിലും ബുദ്ധിമുട്ടാനും എവിടെപ്പോകാനും ആരെയും കാണാനും ഞാൻ തയ്യാറാണെന്നും അറിയിച്ചു.

"മതിയല്ലോ" - എന്നായിരുന്നു അദ്ദേഹത്തിന്റെ സമാധാനം. "എനിക്കും ഈ പണം പിരിക്കുന്ന ജോലി അത്ര പരിചയമുള്ളതൊന്നുമല്ല. പാർട്ടി എന്നെ ഇതേൽപ്പിച്ചു; അപ്പോൾ ഞാൻ ഇതു ചെയ്യുന്നു എന്നേയുള്ളൂ. പ്രവർത്തിച്ചിട്ടല്ലേ എല്ലാവർക്കും ഏത് കാര്യത്തിലും പരിചയം ഉണ്ടാവൂ?"

പക്ഷേ അവിടംകൊണ്ടും ആദ്യഘട്ടത്തിൽ എന്റെ സംശയങ്ങൾ തീർന്നില്ല. എ കെ ജിയോടൊപ്പം നടന്നു പ്രവർത്തിക്കുന്നതിനിടയിൽ, സിങ്കപ്പൂരിലെ മലയാളികളെ മൊത്തത്തിൽ ഞാൻ ഇങ്ങനെ അപലപിക്കാൻ തുടങ്ങി: "അവരിൽ അധികം പേർക്കും ഇവിടെ വല്ല ജോലിയും നോക്കി കുറച്ച് കാശ് സമ്പാദിച്ച്, അത് ബാങ്കിലിട്ട് വല്ല കല്യാണവുമൊക്കെ കഴിച്ച് സുഖകരമായി ജീവിക്കണമെന്ന വിചാരമല്ലാതെ മറ്റൊന്നുമില്ല. രാഷ്ട്രീയബോധം വളരെ കമ്മിയാണ്. ഇവിടത്തെ ബ്രിട്ടീഷ് കൊളോണിയൽ ഗവൺമെന്റിനോടുപോലും അവർക്ക് ഭക്തിയാണുള്ളത്. അപ്പോൾ പിന്നെ അവർ നമ്മുടെ പ്രസ്ഥാനത്തെ സഹായിക്കാൻ പണം തരുമെന്ന് ഞാൻ വിശ്വസിക്കുന്നില്ല. എല്ലാം ബൂർഷകൾ! അല്ലെങ്കിൽ പെറ്റി ബൂർഷകൾ!"

തികച്ചും സങ്കുചിതമായ മുൻവിധികൾ കലർന്ന എന്റെ ഈവക പൊട്ടിത്തെറികളും ഭർത്സനങ്ങളും കേൾക്കുമ്പോൾ, എ കെ ജി തന്റെ പൊടിമീശ തടവിക്കൊണ്ട് പതുക്കെ ഒന്ന് പുഞ്ചിരിയിടും. അത്രേയുള്ളൂ. എന്നിട്ടദ്ദേഹം ചോദിക്കും: "നിങ്ങൾക്കിത്ര ക്ഷമയില്ലാതായാൽ, അത് ഒരു ദ്രോഹമല്ലേ? ആലോചിച്ചു നോക്കൂ, ഇവിടത്തെ നമ്മുടെ ആളുകളെ മുഴുവൻ ഇങ്ങനെ ബൂർഷ്വകൾ, പെറ്റി ബൂർഷ്വകൾ എന്നു പറഞ്ഞ് മുദ്രകുത്തി നാം നമ്മളിൽനിന്ന് അകറ്റിക്കളയുകയാണോ വേണ്ടത്?"

നേരെമറിച്ച്, സിങ്കപ്പൂരിലെ മലയാളികളിൽ പലർക്കും ഞാൻ പറയുന്നതുപോലെ ബ്രിട്ടീഷ് ഗവൺമെന്റിനോടുപോലും ഇപ്പോഴും അത്രവളരെ ഭക്തിയും ബഹുമാനവുമാണുള്ളതെങ്കിൽ അതുകൊണ്ടു തന്നെ നാം അവരെ ചെന്നുകണ്ട് കൂടുതൽ പരിചയപ്പെടണമെന്നും, അവരുമായി നാം കൂടുതൽ അടുക്കുകയും സംസാരിക്കുകയുമാണ് ആവശ്യമെന്നും എ കെ ജി അഭിപ്രായപ്പെട്ടു. അങ്ങനെ ചെയ്താൽ, അവർക്ക് 'രാഷ്ട്രീയബോധ'വും ഉണ്ടാവാതിരിക്കില്ലെന്നും അവർ അപ്പോൾ അവരുടെ പഴയ അഭിപ്രായങ്ങൾ മാറ്റുമെന്നും അദ്ദേഹം എനിക്ക് ബോധ്യപ്പെടുത്തിത്തന്നു.

അങ്ങനെ തന്നെയാണ് പിന്നീട് ഞങ്ങൾ പ്രവർത്തിച്ചത്. ആളുകൾക്കെത്ര ദൗർബല്യങ്ങളുണ്ടായാലും ശരി, അവരും മനുഷ്യരാണെന്നുകണ്ട്, അവരുമായി നാം കഴിയുന്നത്ര അടുക്കണം; അകലുകയല്ല വേണ്ടത്; അവർ പണം തന്നില്ലെങ്കിലും വേണ്ടില്ല - ഇതായിരുന്നു എ കെ ജിയുടെ സമീപനം. ഇതനുസരിച്ച് പ്രവർത്തിച്ചതുകൊണ്ട് ആ പ്രവർത്തനം വിജയിക്കുകയും ചെയ്തു. രാഷ്ട്രീയകാര്യങ്ങൾക്കെന്നല്ല, ഒരു പൊതുകാര്യത്തിൽ സ്വതവേ ഒരു ചില്ലിക്കാശുപോലും കൊടുക്കാത്ത ചിലർകൂടി എ കെ ജിയുടെ ഫണ്ടിലേക്ക് അത്ര മോശമല്ലാത്തവിധത്തിൽ എന്തെങ്കിലും സംഭാവന നൽകി. പിന്നെ പലർക്കും 'രാഷ്ട്രീയബോധം' യഥാർഥത്തിലുണ്ടായിരുന്നു. അത് എന്റെ ഇഷ്ടമനുസരിച്ചുള്ള സോഷ്യലിസ്റ്റ് ബോധമോ ഇടതുപക്ഷ രാഷ്ട്രീയബോധമോ അല്ലായിരുന്നു എന്നേയുള്ളൂ. അങ്ങനെ രാഷ്ട്രീയബോധമുള്ളവർ കൂടുതൽ സഹായിക്കാൻ സന്നദ്ധരായി.

അപ്രകാരം ഏതെങ്കിലും വിധത്തിൽ എ കെ ജിയെ മടികൂടാതെ സഹായിക്കാൻ അവിടെ മുമ്പോട്ടുവന്നവരിൽ ചിലരാണ് ആയിടക്ക് സിങ്കപ്പൂരിലെ മലയാളികളുടെ കൂട്ടത്തിൽ ഒരു പ്രധാനിയായിരുന്ന എം ആർ മേനോൻ. അക്കാലത്ത് അവിടത്തെ ഇന്ത്യൻ സ്വാതന്ത്ര്യ പ്രേമികൾക്കും ദേശാഭിമാനികൾക്കുമിടയിൽ ഏറ്റവും തലയെടുപ്പുണ്ടായിരുന്ന ഒരാളും, ഇപ്പോൾ കേരളത്തിൽ *മാതൃഭൂമി*യുടെ ചീഫ് എഡിറ്ററും ആയ കെ പി കേശവമേനോൻ; പിന്നെ അന്ന് സിങ്കപ്പൂരിൽ എന്നെപ്പോലെ സാധാരണ നിലയിൽ പ്രൈവറ്റ് കമേർഷ്യൽ വിദ്യാഭ്യാസസ്ഥാപനത്തിൽ ഒരു ഇംഗ്ലീഷ് അധ്യാപകനായി കഴിഞ്ഞിരുന്നതേയുള്ളുവെങ്കിലും പിൽക്കാലത്ത് സ്വതന്ത്ര ഇന്ത്യയുടെ വിദേശവകുപ്പിൽ പല

രാജ്യങ്ങളിലും നമ്മുടെ രാജ്യത്തിന്റെ നയതന്ത്രപ്രതിനിധി ആയി പ്രവർത്തിച്ച് പ്രശസ്തിനേടി, റിട്ടയർ ചെയ്തശേഷം ഇപ്പോൾ തിരുവനന്തപുരത്ത് സോവിയറ്റ് സാംസ്കാരിക കേന്ദ്രത്തിന്റെ ഡയറക്ടർ, ചെറുതുരുത്തിയിൽ കേരള കലാമണ്ഡലത്തിന്റെ ചെയർമാൻ എന്നീ സ്ഥാനങ്ങളലങ്കരിക്കുന്ന എന്റെ ചിരന്തനകാലസുഹൃത്തായ കെ എം കണ്ണേമ്പിള്ളി - അങ്ങനെ പലരും. പക്ഷേ ആ ആളുകളുടെയെല്ലാം പേരുകൾ ഞാനിവിടെ വിസ്തരിക്കുന്നില്ല.

ഏതായാലും അന്ന് എ കെ ജി സിങ്കപ്പൂരിൽവന്ന് നടത്തിയ പ്രവർത്തനത്തിൽ നിന്ന് ഒരു കാര്യം ഞാൻ മനസിലാക്കി. ഫണ്ട് പിരിക്കാനാണ് അദ്ദേഹം അവിടെ വന്നതെങ്കിലും, യഥാർഥത്തിലദ്ദേഹം ഫണ്ടു പിരിക്കുക മാത്രമല്ല ചെയ്തത്. പുസ്തകങ്ങളിൽ നിന്ന് പഠിച്ച മാർക്സിസ്റ്റ്-ലെനിനിസ്റ്റ് തന്ത്രവും അടവുകളും അദ്ദേഹത്തിനറിഞ്ഞുകൂടായിരുന്നുവെങ്കിലും വാസ്തവത്തിലദ്ദേഹം നിർവഹിച്ചത് ഒന്നാംതരം രാഷ്ട്രീയ പ്രവർത്തനമായിരുന്നു; രാഷ്ട്രീയ പ്രചാരവേലയായിരുന്നു.

ഇന്ത്യൻ ജനതയുടെ ദേശീയ സ്വാതന്ത്ര്യത്തിനുവേണ്ടിയും അധ്വാനിക്കുന്ന കർഷകജനതയ്ക്ക്, വിശേഷിച്ചും ഫ്യൂഡൽ ജന്മിത്വത്തിന്റേതുപോലുള്ള ചൂഷണ സമ്പ്രദായത്തിൽ നിന്ന് അടിയന്തിരമായി കിട്ടേണ്ട മോചനത്തിനുവേണ്ടിയും ഉള്ള പ്രക്ഷോഭമാണ് സിങ്കപ്പൂരിൽ വന്നിട്ടും എ കെ ജി നിർവഹിച്ചത്. ഇതിനുവേണ്ടി അദ്ദേഹം ചില പ്രസംഗങ്ങളും സംഘടിപ്പിച്ചു. അവയിൽ വെച്ച് ഏറ്റവും ഹൃദയംഗമവും ബഹുജനവികാരങ്ങളെ ഏറ്റവുമധികം ഇളക്കാൻ പര്യാപ്തവും അതുകൊണ്ട് ഏറ്റവും ഗംഭീരവുമായ പ്രസംഗം അദ്ദേഹം നടത്തിയത് സിങ്കപ്പൂരിലെ ബ്രിട്ടീഷ് നേവൽ ബേസിൽവെച്ചായിരുന്നു.

എ കെ ജി സിങ്കപ്പൂരിലെ തന്റെ പ്രവർത്തനവും പര്യടനവും കഴിഞ്ഞ്, പിന്നെ നേരെ വടക്കോട്ട് ക്വാലാലംപൂരിലേക്കും, അവിടെ നിന്ന് ഈപ്പോവിലേക്കും ബർമ്മയിലേക്കും കൽക്കത്തയിലേക്കും മറ്റും പോയി. ഞാൻ അദ്ദേഹത്തെ അങ്ങോട്ടൊന്നും അനുഗമിച്ചില്ല. പക്ഷേ എ കെ ജി അതിനുശേഷം കേരളത്തിൽ തിരിച്ചെത്തുന്നതിനുമുമ്പ്, ഞാൻ അക്ഷമനായി സിങ്കപ്പൂരിലെ എന്റെ ജോലി വലിച്ചെറിഞ്ഞ്, നേരെ സിലോൺവഴി കോഴിക്കോട്ട് അന്നത്തെ കെ പി സി സി ഓഫീസിലെത്തിക്കഴിഞ്ഞിരുന്നു. ഉടനെ ഇ എം എസിന്റെയും കൃഷ്ണപിള്ളയുടെയും മുമ്പിൽ ഹാജർ കൊടുത്ത്, അവരുടെ നിർദേശമനുസരിച്ച് പ്രവർത്തിച്ചു തുടങ്ങുകയും ചെയ്തു.

പിന്നീട് ഒരേ പാർട്ടിയിലും പ്രസ്ഥാനത്തിലുമാണ് എ കെ ജിയും ഞാനും ചിരകാലം പ്രവർത്തിച്ചിട്ടുള്ളതെങ്കിലും ഞങ്ങളുടെ പ്രവർത്തനമണ്ഡലങ്ങൾ വ്യത്യസ്തമായിരുന്നു. എന്നിരുന്നാലും, പലപ്പോഴും ഞങ്ങൾ തമ്മിൽ കാണും; സംസാരിക്കും. ചില മണിക്കൂറുകൾ - അല്ലെങ്കിൽ, ദിവസങ്ങൾ - ഒരുമിച്ച് കഴിച്ചുകൂട്ടുകയും ചെയ്യും. അറ്റമില്ലാത്ത ജീവിതചൈതന്യം വറ്റാത്ത ഒരുറവിടംപോലെ സദാ തുള്ളിത്തുളുമ്പിയിരുന്ന എ കെ ജിയുമായി ചിലപ്പോൾ അങ്ങനെ കഴിഞ്ഞുകൂടിയ

നിരവധി നിമിഷങ്ങൾ ഓർക്കുമ്പോഴാണ് അദ്ദേഹം മരിച്ചുപോവുക - ആ ജീവസ്രോതസ് കേവലമങ്ങ് വറ്റിപ്പോവുക - ഇത് സാധ്യമാണോ എന്ന ചോദ്യം ഇപ്പോഴും എന്റെ മനസിൽ ഉയർന്നുകൊണ്ടിരിക്കുന്നു.

എങ്കിലും അദ്ദേഹത്തോടൊപ്പം സഞ്ചരിക്കവേ ഉണ്ടായ ഒരു സംഭവം ചുരുക്കത്തിൽ അനുസ്മരിക്കട്ടെ. എ കെ ജിയുടെ സ്വഭാവം വ്യക്തമാവാൻ അത് ശരിക്കും ഉപകരിക്കും.

1947 ജനുവരി 23-ാം തീയതി മുതൽ ഇന്ത്യയുടെ സ്വാതന്ത്ര്യ ദിനമായ ആഗസ്ത് 15-ാം തീയതിവരെയുള്ള ഏതാണ്ടൊരേഴുമാസം. സ്വാതന്ത്ര്യലബ്ധിക്ക് തൊട്ടുമുമ്പ് മദ്രാസ് സംസ്ഥാനത്തിൽ മുരത്ത കമ്യൂണിസ്റ്റ് വിരോധിയായ ടി പ്രകാശത്തിന്റെ നേതൃത്വത്തിലുള്ള കോൺഗ്രസ് ഗവൺമെന്റ് കേരളത്തിലെ മലബാർ പ്രദേശത്തുനിന്നും തമിഴ്നാട്ടിൽ നിന്നും ആന്ധ്ര ജില്ലകളിൽ നിന്നുമെല്ലാംകൂടി അഞ്ഞൂറോളം കമ്യൂണിസ്റ്റുകാരെയും ട്രേഡ് യൂണിയൻ-കിസാൻ പ്രവർത്തകരെയും കൂട്ടത്തോടെ അറസ്റ്റുചെയ്ത് വിചാരണ കൂടാതെ വെല്ലൂർ സെൻട്രൽ ജയിലിൽ തടങ്കലിലാക്കിയ ഏഴുമാസക്കാലം.

കേന്ദ്രത്തിൽ ബ്രിട്ടീഷ് ഗവൺമെന്റുമായി (സ്വാതന്ത്ര്യസമ്പാദനത്തിനുമുമ്പുതന്നെ) കോൺഗ്രസിന്റെയും മുസ്ലീംലീഗിന്റെയും നേതാക്കൻമാർ അവസരവാദപരമായ ഒരൊത്തുതീർപ്പിലെത്തിയിരുന്നതുകൊണ്ട്, പണ്ഡിറ്റ് ജവഹർലാൽ നെഹ്റു പ്രധാനമന്ത്രിയും ലിയാഖത്ത് അലീഖാൻ ഉപപ്രധാനമന്ത്രിയും സർദാർ പട്ടേൽ ആഭ്യന്തരമന്ത്രിയുമായി. ബ്രിട്ടീഷ് വൈസ്രോയിയുടെ കീഴിൽ, ഒരിടക്കാല കേന്ദ്ര ഗവൺമെന്റ് ദൽഹിയിൽ വാണിരുന്നപ്പോഴാണ് തെക്കേഇന്ത്യയിൽ കമ്യൂണിസ്റ്റുകാരായ ഞങ്ങളെ ഇങ്ങനെ കൂട്ടത്തോടെ പിടിച്ച് തടങ്കലിലാക്കിയതെന്നുകൂടി മനസിലാക്കണം.

ആ വർഷം ജനുവരി 23-ാം തീയതി വൈകുന്നേരം സുമാർ ആറുമണിക്ക്, ചുരുങ്ങിയത് ഒരിരുപത് ബോഗികളുള്ള ഒരു നീണ്ട തീവണ്ടി, വടക്കേ മലബാറിൽ നിന്ന് ഒരുപാട് കമ്യൂണിസ്റ്റുകാരെയും വഹിച്ചുകൊണ്ട്, കോഴിക്കോടിന്റെ വടക്കുഭാഗത്തുള്ള വെസ്റ്റ്ഹിൽ സ്റ്റേഷനിലതാ, പാഞ്ഞെത്തുന്നു. ആ വണ്ടിയിലെ പല ബോഗികളിലുമായി, റിസർവ് പൊലീസിന്റെ അകമ്പടിയോടുകൂടി എ കെ ജി, എ വി കുഞ്ഞമ്പു, അഴീക്കോടൻ രാഘവൻ, കെ പി ഗോപാലൻ, എം കെ കേളു, ടി കെ രാജു, പി ആർ നമ്പ്യാർ - ഇങ്ങനെ കുറെയേറെ സഖാക്കൾ ഇരിക്കുന്നുണ്ട്.

അതൊരു സാധാരണ തീവണ്ടിയല്ല. പാസഞ്ചർ ട്രയിനല്ല; മെയിലുമല്ല. നാടിന്റെ നാനാഭാഗത്തുനിന്നും കമ്യൂണിസ്റ്റ് - ട്രേഡ് യൂണിയൻ - കിസാൻ നേതാക്കൻമാരെ കൂട്ടത്തോടെ അറസ്റ്റുചെയ്ത് സായുധ പൊലീസിന്റെ നിയന്ത്രണത്തിൽ, വെല്ലൂർ ജയിലിലേക്ക് കൊണ്ടുപോകാൻ മാത്രം പ്രത്യേകം സജ്ജീകരിച്ചിട്ടുള്ള ഒരു 'സ്പെഷ്യൽ' തീവണ്ടിയാണത്.

അന്നു വൈകുന്നേരം, അത് വെസ്റ്റ്ഹിൽ സ്റ്റേഷനിൽ വന്നു നിന്നപ്പോഴേക്കും, കോഴിക്കോട്ടുനിന്ന് അന്നു വെളുപ്പിന് അറസ്റ്റു ചെയ്ത് അതുവരെ പൊലീസ് ലോക്കപ്പിൽ സൂക്ഷിച്ചിരുന്ന കുറെപ്പേരെ അവിടെനിന്ന് ആ വണ്ടിയിൽ കയറ്റി. ഞാൻ, സി ഉണ്ണിരാജ, പി നാരായണൻ നായർ, കെ ദാമോദരൻ, പി കെ ബാലൻ, സി എം കുഞ്ഞിരാമൻ നമ്പ്യാർ - ഞങ്ങളൊക്കെ അക്കൂട്ടത്തിലുണ്ടായിരുന്നുവെന്നാണ് എന്റെ ഓർമ്മ. പിന്നീട് തിരൂരിൽ നിന്ന് സഖാവ് ഇമ്പിച്ചിബാവയെയും മറ്റും 'സ്പെഷ്യൽ' വണ്ടിയിൽ ഞങ്ങളെപ്പോലെ തന്നെ കയറ്റിക്കൊണ്ടു പോയത് ഞാനിവിടെ പരാമർശിക്കുന്നില്ല. വെസ്റ്റ്ഹില്ലിൽ നിന്ന് ഞങ്ങളെ ട്രെയിനിൽ കയറ്റിയ ഉടനെ ഉണ്ടായ രസകരമായ ഒരു സംഭവം മാത്രം വിവരിക്കാം.

വെസ്റ്റ്ഹിൽ സ്റ്റേഷനിൽ നിന്ന് ഞാൻ തീവണ്ടിയിൽ കയറിയിരുന്നത് എ കെ ജി ഇരിക്കുന്ന അതേ മുറിയിലായിരുന്നു. കുറച്ചു കഴിഞ്ഞപ്പോൾ ഞാൻ എഴുന്നേറ്റുനിന്നു. അപ്പോഴേക്കും എ കെ ജിയും സ്റ്റേഷൻ പ്ലാറ്റ്ഫോറത്തിൽ നിൽക്കുന്ന പൊലീസ് തലവനായ വെള്ളക്കാരൻ ഡി എസ് പിയും തമ്മിൽ ഒരു വക്കാണം തുടങ്ങി.

ഡി എസ് പി ആ പ്ലാറ്റ്ഫോറത്തിലൂടെ അതിവേഗം നടന്ന് തന്റെ കയ്യിലുള്ള ചൂരൽ ചുഴറ്റി ആംഗ്യം കാണിച്ചുകൊണ്ട്, ആ തീവണ്ടിയിൽ പ്ലാറ്റ്ഫോറത്തിലേക്കഭിമുഖമായി തുറന്നു കിടന്നിരുന്ന ജനാലകളുടെ ഷട്ടറുകളെല്ലാം അടപ്പിക്കുകയാണ്. പക്ഷേ, ശുംഭനായ ആ ബ്രിട്ടീഷ് ഉദ്യോഗസ്ഥൻ അടുത്തു വരുമ്പോഴേക്കും അയാളുടെ മനസിലുള്ള ഉദ്ദേശ്യം ശരിക്കും മനസിലാക്കിയ എ കെ ജി തന്റെ അടുത്തുള്ള ജനാലക്കൽ തന്റെ വലതുകൈമുട്ട് ദൃഢമായി ഊന്നി, രാജകീയമായ ഗാംഭീര്യത്തോടുകൂടി ഒരൊറ്റ ഇരിപ്പിരുന്നു.

ഒരു നിമിഷനേരത്തിനുള്ളിൽ ഡി എസ് പി കുറെക്കൂടി അടുത്തു വന്ന് പ്ലാറ്റ്ഫോറത്തിൽ നിന്നുകൊണ്ട് എ കെ ജിയോടാവശ്യപ്പെട്ടു: "ആ ഷട്ടർ അടയ്ക്കണം."

എ കെ ജി അത് കേട്ടപ്പോൾ പതിന്മടങ്ങ് ദൃഢമായി, ശക്തമായി ആ ജനാലക്കൽ തന്റെ കൈമുട്ടൂന്നി ഇരുന്നതേയുള്ളൂ. "ഈ കൈ നിങ്ങൾക്ക് മുറിക്കാം." അദ്ദേഹം പറഞ്ഞു. "പക്ഷേ ഈ ജനാല അടയ്ക്കാൻ നിങ്ങൾക്ക് കഴിയില്ല."

ഡി എസ് പി: "എന്ത്? ഞാൻ പറഞ്ഞില്ലേ ആ ഷട്ടർ അടയ്ക്കണമെന്ന്?"

എ കെ ജി: "സാധ്യമല്ല. ഈ ജനാല തുറന്നിടണം. അതാണ് എന്റെ ആവശ്യം."

പിന്നെയും ആ വെള്ളക്കാരൻ ഡി എസ് പി നിർബന്ധം പിടിച്ചപ്പോൾ എ കെ ജി അയാളുടെ നേർക്ക് അയാളെ ചുട്ടുകരിക്കുന്ന വിധത്തിൽ രോഷം ആളിക്കത്തുന്ന ഒരു നോട്ടം നോക്കി. എന്നിട്ട് അയാളോട് കാര്യം വെട്ടിത്തുറന്ന് പറഞ്ഞു: "ഈ വണ്ടി കോഴിക്കോട് സ്റ്റേഷനിലെത്തുമ്പോൾ അവിടെ ജനങ്ങൾ ഞങ്ങളെ കാണാൻ വരും;

അപ്പോൾ അവർ ഞങ്ങളുടെ അറസ്റ്റിൽ പ്രതിഷേധിച്ച് മുദ്രാവാക്യം വിളിക്കുകയും ചെയ്യും. അവർ ഞങ്ങളുടെ നാട്ടുകാരാണ്. ഞങ്ങളെ അവർ കാണുന്നത് തടയണമെന്നാണ് നിങ്ങളുടെ ഉദ്ദേശം, അല്ലേ? അത് ഈ രാജ്യത്ത് നടപ്പില്ല. ഇത് എന്റെ രാജ്യമാണ്; നിങ്ങളുടെയല്ല."

ഡി എസ് പിക്ക് അത് കേട്ടിട്ട് ഒരുപക്ഷേ സഹിക്കാൻ വയ്യാത്ത ക്രോധവും ലജ്ജയും തോന്നിയിട്ടുണ്ടാവും. പക്ഷേ പിന്നെ അയാൾക്ക് ശബ്ദം പൊന്തിയില്ല. തീവണ്ടിയിൽ പ്ലാറ്റ്ഫോറത്തിനഭിമുഖമായ മിക്ക ജനാലകളും അടപ്പിക്കാൻ അന്ന് ആ മറുനാടൻ പൊലീസ് മേധാവിക്ക് സാധിച്ചാലും, ചില ജനാലകൾ പിന്നെയും തുറന്നുകിടന്നു.

വിദേശ സാമ്രാജ്യത്വത്തിനെതിരായി മാത്രമല്ല, എല്ലാത്തരം ഉദ്യോഗസ്ഥ മേധാവിത്വത്തിനും ജനങ്ങളുടെ നേരെ നാടനും മറുനാടനുമായ അധികാരവർഗവും യജമാനവർഗവും കാട്ടുന്ന എല്ലാത്തരം ധിക്കാരത്തിനും അനീതിക്കും തോന്ന്യവാസങ്ങൾക്കുമെതിരായി എല്ലായ്പ്പോഴും ഇങ്ങനെ കൂസലില്ലാതെ, ഹിമഗിരിയെപ്പോലെ തലയുയർത്തിനിന്ന് പോരാടിയിട്ടുള്ള എ കെ ജിയെപ്പറ്റി വേറെയും എത്രയെത്ര കഥകളുണ്ട് പറയാൻ! അവയിൽ ആയിരത്തിലൊരംശംപോലും ഇതുപോലെ ചെറിയൊരു ലേഖനത്തിൽ ഉൾപ്പെടുത്തുക സാധ്യമല്ല.

(ചിന്ത മെയ്ദിനപ്പതിപ്പ്, 1977)

എ കെ ജിയുടെ ആദ്യത്തെ മരണം

പി അനന്തൻ

തന്റെ സാഹസികമായ സേവനവ്യഗ്രതയിൽ പലവട്ടം എ കെ ജി, മരണവുമായി മുഖാഭിമുഖം കണ്ടുമുട്ടിയിട്ടുണ്ട്. അദ്ദേഹം രാഷ്ട്രീയത്തിലെ ഒരു ഇതിഹാസപുരുഷനായി കഴിഞ്ഞിട്ടില്ലാത്ത കാലത്ത് - തികച്ചും 38 വർഷം മുമ്പ് - എ കെ ഗോപാലൻ മരിച്ചു പോയി എന്ന ഒരു ശ്രുതി, തിരുവിതാംകൂറിലും കൊച്ചിയിലും ഉണ്ടാക്കിയ അമർഷവും ഉത്കണ്ഠയുമാണ് ഇവിടെ കുറിക്കുന്നത്.

സചിവോത്തമൻ എന്ന് അപൂർവബഹുമതി നേടിയ ദിവാൻ സർ സി പി രാമസ്വാമി അയ്യരുടെ ഭരണത്തിനെതിരായി തിരുവിതാംകൂർ നാട്ടുരാജ്യത്തിൽ മലയാളവർഷം 1114-ൽ നടന്ന ഉത്തരവാദ ഭരണ പ്രക്ഷോഭത്തിൽ നേരിട്ട് പങ്കെടുക്കുന്നതിന് ബ്രിട്ടീഷ് മലബാറിൽ നിന്ന് ഒരു വളണ്ടിയർ സംഘത്തെ - 'മലബാർ ജാഥ'യെ - നയിച്ചുകൊണ്ട് എ കെ ജി, തിരുവിതാംകൂറിലേക്ക് യാത്ര തിരിച്ചു. തിരുവിതാംകൂർ ഗവൺമെന്റ് ജാഥയെ നിരോധിച്ചു. നിരോധന ഉത്തരവ് ലംഘിച്ച് 1938 സെപ്തംബർ 19-ന് ആലുവായിൽ-തിരുവിതാംകൂറിന്റെ അതിർത്തിയിൽ - പ്രവേശിച്ച ആ ജാഥ തിരുവിതാംകൂറിലുടനീളം സമരത്തിന്റെ ഒരു വേലിയേറ്റം തന്നെ സൃഷ്ടിച്ചു. നാട്ടുരാജ്യ പ്രജകളിൽ സമരാവേശത്തിന്റെ അലകൾ ഉയർത്തി വിശേഷിച്ചും വിദ്യാർഥികളിൽ.

അങ്ങനെ അടിമത്തം തുടച്ചുനീക്കാനുള്ള സമരത്തിനും, പൗരാവകാശങ്ങൾ വീണ്ടെടുക്കാനുള്ള പ്രക്ഷോഭത്തിനും ബ്രിട്ടീഷ് മേധാവിത്വമെന്നോ നാട്ടുരാജാക്കൻമാരുടെ വാഴ്ചയെന്നോ വകഭേദമില്ലെന്നും സ്വാതന്ത്ര്യദാഹത്തിന് ഭൂമിശാസ്ത്രവും അതിർത്തി രേഖകളും ഒരു തടസമാകേണ്ടതില്ലെന്നും ആ ജാഥ തെളിയിച്ചു. രാജവാഴ്ചക്കെതിരായി പ്രജകളെ ഇളക്കിവിട്ടുവെന്നും വിപ്ലവം ജയിക്കട്ടെ

എന്ന അർഥത്തിൽ ഇങ്കിലാബ് സിന്ദാബാദ് എന്ന മുദ്രാവാക്യം മുഴക്കിയെന്നുമുള്ള കുറ്റം ചുമത്തി മലബാർ ജാഥയുടെ നേതാവായ എ കെ ഗോപാലനെയും മറ്റ് മൂന്നുപേരെയും 1938 ഒക്ടോബർ 26-ന് പെരുമ്പാവൂർ മജിസ്ട്രേറ്റ് കോടതി ആറ് മാസം വീതം തടവിന് ശിക്ഷിച്ചു. കെ എം കുഞ്ഞിക്കണ്ണൻ (പെരളശേരി), കമ്മത്ത് (മംഗലാപുരം), കെ ടി മാധവൻ എന്നിവരായിരുന്നു മറ്റ് മൂന്നുപേർ.

ജാഥാംഗങ്ങളായ മറ്റ് 28 പേരെ അർധരാത്രിയിൽ രണ്ട് ബാച്ചായി അതിർത്തി കടത്തി ചാലക്കുടിക്കടുത്ത് കരുക്കുറ്റി എന്ന് സ്ഥലത്ത് കൊണ്ടുവിടുകയാണ് പൊലീസ് ചെയ്തത്. അങ്ങനെ വിട്ടയക്കപ്പെട്ട പലരും വീണ്ടും തിരുവിതാംകൂറിൽ കടന്ന് രഹസ്യപ്രവർത്തനങ്ങളിൽ ഏർപ്പെട്ടു. മീനച്ചിൽ താലൂക്കിൽ ഭരണങ്ങാനം കേന്ദ്രമാക്കിയാണ് ഈ ലേഖകൻ പ്രവർത്തിച്ചത്. നിയമലംഘനത്തിന് ആളെ സജ്ജമാക്കുക എന്നതായിരുന്നു പ്രധാന ജോലി. താലൂക്കിന്റെ വിവിധ കേന്ദ്രങ്ങളിൽ സഞ്ചരിക്കുന്നതിനും ക്ലാസുകൾ നടത്തുന്നതിനും ആവശ്യമായ ഒത്താശകളും സംരക്ഷണവും എനിക്ക് അന്ന് നൽകിയിരുന്നത് ഐ സി ചാക്കോ എന്ന ചെറുപ്പക്കാരനായിരുന്നു. പിന്നീട് അദ്ദേഹം കമ്യൂണിസ്റ്റ് പാർട്ടി പ്രവർത്തകനായി.

'പൊന്നുതിരുമേനി'യുടെ തിരുനാൾ ആഘോഷദിനത്തിൽ ഒരു ലക്ഷം പേരുടെ പ്രകടനം നടത്തുന്നതിനും മഹാരാജാവിന് ഒരു നിവേദനം സമർപ്പിക്കുന്നതിനും സ്റ്റേറ്റ് കോൺഗ്രസ് തീരുമാനിച്ചു. പ്രകടനത്തിൽ പങ്കെടുക്കുന്നതിനുള്ള വളണ്ടിയർമാരായി നൂറുകണക്കിന് യുവാക്കളെ മീനച്ചിൽ താലൂക്കിൽ നിന്ന് ഞങ്ങൾ റിക്രൂട്ട് ചെയ്തു. ജാഥ പുറപ്പെടുന്നതിന്റെ തലേദിവസം രാത്രി ചാക്കോ എന്നെ എറണാകുളം ക്യാമ്പിലെത്തിച്ചു. അപ്പോഴാണ് ഞാൻ അറിയുന്നത്, എ കെ ഗോപാലൻ മരിച്ചുവെന്ന ഒരു ശ്രുതി, നാട്ടിലാകെ പരന്നിരുന്നുവെന്നും അതിന്റെ സൂക്ഷ്മവിവരം അറിയാൻ പല ഭാഗത്തുനിന്നും രണ്ട് ദിവസം മുമ്പുവരെ സ്റ്റേറ്റ് കോൺഗ്രസ് പ്രവർത്തകർ തുരുതുരെ ക്യാമ്പിൽ വന്നുകൊണ്ടിരുന്നുവെന്നും. അങ്ങനെ വന്നവരിൽ ഒരാൾ പി ടി പുന്നൂസ് ആയിരുന്നു. എറണാകുളത്ത് നടത്തിയിരുന്ന സമരസഹായ ക്യാമ്പിന്റെ ചാർജ് അന്ന് പി നാരായണൻനായർക്കായിരുന്നു.

പ്രകടനജാഥകൾ നാടിന്റെ നാനാഭാഗങ്ങളിൽ നിന്ന് പുറപ്പെട്ട് തിരുവനന്തപുരത്ത് എത്തിച്ചേരുന്നതിന് മുമ്പുതന്നെ ആ പ്രകടനത്തെ മർദനം കൊണ്ട് നേരിടാതെ എല്ലാ രാഷ്ട്രീയതടവുകാരെയും വിട്ടയക്കുന്നതാണെന്ന് സർക്കാരിന്റെ ഒരു വിളംബരമുണ്ടായി. അതിനെത്തുടർന്ന് വൈക്കം ജയിലിൽ നിന്ന് എ കെ ജിയും മോചിപ്പിക്കപ്പെട്ടു. എ കെ ജിയെ ചെന്ന് കാണുന്നതിന് പി എൻ എന്നെയാണ് നിയോഗിച്ചത്. രാത്രി ബോട്ടിൽ ഞാൻ വൈക്കത്ത് ചെന്നിറങ്ങി. നിർദേശിച്ചുതന്ന വഴികളിൽക്കൂടി സഞ്ചരിച്ചു. എ കെ ജി വിശ്രമിക്കുന്ന വക്കപ്പൻ ബി എയുടെ വീട് കണ്ടുപിടിച്ച് ഞാൻ ആ ദൗത്യം നിർവഹിച്ചു.

കുശലപ്രശ്നങ്ങൾക്ക് ശേഷം എ കെ ജി പുറത്തുള്ള വിശേഷങ്ങൾ ആരാഞ്ഞു. ഞാൻ അറച്ചറച്ചാണ് ആ 'ശ്രുതി'യെക്കുറിച്ച് പറഞ്ഞത്. സത്യാവസ്ഥയറിയാൻ വന്ന പി ടി പുന്നൂസും മറ്റും ദുഃഖാർത്തരായി മടങ്ങിപ്പോയെന്നും അറിയിച്ചു. അത് കേട്ടമാത്രയിൽ അവിടെ കൂടിയിരുന്നവരൊക്കെ പൊട്ടിപ്പൊട്ടി ചിരിച്ചത് എന്നെ തെല്ല് അമ്പരിപ്പിക്കുകതന്നെ ചെയ്തു. നാട്ടിൽ ഉത്കണ്ഠയും അമർഷവും വളർത്തിയ ആ 'ശ്രുതി' സൃഷ്ടിച്ചുവിട്ട ആൾ എ കെ ജി തന്നെയായിരുന്നുവത്രെ!

തന്റെ ആദ്യത്തെ മരണം, എ കെ ജി വിവരിച്ചത് ഇങ്ങനെയാണ്: സെൻട്രൽ ജയിലിലേക്ക് മാറ്റണമെന്നാവശ്യപ്പെട്ട് എ കെ ജി നിരാഹാരവ്രതം തുടങ്ങിയ ദിവസം. ഹോട്ടലിൽ നിന്നും ഭക്ഷണം കൊണ്ടുവന്ന പയ്യനോട് എ കെ ഗോപാലൻ മരിച്ചുപോയെന്നു പറഞ്ഞ് എ കെ ജി ഭക്ഷണം തിരിച്ചയച്ചു. ആ പയ്യൻ ഹോട്ടലിൽ ചെന്ന് വിവരം പറഞ്ഞു. സംഗതി പുകഞ്ഞ് പുകഞ്ഞ് വിദ്യാർഥികളുടെ ചെവിയിലെത്തി. അവർ ജയിലിനുമുമ്പിൽ തടിച്ചുകൂടി മുദ്രാവാക്യം മുഴക്കി. ആ വിവരം കാട്ടുതീ പോലെ നാടാകെ പരന്നു. പിറ്റേ ദിവസം ജനം തടിച്ചുകൂടി. ജനങ്ങളുടെ മുമ്പിൽ പ്രത്യക്ഷപ്പെട്ട് അവരെ പറഞ്ഞുവിടാൻ ജയിലധികൃതർ എ കെ ജിയോട് അഭ്യർഥിച്ചു. സഖാവ് അതിന് വഴങ്ങിയില്ല. ഒടുക്കം വിദ്യാർഥികളുടെ പ്രതിനിധികളായ നാലോ അഞ്ചോ പേരെ അകത്തു കൊണ്ടുപോയി എ കെ ജിയെ കാണിക്കാൻ പൊലീസുകാർ നിർബന്ധിതരായി. തന്റെ ആ പൊടിക്കൈ പ്രയോഗം, പൊലീസുകാർക്ക് വരുത്തിവെച്ച പൊല്ലാപ്പ് എ കെ ജി തന്നെ വിവരിച്ചു തന്നപ്പോൾ ഞാനും ചിരിച്ചുപോയി.

(ചിന്ത മെയ്ദിനപ്പതിപ്പ്, 1977)

കേരളത്തിലെ ബഹുജനപ്രസ്ഥാനം ബാരിസ്റ്റർ ജി പി മുതൽ എ കെ ജി വരെ

പി ഗോവിന്ദപിള്ള

കേരളത്തിലെ ബഹുജനപ്രസ്ഥാനത്തിന് വയസ് ഇനിയും നൂറു തികഞ്ഞിട്ടില്ല. ഏതെങ്കിലും പൊതുകാര്യത്തെ മുൻനിർത്തി യോഗം ചേരുക. പ്രമേയം പാസാക്കുക. കൂട്ടഹർജിയിൽ ഒപ്പു ശേഖരിക്കുക. കുറെക്കൂടി കടന്ന് പ്രകടനവും റാലിയും നടത്തുക. മുദ്രാവാക്യം വിളിക്കുക തുടങ്ങിയവയൊക്കെ നമ്മുടെ നാട്ടിൽ സർവസാധാരണമായിട്ട് സുമാർ ആറോ ആറരയോ പതിറ്റാണ്ടേ കഴിഞ്ഞിട്ടുള്ളൂ എന്നുപറഞ്ഞാൽ പുതിയ തലമുറക്കാർ വിസ്മയിച്ചേക്കാം. പക്ഷേ അതാണ് ചരിത്രസത്യം. ഒന്നാം ലോകമഹായുദ്ധത്തെ (1914-1918) തുടർന്ന് സാവധാനം കരുത്താർജിച്ചുവന്ന ദേശീയ സ്വാതന്ത്ര്യപ്രസ്ഥാനം, 1920-നെ തുടർന്ന് അലയടിച്ച നിസ്സഹകരണ പ്രസ്ഥാനം, ഖിലാഫത്ത് പ്രസ്ഥാനം ഇവയൊക്കെയാണ് നമ്മുടെ പൊതുജീവിതത്തിൽ ഈ മാറ്റങ്ങൾ വരുത്തിത്തീർത്തത്. എങ്കിലും അതിനു മുമ്പുതന്നെ അത്തരം ചലനങ്ങൾ കേരളത്തിൽ ഇടവിട്ടിടവിട്ട് പ്രത്യക്ഷപ്പെടുവാൻ തുടങ്ങിയിരുന്നു. ആ തുടക്കം കുറിച്ച ആദ്യത്തെ പ്രസ്ഥാനമാണ് കഴിഞ്ഞ നൂറ്റാണ്ടിന്റെ അന്ത്യദശകത്തിൽ അന്നത്തെ തിരുവിതാംകൂർ നാട്ടുരാജ്യത്തിൽ നടന്ന 'മലയാളിമെമ്മോറിയൽ' പ്രക്ഷോഭം. തൊട്ടുപുറകെ വന്ന ഈഴവമെമ്മോറിയലും.

തിരുവിതാംകൂറിന് പുറത്തുനിന്ന് അയ്യങ്കാർമാരെയും രായർമാരെയും അവരുടെ സിൽബന്തികളെയും കൊണ്ട് സർക്കാർ സർവീസിന്റെ ഉന്നത ശ്രേണികളൊക്കെ നിറയ്ക്കുകയെന്ന സമ്പ്രദായത്തിനെതിരെ തിരുവിതാംകൂറിലെ അഭ്യസ്തവിദ്യർ നടത്തിയ പ്രക്ഷോഭമാണ് അത്. 1891-ൽ മഹാരാജാവിന് സമർപ്പിച്ച ഒരു ഭീമഹർജിയാണ് മലയാളി മെമ്മോറിയൽ.

ഈ മെമ്മോറിയലിന്റെ ഉദ്ദേശ്യ ലക്ഷ്യങ്ങൾ വിവരിക്കാനും അതിൽ ഒപ്പു ശേഖരിക്കാനും സംസ്ഥാനത്തുടനീളം പൊതുയോഗങ്ങൾ സംഘടിപ്പിക്കുകയും പ്രമേയം പാസാക്കുകയും ലഘുലേഖകൾ വിതരണം ചെയ്യുകയും പത്രപ്രസ്താവനകൾ പുറപ്പെടുവിക്കുകയും മറ്റും ചെയ്തതോടെ, ആ ഭീമഹർജിയുടെ പരിമിതമായ ലക്ഷ്യങ്ങൾക്കപ്പുറം കേരളത്തിന് ജനകീയച്ഛായ തുറക്കപ്പെടുകയായിരുന്നു. കെ പി ശങ്കര മേനോൻ, ഡോ നിധീരി, ഡോ പൽപ്പു, സി കെ കൃഷ്ണപിള്ള, സി വി രാമൻപിള്ള തുടങ്ങി അക്കാലത്തെ വിവിധ ജാതിമതസ്ഥരായ പല പ്രമുഖരും മെമ്മോറിയൽ പക്ഷത്തുണ്ടായിരുന്നു. എങ്കിലും ബാരിസ്റ്റർ ജി പി പിള്ള (1864-1903) ആയിരുന്നു ആ പ്രക്ഷോഭത്തിന്റെ ജീവനാഡി.

1884-ൽ ആരംഭിച്ചതും മലയാളത്തിൽ പ്രഥമ ആധുനിക വർത്തമാനപത്രം എന്ന് വിശേഷിപ്പിക്കാവുന്നതുമായ കോഴിക്കോട്ടെ *കേരളപത്രിക*യുടെ പത്രാധിപർ ചെങ്കുളത്ത് കുഞ്ഞിരാമമേനോൻ മുതൽ പേരോടൊപ്പം ഇന്ത്യൻ നാഷണൽ കോൺഗ്രസുമായി (ജനനം 1885) ആദ്യകാലം തൊട്ടേ ബന്ധം പുലർത്തിയിരുന്ന ചുരുക്കം മലയാളികളിൽ ഒരാളായിരുന്നു ബാരിസ്റ്റർ ജി പി എന്ന പേരിൽ പിൽക്കാലത്ത് പ്രഖ്യാതനായ ജി പരമേശ്വരൻ പിള്ള. വെറും 39-ാമത്തെ വയസിൽ 1903-ൽ നിര്യാതനായ ജി പി ദക്ഷിണാഫ്രിക്കയിൽപോലും വലിയ പ്രശസ്തി കൈവന്നു കഴിഞ്ഞിട്ടില്ലാതിരുന്ന (ഇന്ത്യയിലെ കാര്യം പിന്നെ പറയേണ്ടതില്ലല്ലോ) മോഹൻദാസ് കരംചന്ദ് ഗാന്ധിയുമായി സൗഹൃദവും എഴുത്തുകുത്തും ഉണ്ടായിരുന്നു. ഗാന്ധി മഹാത്മാവാകുവാൻ പിന്നേയും രണ്ടു പതിറ്റാണ്ട് കഴിയേണ്ടിവന്നുവെന്നോർക്കുക. ഗാന്ധിക്ക് പുറമെ ഗോഖലെ, ഹിറോസ്ഷാ മേത്ത, സുരേന്ദ്രനാഥ ബാനർജി തുടങ്ങിയവരും ജി പിയുടെ സൗഹൃദ പരിചിതവലയത്തിൽ പെട്ടിരുന്നു എന്നു പറയുമ്പോൾ പത്രാധിപർ, വാഗ്മി, പ്രക്ഷോഭകൻ, ദേശാഭിമാനി തുടങ്ങിയ വിവിധ നിലകളിൽ അക്കാലത്തുതന്നെ അദ്ദേഹം എത്ര പ്രശസ്തനായിരുന്നു എന്ന് ഊഹിക്കാമല്ലോ.

ഇംഗ്ലണ്ടിലെ പഠനകാലത്തും പ്രസംഗപര്യടനങ്ങൾക്കിടയിലും ഇന്ത്യൻ നാഷൺ കോൺഗ്രസ് സമ്മേളനങ്ങളിലും ഇന്ത്യയിലെ പിന്നോക്കവിഭാഗങ്ങളുടെയും 'അയിത്ത'ജാതിക്കാരുടെയും താൽപര്യങ്ങൾക്കായി ശബ്ദമുയർത്തിയ അദ്യപഥികരിലൊരാൾ എന്ന നിലയിലും ജി പി ശ്രദ്ധേയനാണ്. ഇക്കാരണങ്ങളാലാണ് കേരളത്തിലെ ബഹുജന പ്രസ്ഥാനത്തിന്റെ പിതാവായി ബാരിസ്റ്റർ ജി പിയെ ചരിത്രകാരൻമാർ പ്രകീർത്തിക്കുന്നത്.

II

ആയിരത്തി തൊള്ളായിരത്തി മുപ്പതുകളുടെ ആരംഭത്തോടെ ഉപ്പുസത്യഗ്രഹത്തിന്റെ രൂപത്തിൽ അലയടിച്ചുയർന്ന സ്വാതന്ത്ര്യസമരത്തിലും തൊട്ടുപുറകെ കെ കേളപ്പന്റെ നേതൃത്വത്തിൽ ക്ഷേത്രപ്രവേ

ശനത്തിനായി നടന്ന ഗുരുവായൂർ സത്യഗ്രഹത്തിലും മറ്റും പങ്കെടുത്തുകൊണ്ട് സുമുഖനും സമർഥനും തന്റേടിയുമായ ആയില്യത്ത് കുറ്റ്യേരി ഗോപാലൻ നമ്പ്യാർ എന്ന ഇരുപത്തിനാലുകാരൻ പൊതുരംഗത്ത് പ്രവേശിക്കുമ്പോഴേക്കും കേരളത്തിന്റെ രാഷ്ട്രീയമുഖച്ഛായ ആകെ മാറിയിരുന്നു. അനേകം അതികായരായ പ്രക്ഷോഭകരും സംഘാടകരും തലയുയർത്തി. ഉത്തരകേരളത്തിൽ കെ മാധവൻ നായർ, കെ പി കേശവമേനോൻ, മൊയ്തുമൗലവി, മഞ്ചേരി രാമയ്യർ, വാഗ്ഭടാനന്ദൻ എന്നിങ്ങനെ ദക്ഷിണകേരളത്തിൽ സ്വദേശാഭിമാനി ടി കെ മാധവൻ, മഹാകവി കുമാരനാശാൻ, ബാരിസ്റ്റർ എ കെ പിള്ള, മന്നത്ത് പത്മനാഭപിള്ള, ജോർജ് ജോസഫ് മുതൽപേർ.

അധഃകൃതർക്ക് ക്ഷേത്രപ്രവേശനം, ഉദ്യോഗസ്ഥപ്രവേശനം, നിയമസഭാ പ്രാതിനിധ്യം, നായൻമാർക്ക് ആളോഹരി, നമ്പൂതിരിമാർക്ക് വിധവാവിവാഹം എന്നിങ്ങനെ പ്രക്ഷോഭവിഷയങ്ങളും പ്രക്ഷോഭമുന്നേറ്റങ്ങളും സുലഭമായി. ഖിലാഫത്തും മലബാർ ലഹളയും സൈമൺ കമ്മീഷൻ ബഹിഷ്കരണവും മറ്റും മറ്റൊരു വക. 1924-ൽ മഹാകവി കുമാരനാശാനും 1928-ൽ ശ്രീനാരായണഗുരുവും അന്തരിച്ചതോടെ 1920കൾ നമ്മുടെ നവോത്ഥാനത്തിന്റെ ആദ്യഘട്ടം പൂർത്തിയാക്കിയതായി പറയാം.

1930കൾ കേരള നവോത്ഥാനത്തിന്റെ രണ്ടാംഘട്ടത്തിന് തുടക്കം കുറിച്ചു. രാഷ്ട്രീയത്തിലും സാഹിത്യത്തിലും തത്വചിന്തയിലുമെല്ലാം കേരളം 20-ാം നൂറ്റാണ്ടിന്റെ ഭാരതവുമായി സമന്വയിക്കുകയായി. ജാതീകൃതമായ അസമനയത്തിനെതിരെയുള്ള പോരാട്ടം സാമ്പത്തികാസമത്വത്തിനെതിരെയുള്ള പോരാട്ടവുമായി ഇടകലരുകയായി. പി കൃഷ്ണപിള്ളയും ഇ എം എസും അബ്ദുറഹിമാൻ സാഹിബും കേളപ്പനും സി കേശവനും ടി എം വറുഗീസും മറ്റും രംഗപ്രവേശം ചെയ്യുന്നു. ഉത്തരകേരളത്തിൽ ദേശീയ പ്രസ്ഥാനവും കർഷകപ്രസ്ഥാനവും ആരംഭിക്കുന്നതോടെ ദക്ഷിണകേരളത്തിൽ അധഃസ്ഥിതരുടെയും ന്യൂനപക്ഷങ്ങളുടെയും സംയുക്തരാഷ്ട്രീയവും നിവർത്തവും അലകൾ ഇളക്കുന്നു. കേസരി ബാലകൃഷ്ണപിള്ളയും എം പി പോളും നിരൂപണരംഗത്തെ പുതിയ ചാലുകൾ വെട്ടി. 1930-ലെ വി ടി ഭട്ടതിരിപ്പാടിന്റെ *അടുക്കളയിൽ നിന്ന് അരങ്ങത്തേക്ക്* മുത്തിരിങ്ങോടിന്റെ *അപ്ഫന്റെ മകളും* മുതൽ 1937-ലെ ദാമോദരന്റെ *പാട്ടബാക്കി* കൂടി വന്നപ്പോഴേക്കും സർഗസാഹിത്യം വിപ്ലവത്തിന്റെ പാതയിലേക്ക് നീങ്ങി. നവകേരളത്തിന്റെ ഈ വിഭാതവേളയിലാണ് രാഷ്ട്രീയ ചക്രവാളത്തിൽ വിപ്ലവത്തിന്റെ ശുക്രനക്ഷത്രമായി എ കെ ഗോപാലൻ എന്ന യുവാവ് പ്രത്യക്ഷപ്പെടുന്നത്.

അതിനുശേഷം 1977-ൽ ശ്രീമതി ഇന്ദിരാഗാന്ധിയുടെ പരാജയവാർത്ത കേട്ട് സന്തുഷ്ടനായി എ കെ ജി നമ്മെ വിട്ടുപിരിയും വരെയുള്ള സുമാർ അരനൂറ്റാണ്ടുകാലം കേരളത്തിന്റെ പൊതുജീവിതത്തിൽ അദ്ദേഹത്തെപ്പോലെ ശോഭിച്ച മറ്റൊരു വ്യക്തിയില്ല. മലയോര

ങ്ങളിലും വയലേലകളിലും പണിശാലകളിലും കോടതികളിലും പാർലമെന്റിലും തടവറകളിലും എ കെ ജി നടത്തിയ പോരാട്ടങ്ങൾ എണ്ണമറ്റവയാണ്. അദ്ദേഹം നടത്തിയ ജാഥകളുടെയും നിരാഹാര സത്യഗ്രഹങ്ങളുടെയും ധർണ്ണകളുടെയും കഥകൾ പല വാല്യങ്ങൾ നിറയ്ക്കാൻ പോന്നവയാണ്. തടവുചാട്ടവും നേർക്കുനേരെ പൊലീസുമായി സംഘട്ടനവും ഒളിവുജീവിതവും മറ്റൊരു ഇതിഹാസ പരമ്പര.

കേരളം മാത്രമായിരുന്നില്ല എ കെ ജിയുടെ പ്രവർത്തന മണ്ഡലം. പാർട്ടിക്ക് കാര്യമായ സ്വാധീനശക്തിയില്ലാത്ത ഹിമാചൽപ്രദേശ്, രാജസ്ഥാൻ, മധ്യപ്രദേശ് തുടങ്ങിയ പിന്നോക്ക പ്രദേശങ്ങളിൽ ചിലയിടത്ത് എ കെ ജിയോടൊപ്പം സഞ്ചരിക്കുവാൻ എനിക്ക് ഭാഗ്യം സിദ്ധിച്ചിട്ടുണ്ട്. അത്ഭുതമെന്നു പറയട്ടെ, അവിടെയും അദ്ദേഹം ജനസഹസ്രങ്ങളുടെ ആരാധനാപാത്രമാണെന്നു കാണാൻ എനിക്ക് കഴിഞ്ഞു. ഹിമാചൽപ്രദേശിൽ മഞ്ഞുവീഴുന്ന ഒരു സന്ധ്യയിൽ ഹിമവാൻ അങ്ങകലെ മിന്നിത്തിളങ്ങുന്നത് കാണാൻ കഴിയുന്ന സൊളോൺ എന്ന ഒരു ചെറുപട്ടണത്തിൽ ആബാലവൃദ്ധം ജനസഹസ്രങ്ങൾ എ കെ ജിയെ കാണാൻ കീറച്ചാക്കും പുതച്ച് കുത്തിയിരിക്കുന്നതു കണ്ട് എന്റെ കണ്ണ് കുളിർത്തിട്ടുണ്ട്. അപ്പോൾ പിന്നെ ബംഗാൾ, ബിഹാർ, ആന്ധ്ര തുടങ്ങി പാർട്ടിക്ക് നല്ല സംഘടനാബലവും പാരമ്പര്യവുമുള്ള സ്ഥലങ്ങളിലെ കാര്യം പറയേണ്ടതില്ലല്ലോ.

ആയിരത്തി തൊള്ളായിരത്തി അൻപത്തിരണ്ടിൽ എ കെ ജി പാർലമെന്റിൽ ആദ്യമായി പ്രത്യക്ഷപ്പെട്ട് ആദ്യം നടത്തിയ പ്രസംഗത്തിന്റെ ആദ്യവാചകം തന്നെ ചരിത്രപ്രസിദ്ധമാണ്.

"Sir, I may be speaking broken english, but not broken truth."

“സർ, എന്റെ ഭാഷ മുറി ഇംഗ്ലീഷിലായിരിക്കും. പക്ഷേ എന്റെ വാക്കുകളിലെ സത്യം മുറിവേറ്റവയായിരിക്കില്ല.”

അതിനുശേഷം എത്രയെത്ര പ്രക്ഷോഭകരമായ രംഗങ്ങൾക്കാണ് പാർലമെന്റിൽ എ കെ ജി തുടക്കം കുറിച്ചത്. സിദ്ധാന്തവും പ്രയോഗവും തമ്മിലുള്ള സമന്വയമാണ് മാർക്സിസം എന്ന സത്യം തന്റെ ജീവിതം കൊണ്ട് സാക്ഷാത്കരിച്ച എ കെ ജി മറ്റൊരു സമന്വയം കൂടി സാക്ഷാത്കരിച്ചു, ബഹുജന വർഗസമരവും പാർലമെന്ററി പ്രവർത്തനവും തമ്മിലുള്ള സമന്വയം.

അങ്ങനെ കഷ്ടിച്ച് നൂറു വയസ് തികയാൻ പോകുന്ന കേരളത്തിലെ ബഹുജനപ്രസ്ഥാനം കേരളത്തിനും ഭാരതത്തിനും കാഴ്ചവെച്ച അതികായനായ പടത്തലവനായിരുന്നു എ കെ ജി. കേരളത്തിന്റെ ആധുനിക ജനകീയ ചരിത്രം രചിക്കുന്നവർക്ക് നല്ലൊരു തലവാചകമാണ് കേരളം - ബാരിസ്റ്റർ ജി പി മുതൽ എ കെ ജി വരെ.

(സി പി ഐ (എം) കാസർകോട് ജില്ലാ കമ്മിറ്റി പ്രസിദ്ധീകരിച്ച എ കെ ജി സ്മരണിക, 1986)

മണ്ണിനുവേണ്ടി

സുബ്രഹ്മണ്യ ഷേണായി

1930-ലും 32-ലും നിയമലംഘന പ്രസ്ഥാനങ്ങളിൽ പങ്കെടുത്ത് ഒട്ടേറെപ്പേർ ജയിലിൽ പോയി. ഗാന്ധിയും ഇർവിൻ പ്രഭുവും തമ്മിലുണ്ടാക്കിയ കരാർ അവരിൽ പലരും ഇഷ്ടപ്പെട്ടില്ല. പോരെങ്കിൽ ദേശീയ സമരത്തിൽ വിപുലമായ ജനപങ്കാളിത്തം ഉറപ്പുവരുത്താത്ത കോൺഗ്രസിന്റെ നടപടിയിൽ അവർക്ക് നേരത്തെ മുതൽ രോഷവുമുണ്ടായിരുന്നു. അതിനാൽ ജയിലിൽ നിന്ന് പുറത്തുവന്നാൽ വൻതോതിൽ ജനങ്ങളെ അണിനിരത്തി സ്വാതന്ത്ര്യസമരം ശക്തിപ്പെടുത്തണമെന്ന് അവർ പ്രതിജ്ഞ ചെയ്തു.

ജയിൽമോചിതരായപ്പോൾ അവരുടെ ശ്രമം അതിനായി. കോൺഗ്രസിനകത്തെ ഇടതുപക്ഷക്കാർ 1934-ൽ കോൺഗ്രസ് സോഷ്യലിസ്റ്റ് പാർട്ടി രൂപീകരിച്ചു.

അതേകൊല്ലം, പരേതനായ യുസഫ് മെഹറലിയുടെ അധ്യക്ഷതയിൽ കണ്ണൂർ ആനന്ദമന്ദിരം ഹാളിൽ (അന്നത്തെ സംസാരിക്കാത്ത സിനിമാഹാൾ) ജയിൽമോചിതരായ ഇടതുപക്ഷ കോൺഗ്രസുകാരുടെ സമ്മേളനം സംഘടിപ്പിക്കപ്പെട്ടു. ആ സമ്മേളനത്തിന്റെ പ്രധാന സൂത്രധാരൻ കൃഷ്ണപിള്ളയും, മലബാർ പ്രദേശത്തെ സമാന ചിന്താഗതിക്കാരായ പ്രവർത്തകൻമാരെ തെരഞ്ഞുപിടിച്ച് സമ്മേളനത്തിൽ പങ്കെടുപ്പിച്ച് സമ്മേളനം വമ്പിച്ച വിജയമാക്കിത്തീർത്തത് എ കെ ജിയുമായിരുന്നു.

സമ്മേളനം സാമ്പത്തികാവശ്യങ്ങളുടെ അടിസ്ഥാനത്തിൽ കൃഷിക്കാരുടെയും തൊഴിലാളികളുടെയും വർഗസംഘടനകൾ കെട്ടിപ്പടുക്കണമെന്നും അതുവഴി അവരെ രാഷ്ട്രീയബോധമുള്ളവരാക്കി സ്വാതന്ത്ര്യസമരത്തിൽ പങ്കെടുപ്പിക്കണമെന്നും തീരുമാനിച്ചു.

കുറച്ച് ദിവസങ്ങൾക്കകം പയ്യന്നൂരിനടുത്ത് ആലക്കോട് ദേശത്തെ വൻകിടക്കാരനും നിഷ്ഠൂരനുമായ മണിപ്പുഴ ഇല്ലത്തെ നമ്പൂതിരി സ്വന്തം കുടിയാനും കാര്യസ്ഥനുമായ കിടാരൻ ചന്തു എന്ന കൈവശ രേഖയില്ലാത്ത കൃഷിക്കാരനെ ബലംപ്രയോഗിച്ച് ഒഴിപ്പിച്ച് കുടിൽ തട്ടി നിരത്തി. വിവരം അറിഞ്ഞ് എ വി കുഞ്ഞമ്പുവും ഞാനും സംഭവസ്ഥല ത്ത് പോയി അന്വേഷിച്ചു. സാക്ഷി പറയാൻ പോലും അടുത്തുള്ള കൃഷിക്കാർ ഭയപ്പെടുന്നത് കണ്ടു. വിവരം അക്കാലത്ത് കോഴിക്കോട് തിരുവണ്ണൂർ കോട്ടൺമില്ലിൽ തൊഴിലാളികളെ സംഘടിപ്പിച്ചുകൊണ്ടി രുന്ന എ കെ ജിയെയും കൃഷ്ണപിള്ളയെയും അറിയിച്ചു. എ കെ ജി പിറ്റേദിവസം തന്നെ സംഭവസ്ഥലത്തെത്തി. ഞങ്ങൾ കൃഷിക്കാരുടെ വീടുകളിൽ കയറിയിറങ്ങി. ഇതേഗതി നിങ്ങൾക്കും സംഭവിക്കുമെന്നും, ഇന്ന് കിടാരൻ ചന്തുവിന്റെ കൈവശഭൂമിയാണ് നഷ്ടപ്പെട്ടതെങ്കിൽ നാളെ നിങ്ങൾക്കും ഇതേ ഗതിതന്നെ വരുമെന്നും എ കെ ജിയും എ വിയും അവർക്ക് വിശദീകരിച്ചുകൊടുത്തു. വൈകുന്നേരം ഒരു പൊതു യോഗം സംഘടിപ്പിച്ചു. (ഇന്നത്തെപ്പോലെ ഉച്ചഭാഷിണി ഇല്ലെന്നോർ ക്കണം) എ കെ ജി ജന്മിമർദ്ദനത്തിനെതിരായി ആവേശപൂർവ്വം പ്രസം ഗിച്ചു.

തുടർന്ന് ചിറക്കൽ താലൂക്കിന്റെ (ഇന്നത്തെ കണ്ണൂർ ജില്ലയുടെ ഒരു ഭാഗം) പല ഭാഗങ്ങളിലും എ കെ ജി കിടാരൻ ചന്തുവിന്റെ നേരെ യുണ്ടായ ജന്മിമർദ്ദനങ്ങൾ വിവരിച്ച് പ്രസംഗങ്ങൾ നടത്തുകയും കൃഷിക്കാരെ സംഘടിപ്പിക്കുകയും ചെയ്തു. മാത്രമല്ല, അവരുടെ സമരത്തിനും നേതൃത്വം നൽകി. സമരം ഒത്തുതീർപ്പിലായി. ചന്തുവിന് സ്ഥലം മടക്കിക്കിട്ടി.

ഈ ചെറിയ സംഭവത്തിൽ നിന്നാണ് ചിറക്കൽ താലൂക്കിലും പിന്നീട് മലബാറിലും ഇപ്പോൾ കേരളം മുഴുവനും പടർന്ന് പന്തലിച്ച് നിൽക്കുന്ന കർഷകപ്രസ്ഥാനത്തിന്റെ ജനനം. അങ്ങനെയൊരു കർ ഷകപ്രസ്ഥാനം പിറവിയെടുത്തതാണ് കൃഷിക്കാരൻ കൃഷിഭൂമിയുടെ അവകാശിയായി മാറാനും സമഗ്രമായ കാർഷികനിയമം വരാനും ഇട യാക്കിയത്. ജന്മിത്തത്തിനെതിരായി കല്യാട്ട് യശമാനനും കരക്കാട്ടിടം നമ്പ്യാർക്കും എതിരായി ധീരധീരം പോരാടി വീരചരമമടഞ്ഞ സഖാക്ക ളുടെയും അന്നും ഇന്നും ചൂഷണത്തിനെതിരായി പോരാടിക്കൊണ്ടിരി ക്കുന്ന സഖാക്കളുടെയും സഹപ്രവർത്തകനും നേതാവും എ കെ ജിയായിരുന്നു.

കൃഷിക്കാരെയും അധ്വാനിക്കുന്ന മറ്റ് ജനവിഭാഗങ്ങളെയും സംഘടിപ്പിക്കുക മാത്രമല്ല എ കെ ജി ചെയ്തത്. പിന്നെയോ? സാധാര ണക്കാർക്ക് മനസിലാവുന്ന ഭാഷയിൽ പ്രസംഗിച്ചും പരേതനായ കെ ദാമോദരൻ എഴുതിയ *പാട്ടബാക്കി* എന്ന നാടകത്തിൽ ജയിൽപുള്ളി യുടെ വേഷത്തിൽ അഭിനയിച്ചും ജാഥകളിൽ ആവേശകരമായി പാട്ടു പാടിയും മുദ്രാവാക്യങ്ങൾ വിളിച്ചും കൃഷിക്കാരെയും ബഹുജനങ്ങളെ യും ആവേശം കൊള്ളിക്കുകയും സമരരംഗത്തിറക്കുകയും ചെയ്തു.

പിന്നീട് അദ്ദേഹം അഖിലേന്ത്യാ കിസാൻ സഭയുടെ പ്രസിഡണ്ട് പദം വരെയെത്തി. രാജ്യത്താകമാനം കൃഷിക്കാരെ സംഘടിപ്പിക്കാനും അവരുടെ സമരങ്ങൾക്ക് നേതൃത്വം നൽകാനും മുന്നിട്ടിറങ്ങി പ്രവർത്തിച്ചതാണ് അദ്ദേഹത്തെ ഈ പദവിയിലേക്കെത്തിച്ചത്.

അടിയന്തരാവസ്ഥയിൽ പൊലീസും ഗുണ്ടകളും നടത്തിയ മർദ്ദനങ്ങളുടെ വിവരം അസുഖം ബാധിച്ച് കിടപ്പിലായ സഖാവിനെ അറിയിക്കാറില്ലായിരുന്നു. എങ്ങനെയോ കണ്ണൂർ ജില്ലയിൽ കടുത്ത പൊലീസ് -ഗുണ്ടാ മർദ്ദനം നടക്കുന്ന വിവരം സഖാവ് മനസിലാക്കി. ഉടനെ കണ്ണൂരിൽ രണ്ട് ദിവസത്തെ പരിപാടിവെക്കുവാൻ നിർബന്ധിച്ചു. ആദ്യത്തെ ദിവസം കണ്ണൂരിന് ചുറ്റുപാടും അവസാനദിവസം പയ്യന്നൂരിന് ചുറ്റുപാടുമായിരുന്നു പരിപാടി.

പയ്യന്നൂരിൽ 10 മണിക്കും കുറ്റൂരിൽ 12 മണിക്കും ചെറുപുഴ നാല് മണിക്കും വെള്ളൂരിൽ ആറ് മണിക്കുമായിരുന്നു പരിപാടി.

ഞാൻ നേരത്തെ കുറ്റൂരിലെത്തിയിരുന്നു. അഞ്ച് വാൻ നിറയെ നൂറിലധികം പോലീസുകാർ അവിടെ മുൻകൂട്ടി എത്തിച്ചേർന്നിരുന്നു. സാധാരണ പൊതുയോഗം കൂടാറുള്ള സ്ഥലത്ത് യോഗം കൂടാൻ അനുവദിക്കില്ലെന്ന് സബ് ഇൻസ്പെക്ടർ എന്നോട് പറഞ്ഞു.

എ കെ ജി പങ്കെടുക്കുന്ന യോഗമായതുകൊണ്ടും എ കെ ജിക്ക് ദേഹസുഖമില്ലാത്തതുകൊണ്ടും കുഴപ്പമൊഴിവാക്കാൻ ഞാൻ യോഗസ്ഥലം പാർട്ടി ആപ്പീസ് നിൽക്കുന്ന ചാരുമംഗലം ബസാറിന് അടുത്തുള്ള പറമ്പിലേക്ക് മാറ്റി. കൃത്യം 10 മണിക്ക് എ കെ ജിയും സുശീലയും പരേതനായ കെ വി നാരായണൻ നമ്പ്യാരും കാറിൽ വന്നു.

സാധാരണ കൂടാറുള്ള സ്ഥലത്ത് എന്തുകൊണ്ട് യോഗം കൂടിയില്ലെന്നും അവിടെത്തന്നെ യോഗം കൂടണമെന്നും പൊലീസ് തന്നെ അറസ്റ്റ് ചെയ്യുന്നെങ്കിൽ അറസ്റ്റ് ചെയ്യട്ടെ എന്നും അദ്ദേഹം ശഠിച്ചു. എങ്കിലും ഞങ്ങൾ അതിന് തയ്യാറായില്ല.

അടുത്തയോഗം ചെറുപുഴയാണ്. എന്റെ വീടിന്റെ മുന്നിൽക്കൂടിയാണ് പോകേണ്ടത്. റോഡ് വിട്ട് 50 മീറ്റർ ദൂരം പറമ്പിൽ നടക്കേണ്ടതുണ്ട്. സഖാവിനെ നടത്തിക്കാതിരിക്കാൻ എന്റെ വീടിനടുത്തെത്തിയ വിവരം ഞാൻ ഓർമ്മിപ്പിച്ചില്ല. എല്ലാ തവണയും ആ ഭാഗങ്ങളിൽ വന്നാൽ വീട്ടിൽ കയറി ഇളനീർ കുടിക്കും. ഭാര്യയോടും കുട്ടികളോടും കുശലം പറയും. അതിനാൽ വീടിനടുത്തെത്തിയപ്പോൾ വിവരം അറിയിക്കാതിരുന്നതിന് എ കെ ജിക്ക് കോപം വന്നു. തന്റെ ഇളനീർ നഷ്ടപ്പെടുമെന്നതുകൊണ്ടല്ലെ താൻ വീട് കടന്നപ്പോൾ അറിയിക്കാതിരുന്നത് എന്ന് പറഞ്ഞ് എന്നോട് ദേഷ്യപ്പെട്ടു.

ചെറുപുഴയിലും വലിയ യോഗമായിരുന്നു. സുശീലയും ഞാനും സംസാരിച്ചു. എ കെ ജിയെ അധികം സംസാരിക്കുവാൻ ഞങ്ങൾ അനുവദിച്ചില്ല. എങ്കിലും വിലക്ക് വകവെക്കാതെ കുറച്ച് നേരം സംസാരിച്ചു.

വെള്ളൂരും ഉദിന്നൂരും മീറ്റിങ്ങുകളിൽ പ്രസംഗിച്ച് രാത്രി കണ്ണൂരിലേക്ക് മടങ്ങി. 12,000 ഉറുപ്പികയുടെ നോട്ടുമാലകൾ നാല് സ്ഥലങ്ങളിൽ നിന്ന് സഖാവിനെ നാട്ടുകാർ അണിയിച്ചിരുന്നു.

കണ്ണൂരിലെത്തിയപ്പോഴേക്കും രോഗം മൂർഛിച്ചു. രാത്രിതന്നെ എ കെ ജിയെ തിരുവനന്തപുരത്തേക്ക് കൊണ്ടുപോയി. അവിടെ മോഹനന്റെ വീട്ടിൽ ചികിൽസയിൽ കഴിയുമ്പോൾ ഞാനും എന്റെ ഭാര്യ അവനിയും കൂടി കാണാൻ ചെന്നിരുന്നു.

എഴുന്നേൽക്കാൻ കഴിയില്ലെങ്കിലും അന്ന് എന്നോട് പറഞ്ഞു: "ഞാൻ ഇനിയും പയ്യന്നൂരിൽ വരും. ഞാൻ വെറുതെ ഇരിക്കും. നീ പ്രസംഗിക്കണം. എന്നാലും എനിക്ക് വരാതിരിക്കാൻ കഴിയില്ല." ആ ആശ, ബഹുജനങ്ങളുടെ ഇടയിൽ വെള്ളത്തിലെ മത്സ്യംപോലെ നീന്തിക്കളിക്കണമെന്ന ആശ, പൂർത്തിയാക്കാൻ സഖാവിന് കഴിയാതെ പോയി.

(എ കെ ജി സ്മരണിക, ഗവൺമെന്റ് ലോ കോളെജ്
തിരുവനന്തപുരം, 1978)

എ കെ ജിയും കർഷകപ്രസ്ഥാനവും

എ വി കുഞ്ഞമ്പു

ഒന്നാം ലോകമഹായുദ്ധത്തിന്റെ പരിണതഫലമായി 1929 മുതൽ 33 വരെയുള്ള കാലത്ത് ബാധിച്ച ഒന്നാം സാർവദേശീയ സാമ്പത്തിക ക്കുഴപ്പം ലോകത്തിലെ എല്ലാ മുതലാളിത്ത രാഷ്ട്രങ്ങളുടെയും സമ്പദ് ഘടനയെ തകർത്തു. ഈ സാമ്പത്തിക കുഴപ്പത്തിൽ നിന്ന് കരകയ റാൻ കുഴപ്പം ബാധിച്ച ഓരോ മുതലാളിത്ത രാഷ്ട്രവും പരക്കം പായാൻ തുടങ്ങി. സാമ്രാജ്യത്വകോയ്മകൾ അവയുടെ കീഴിലുള്ള കോളനികളെ നിർദയം കൊള്ള ചെയ്താണ് ഈ കുഴപ്പത്തിൽ നിന്ന് രക്ഷപ്പെടാൻ ശ്രമിച്ചത്.

ഇന്ത്യയെ കണ്ടമാനം കൊള്ളയടിച്ചുകൊണ്ട് ബ്രിട്ടൻ സാമ്പ ത്തികക്കുഴപ്പത്തിൽ നിന്ന് രക്ഷപ്പെടാൻ ശ്രമിച്ചു. അത് ഇന്ത്യയെ കൊടിയ ദാരിദ്ര്യത്തിലേക്കും അവശതയിലേക്കും എത്തിച്ചു. ഇന്ത്യ യിലെ കർഷകരുടെ മേലായിരുന്നു ബ്രിട്ടീഷ് സാമ്രാജ്യം ഏറ്റവും വലിയ കൊള്ള നടത്തിയത്. അമിതനികുതികൾ മൂലവും കാർഷികോൽപ്പന്ന ങ്ങളുടെ വിലയിടിവ് നിമിത്തവും നാടുവാഴി ജന്മിമാരുടെ ക്രൂരമായ ചൂഷണത്തിന്റെ ഫലമായും പൊറുതിമുട്ടിയ കർഷകജനതക്കാണ് താ ങ്ങാനാവാത്ത ഈ പുതിയ ഭാരവുംകൂടി വഹിക്കേണ്ടിവന്നത്. ഇത്തരം സാമൂഹ്യ സാംസ്കാരിക മർദ്ദനങ്ങൾക്കെതിരായും പൊലീസിനെയും ഭരണയന്ത്രത്തെയും ഉപയോഗിച്ചുകൊണ്ടുള്ള വിദേശീയ സാമ്രാജ്യത്വ ഗവൺമെന്റിന്റെ ആധിപത്യത്തിനെതിരായും ആണ് കൃഷിക്കാരുടെ സംഘടിത പ്രസ്ഥാനം ഉടലെടുത്തതും പ്രവർത്തനമാരംഭിച്ചതും. ഇ ന്ത്യയുടെ പല ഭാഗങ്ങളിലും അങ്ങിങ്ങായി കൃഷിക്കാരുടെ സംഘടിത പ്രസ്ഥാനം വളർന്നു വരാൻ തുടങ്ങി. ഇടതുപക്ഷ കോൺഗ്രസുകാരാണ് യു പിയിലും പഞ്ചാബിലും ബംഗാളിലും സംഘടനകൾക്ക് നേതൃത്വം നൽകിയത്.

1936-ൽ അഖിലേന്ത്യാടിസ്ഥാനത്തിൽ കൃഷിക്കാരുടെ ഒരു ഏകീകൃത സംഘടന നിലവിൽ വന്നു. ഇന്ദുലാൽ യജ്ഞിക്ക് പ്രസിഡണ്ടായും സ്വാമി സഹജാനന്ദ സരസ്വതി സെക്രട്ടറിയായും പ്രവർത്തിച്ചുവന്ന ആ സംഘടന ഒരു വലിയ ബഹുജനസംഘടനയായി ഉയർന്നുവന്നു. സാമ്രാജ്യത്വ ഗവൺമെന്റിന്റെയും നാടുവാഴി ഭൂപ്രഭുക്കളുടെയും ചൂഷണത്തിനും മർദ്ദനങ്ങൾക്കുമെതിരായ പോരാട്ടം കുറിച്ചുകൊണ്ട് ഓരോ കൊല്ലവും അതിന്റെ വാർഷികസമ്മേളനങ്ങൾ നടത്തുക പതിവായിരുന്നു. പണ്ഡിറ്റ് കാര്യാനന്ദ ശർമ്മ, ബങ്കിം മുഖർജി, രാഹുൽ സാംകൃത്യായൻ, സോഹൻസിംഗ് ജോഷ്, ഇ എം എസ് തുടങ്ങി പല പ്രമുഖ നേതാക്കളും 1936-ൽ നിലവിൽ വന്ന അഖിലേന്ത്യാ കിസാൻസഭയുടെ ആദ്യകാല പ്രസിഡണ്ടുമാരായും സെക്രട്ടറിമാരായും പ്രവർത്തിച്ചിട്ടുണ്ട്. അഖിലേന്ത്യാ കിസാൻ സഭ 1936 മുതൽക്കാണ് പ്രവർത്തിക്കാൻ തുടങ്ങിയതെങ്കിലും കേരളത്തിൽ അതിനുമുമ്പു തന്നെ കർഷകസംഘം പ്രവർത്തനമാരംഭിച്ചിരുന്നു.

1935 സെപ്തംബറിൽ ഈ ലേഖകൻ പ്രസിഡണ്ടും എം പി അപ്പു സെക്രട്ടറിയുമായി കരിവെള്ളൂർ, വെള്ളൂർ, പെരളം, കൊടക്കാട് എന്നീ വില്ലേജുകൾ കേന്ദ്രീകരിച്ച് ഓണക്കുന്നിൽ (കരിവെള്ളൂരിൽ) വെച്ച് ഒരു സംയുക്ത കർഷകസംഘം സ്ഥാപിച്ച് പ്രവർത്തനമാരംഭിച്ചു. ഇതിന് തൊട്ടുമുമ്പ് വിഷ്ണുഭാരതീയൻ പ്രസിഡണ്ടും കെ എ കേരളീയൻ സെക്രട്ടറിയുമായി കൊളച്ചേരിയിലും ഒരു കർഷകസംഘം സ്ഥാപിച്ച് പ്രവർത്തനമാരംഭിച്ചു. തുടർന്ന് മലബാറിലെ തെക്കൻ താലൂക്കായ വള്ളുവനാട്ടിൽ ചെറിയൊരു സംഘം സ്ഥാപിതമായി. ഈ സംഘങ്ങളുടെ പ്രവർത്തനമാണ് നാടുവാഴി ജന്മി സമ്പ്രദായത്തെയും ബ്രിട്ടീഷ് സാമ്രാജ്യത്വത്തെയും അവസാനിപ്പിക്കുവാനുള്ള പോരാട്ടത്തിലെ മഹൽശക്തിയായി പിന്നീടുയർന്നുവന്നത്. വാശി, നുരി, മുക്കാൽ, വെച്ചുകാണൽ, ശീലക്കാശ്, തിരുമുൽകാഴ്ച തുടങ്ങിയ ജന്മിമാരുടെ അക്രമപ്പിരിവുകൾക്കെതിരായി പോരാടിവന്ന സംഘം കാലാന്തരത്തിൽ പാട്ടം വാരം കുറച്ചുകിട്ടണമെന്നും മലബാർ കുടിയാൻ നിയമത്തിൽ ഭേദഗതി വരുത്തണമെന്നും കുടിയാൻമാർക്ക് സ്ഥിരാവകാശം ലഭിക്കണമെന്നും ഉള്ള ആവശ്യങ്ങൾ ഉന്നയിച്ച് പ്രക്ഷോഭസമരങ്ങൾക്ക് നേതൃത്വം നൽകി. നാടുവാഴി ജന്മികൾക്കൊപ്പം അവരെ സംരക്ഷിച്ച് നിർത്താൻ ബാധ്യതപ്പെട്ട ബ്രിട്ടീഷ് ഗവൺമെന്റും ഈ പ്രക്ഷോഭസമരങ്ങളുടെ വേലിയേറ്റത്തിൽ കിടിലംകൊള്ളാൻ തുടങ്ങി. ഈ സമരങ്ങളുടെ ശൃംഖലകളിൽ പലതും ശ്രദ്ധേയങ്ങളായിരുന്നു.

ആലക്കോട് (കാങ്കോൽ അംശം) കിടാരൻ വടക്കേവീട്ടിൽ ചന്തുവിനെ മണിപ്പുഴ ഇല്ലത്ത് മാധവൻ നമ്പൂതിരി ഒഴിപ്പിച്ചു. കർഷക സംഘം പ്രവർത്തകരായ ഈ ലേഖകനും മുനയൻകുന്നിലെ ധീരരക്ത സാക്ഷിയായ കെ സി കുഞ്ഞാപ്പുമാസ്റ്റർ തുടങ്ങിയവരും കിടാരൻ ചന്തുവിനെ ധൈര്യപ്പെടുത്തി. ഒഴിയാതിരിക്കാൻ സന്നദ്ധനാക്കി. ജന്മിയുടെ ആവശ്യപ്രകാരം ചന്തുവിനെ ഒഴിപ്പിക്കാൻ പൊലീസ് സ്ഥല

ത്തെത്തി. ജന്മിയുടെ സൽക്കാരം കഴിഞ്ഞ് പൊലീസ് പുറത്തെത്തുമ്പോഴേക്കും കർഷകസംഘം പ്രവർത്തകർ ചന്തുവിന്റെ പറമ്പിൽ താവളമുറപ്പിച്ച് കഴിഞ്ഞിരുന്നു. എന്തിനെയും നേരിടാൻ കൃഷിക്കാരും പ്രവർത്തകരും ദൃഢനിശ്ചയത്തോടെ ഒരുങ്ങിനിന്നു.

മണിപ്പുഴ നമ്പൂതിരിയുടെ ഒഴിപ്പിക്കൽ ശ്രമവും അത് ചെറുത്തുനിൽക്കുന്ന കർഷകസംഘത്തിന്റെ പ്രവർത്തനവും ചിറക്കൽ കാസർകോഡ് താലൂക്കിലെ ഓരോ വില്ലേജിലും സംസാരവിഷയമായി. വില്ലേജുകളിൽനിന്ന് കർഷകസംഘം പ്രവർത്തകർ സ്ഥിതിയന്വേഷിച്ച് ആലക്കോട്ടേക്കൊഴുകി. ആലക്കോടിന്റെ ഹൃദയഭാഗമായ കാളീശ്വരം രാഷ്ട്രീയപ്രവർത്തകരുടെ കേന്ദ്രമായി മാറി. അവിടത്തെ എൽ പി സ്കൂളിൽ സമ്മേളനങ്ങളും കമ്മിറ്റിയോഗങ്ങളും എന്നും പതിവായി മാറി. നൂറ്റാണ്ടുകളായി ജന്മിമാരുടെയും നാടുവാഴികളുടെയും ആജ്ഞാനുവർത്തികളായി അടിമകളെപ്പോലെ കഴിഞ്ഞ പട്ടിണിപ്പാവങ്ങളായ കൃഷിക്കാർ ആ ജന്മിനാടുവാഴിത്തത്തിന്റെ കൊടിയ മർദ്ദനങ്ങൾക്കും ചൂഷണങ്ങൾക്കുമെതിരായി സംഘടിതശക്തിയുടെ വാർചട്ടയണിഞ്ഞ് അങ്കക്കളത്തിലിറങ്ങി. ഈ പോരാട്ടത്തിന്റെ പടഹധ്വനി ദിഗന്തങ്ങളെ നടുക്കി.

പയ്യന്നൂർ ചെറുവത്തൂർ ഫർക്കകളിൽ പ്രവർത്തിക്കുന്ന കർഷകസംഘങ്ങൾ പങ്കെടുത്ത ഒരു വലിയ സമ്മേളനം കാളീശ്വരത്ത് സംഘടിപ്പിക്കപ്പെട്ടു. സമ്മേളനത്തിന്റെ തലേന്നാൾ തന്നെ സഖാവ് കേരളീയൻ ആലക്കോട്ടെത്തി പ്രശ്നത്തിന്റെ വിവിധ വശങ്ങളെക്കുറിച്ച് സംഘം പ്രവർത്തകരുമായി ചർച്ച ചെയ്തു. പിറ്റേദിവസം പകൽ രണ്ടുമണിയോടെ നാനാഭാഗത്തുനിന്നും ജാഥകൾ വന്നുതുടങ്ങി. അണിമുറിയാത്ത മനുഷ്യപ്രവാഹം. കാളീശ്വരം മൈതാനം നിറഞ്ഞുകവിഞ്ഞു. എങ്ങും ആവേശത്തിമിർപ്പിന്റെ അലയൊലി ആയിരക്കണക്കായ ജനങ്ങളെ ആവേശപുളകിതരാക്കി. പെട്ടെന്ന് ആകാശമണ്ഡലം ഭേദിക്കുമാറ് മുദ്രാവാക്യങ്ങൾ മുഴങ്ങി. "കർഷക സംഘം സിന്ദാബാദ്", "എ കെ ജി സിന്ദാബാദ്". അകലെ നിൽക്കുന്നവർക്ക് അടുത്തുവരാനുള്ള തിടുക്കം. ആ തിരക്കിലൂടെ വിയർത്തൊലിച്ച് ഒരാൾ കയറിവന്നു - എ കെ ജി. ഒരു പുതിയ ജീവൻ, ഒരാത്മവിശ്വാസം. മണിപ്പുഴ നമ്പൂതിരിയെപ്പോലുള്ള ജന്മി നാടുവാഴികളെ മുട്ടുകുത്തിച്ച് അധ്വാനിക്കുന്ന കൃഷിക്കാർ അവർ കൈവശംവെക്കുന്ന പറമ്പിന്റെയും വയലിന്റെയും ഉടമാവകാശികളാകുന്ന കാലം അതിവിദൂരമല്ല എന്ന് തന്റെ രണ്ടുമണിക്കൂർ നീണ്ടുനിന്ന ഉജ്ജ്വലപ്രസംഗത്തിൽ എ കെ ജി പ്രഖ്യാപിച്ചു. അതിനായി ധീരവും ത്യാഗപൂർണ്ണവുമായ ഒരു പോരാട്ടത്തിന് തയ്യാറാവാൻ കർഷകസംഘം പ്രവർത്തകരെ ഉദ്ബോധിപ്പിച്ചു. കർഷകസംഘത്തിന്റെ ഘടകങ്ങളില്ലാത്ത സ്ഥലത്തും സംഘത്തിന്റെ പ്രവർത്തനം വ്യാപിക്കാൻ തുടങ്ങി. അക്രമപ്പിരിവുകളും മർദ്ദനങ്ങളും അവസാനിപ്പിക്കാൻ ജന്മിമാരുടെ വീടുകളിലേക്കും നാടുവാഴിമാരുടെ കൊട്ടാരങ്ങളിലേക്കും കർഷകസംഘം പ്രവർത്തകർ നിവേദനങ്ങളുമായി കാൽനട ജാഥകൾ നടത്തി.

ഈ ലേഖകൻ, പി കുഞ്ഞിരാമൻ, പി അച്യുതൻ അടിയോടി എന്നിവരുടെ നേതൃത്വത്തിൽ കരിവെള്ളൂരിലെയും പെരളത്തെയും കൃഷിക്കാരുടെ ഒരു ജാഥ കരിവെള്ളൂരിലെ ചിറക്കൽ തമ്പുരാനെ കണ്ട് നിവേദനം നടത്താൻ പുറപ്പെട്ടു. നൂറുകണക്കായ കൃഷിക്കാർ പങ്കെടുത്ത ആ ജാഥ ഇന്നും എന്നെ കോൾമയിർ കൊള്ളിക്കുന്നു. ചിറക്കൽ കൊട്ടാരപ്പടിക്കലും കുളക്കരയിലുമായി കൃഷിക്കാരും അവരുടെ സമരസഖാക്കളായ തൊഴിലാളികളും അടങ്ങിയ ആയിരക്കണക്കായ ആൾക്കാർ ഇരുപ്പുറപ്പിച്ചു. ചരിത്രപ്രസിദ്ധമായ ആ കാൽനടജാഥയോടുകൂടി അക്രമപ്പിരിവുകൾ പിൻവലിക്കാൻ ചിറക്കൽ രാജാവ് നിർബന്ധിതനായി. കർഷകസംഘത്തിന്റെ ഈ വിജയം മലബാറിലാകമാനം ഒരു പുതിയ ചലനം ഉണർത്തിവിട്ടു.

തുടർന്ന് വേങ്ങയിൽ നായനാർ, കരിക്കാട്ടിടം നായനാർ, കല്യാട്ട് യശമാനൻ, താഴക്കാട്ട് മന, കുറുമാത്തൂർ ജന്മി, കോട്ടയം രാജാവ്, എച്ചിക്കാനം, കോടോത്ത്, പെരുപ്പാടി തുടങ്ങി പല ജന്മിമാരുടെ സമീപത്തേക്കും അനേകം ജാഥകൾ നയിക്കപ്പെട്ടു. കർഷകസംഘങ്ങൾക്ക് പല വിജയങ്ങളും നേടാൻ കഴിഞ്ഞു.

വിപ്ലവ ചൈതന്യത്തോടെ വളർന്നുവന്ന കർഷകപ്രസ്ഥാനം തങ്ങളുടെ നിലനിൽപ്പുപോലും പിഴുതെറിയാനുള്ള കരുത്താർജിച്ച് വരുന്നുവെന്ന് മനസിലാക്കിയ സാമ്രാജ്യത്വ ഗവൺമെന്റ് മർദ്ദനങ്ങൾ അഴിച്ചുവിടാൻ തുടങ്ങി. കർഷകസംഘം പ്രവർത്തകരെ കള്ളക്കേസുകളിൽ കുടുക്കി. അറസ്റ്റ് ചെയ്ത് ഭീകരമായി മർദ്ദിച്ചു. ബലാൽസംഗം, തീവെപ്പ്, മോഷണം, പിടിച്ചുപറി, വണ്ണാത്തിമാറ്റ് വിലക്ക് തുടങ്ങി അറപ്പും വെറുപ്പും ഉളവാക്കുന്ന പല നീചനടപടികളും ഗവൺമെന്റ് നടപ്പിൽ വരുത്തി.

കർഷകപ്രസ്ഥാനത്തിന്റെ ശക്തികേന്ദ്രങ്ങളായ പയ്യന്നൂർ ഫർക്കയിലെ പെരിങ്ങോത്തും ഇരിക്കൂർ ഫർക്കയിലെ എള്ളെരിഞ്ഞിയിലും പ്യൂനിറ്റീവ് പൊലീസ് സ്റ്റേഷനുകൾ സ്ഥാപിച്ചു. പൊലീസിന്റെ ചെലവിനുള്ള പണം കൂട്ടപ്പിഴ ചുമത്തി ജനങ്ങളിൽനിന്ന് പിരിച്ചെടുത്ത് നിർവഹിക്കണമെന്നതായിരുന്നു ഗവൺമെന്റിന്റെ തീരുമാനം. അദ്ഭുതകരമായ കാര്യം കോൺഗ്രസ് നേതാവായ സി രാജഗോപാലാചാരി മദിരാശി ഗവൺമെന്റിന്റെ തലവനായി ഭരണം നടത്തുമ്പോഴാണ് നിന്ദ്യവും രാക്ഷസീയവുമായ ഈ നടപടി ഗവൺമെന്റ് എടുത്തത് എന്നതാണ്. കരക്കാട്ടിടം നായനാരുടെ പത്തായപ്പുര എള്ളെരിഞ്ഞി സ്റ്റേഷനും വേങ്ങയിൽ നായനാരുടെ മൂന്നുനിലക്കെട്ടിടം പെരിങ്ങോം സ്റ്റേഷനും വേണ്ടി അനുവദിച്ചുകൊടുത്തു. കൃഷിക്കാരും ജന്മിമാരും തമ്മിലുള്ള സമരം എത്രത്തോളം മൂർഛിച്ചുകഴിഞ്ഞിരുന്നുവെന്ന് ഈ നടപടികളിൽ നിന്നുതന്നെ മനസിലാക്കാമായിരുന്നു. ഈ നടപടിക്കെതിരായി ആത്മത്യാഗപൂർവമായ സമരം, അതിതീക്ഷ്ണമായും തിളച്ചുമറിഞ്ഞു. പ്യൂനിറ്റീവ് പൊലീസിനെ 'പൂനാറ്റിലെ പൊലീസ്' എന്നു വിശേഷിപ്പിച്ചുകൊണ്ടുള്ള എ കെ ജിയുടെ ശബ്ദം നാടെങ്ങും പ്രതിധ്വനി

ക്കൊണ്ടു.

ഉൾനാടൻ ഗ്രാമങ്ങളിൽ, പ്യൂനിറ്റീവ് പൊലീസിനെ നിയോഗിച്ച നടപടിക്കെതിരായ ശക്തമായ പ്രചാരണം സംഘടിതമായി എ കെ ജിയുടെ നേതൃത്വത്തിൽ നടത്തി. പ്യൂനിറ്റീവ് പൊലീസിനെതിരായ പ്രസ്ഥാനം മലബാർ ഒട്ടുക്കും അലയടിച്ചുകയറി. പ്യൂനിറ്റീവ് പൊലീസിനെ ഉപയോഗിച്ചുകൊണ്ടുള്ള ക്രൂരമർദ്ദനങ്ങൾ അവസാനിപ്പിക്കണമെന്നും കൃഷിക്കാരുടെ ആവശ്യങ്ങൾ അംഗീകരിക്കണമെന്നും ആവശ്യപ്പെട്ടുകൊണ്ട്, സൗത്ത് കനറ കളക്ടർക്കും മലബാർ കളക്ടർക്കും നിവേദനങ്ങൾ സമർപ്പിക്കുന്നതിന് ചന്ത്രോത്ത് കുഞ്ഞിരാമൻ നായരുടെ നേതൃത്വത്തിൽ ഒരു ജാഥ കരിവെള്ളൂരിൽ നിന്നും ഇ പി ഗോപാലന്റെ നേതൃത്വത്തിൽ മറ്റൊരു ജാഥ കഞ്ചിക്കോട് (പാലക്കാട്) നിന്നും കോഴിക്കോട്ടേക്ക് പുറപ്പെട്ടു. കൃഷിക്കാരുടെ ആവശ്യങ്ങൾ വഴിനീളെ പ്രചരിപ്പിച്ചുകൊണ്ട് രണ്ട് ജാഥകളും ചേവായൂരിലെത്തിച്ചേരുകയും, ജാഥാസമാപനത്തോടനുബന്ധിച്ച് ചേവായൂരിൽ ഒരു വമ്പിച്ച സമ്മേളനം നടക്കുകയുമുണ്ടായി. നാടുവാഴി ജന്മിത്തം സ്ഥാപിച്ചത് ബ്രിട്ടീഷുകാരാണെന്നും പരിപൂർണമായി ജന്മിത്തം അവസാനിപ്പിക്കണമെങ്കിൽ, സാമ്രാജ്യത്വത്തിനെതിരായി ഒന്നിച്ചു പോരാടണമെന്നും ആ സമ്മേളനത്തിൽ നടത്തിയ അധ്യക്ഷപ്രസംഗത്തിൽ എ കെ ജി ആഹ്വാനം ചെയ്തു. കോഴിക്കോട്ടെ തൊഴിലാളി സഖാക്കളോടൊപ്പം സമ്മേളനം കഴിഞ്ഞശേഷം കളക്ടറെ കാണാൻ ചെന്ന ജാഥയെ അഭിമുഖീകരിക്കാൻ ധിക്കാരിയായ വെള്ളക്കാരൻ കളക്ടർ ഇ സി വുസ്സിന് കഴിഞ്ഞില്ല. കളക്ടർ സ്ഥലത്തില്ല എന്ന് കള്ളംപറഞ്ഞ് ഒഴിഞ്ഞുമാറിയ നടപടിയിൽ പ്രതിഷേധിക്കാനും ഭാവി പരിപാടികൾ നിശ്ചയിക്കാനും കോഴിക്കോട് കടപ്പുറത്ത് ചേർന്ന മഹാസമ്മേളനത്തിൽ എ കെ ജി തന്നെയാണ് അധ്യക്ഷത വഹിച്ചത്. കൃഷിക്കാരുടെ പ്രതിനിധികളെ സ്വീകരിക്കാൻ കൂട്ടാക്കാത്ത കളക്ടർ പ്രതിനിധീകരിക്കുന്ന സാമ്രാജ്യത്വത്തെയും അതിന്റെ ഏജന്റുമാരായ നാടുവാഴി ജന്മികളെയും തങ്ങൾ തകർക്കുമെന്ന് അദ്ദേഹം പ്രഖ്യാപിച്ചു.

ഏറെ താമസിയാതെ എ കെ ജി തടവിലായി. നിരവധി പ്രസംഗങ്ങളുടെ പേരിൽ അദ്ദേഹത്തിനെതിരായി കേസുകൾ ചാർജ് ചെയ്യപ്പെട്ടു. ദീർഘമായ ഒളിവുജീവിതത്തിനും ജയിൽവാസത്തിനും ശേഷം വെളിയിൽ വന്ന അദ്ദേഹം 1948-ൽ വീണ്ടും തടവിലാക്കപ്പെട്ടു. ഒരു റിപ്പബ്ളിക്കായി പ്രഖ്യാപിക്കപ്പെട്ടശേഷം തന്നെ നിയമവിരുദ്ധമായാണ് തടവിലാക്കിയതെന്ന് സ്വയം വാദിച്ച്, വിമോചിതനായി എ കെ ജി തിരിച്ചുവരികയും ചെയ്തു.

വ്യാപകമായ മർദ്ദനങ്ങളുടെയും അടിച്ചമർത്തലുകളുടെയും കാലമായിരുന്നു 1948–50. കമ്യൂണിസ്റ്റുകാരെ ജയിലിലിട്ടടക്കുകയും ആ കാലത്ത് നടന്ന സമരത്തെയും അതിന് നേതൃത്വം നൽകിയ കമ്യൂണിസ്റ്റ് പാർട്ടിയെയും കർഷകസംഘത്തെയും അടിച്ചമർത്തുകയും ചെയ്യാൻ അധികാരിവർഗം മുന്നോട്ടുവന്നു. എം എസ് പിയും കോൺ

ഗ്രസ് ഗുണ്ടകളും കൊള്ളയും പിടിച്ചുപറിയും നടത്തി നാടു മുഴുവൻ അഴിഞ്ഞാട്ടം നടത്തി. ജനങ്ങൾ ഭയവിഹ്വലരായി വഴിനടക്കാൻപോലും ഭയപ്പെട്ടു. സാധാരണക്കാർക്കുപോലും ഒരു സ്ഥലത്തുനിന്ന് മറ്റൊരു സ്ഥലത്തേക്ക് സഞ്ചരിക്കുവാൻ കോൺഗ്രസുകാരുടെ തിട്ടൂരം വാങ്ങേണ്ടിയിരുന്നു. മർദ്ദനങ്ങളുടെയും ക്രൂരകൃത്യങ്ങളുടെയും ഫലമായി ഭയവിഹ്വലരായിരുന്ന ജനതയെ ഉയർത്തിക്കൊണ്ടുവരുന്നതിന് എ കെ ജി ഒരു കൊടുങ്കാറ്റുപോലെ നാടാകെ പര്യടനം നടത്തി. മർദ്ദകന്മാരെയും കൊലയാളികളെയും വെല്ലുവിളിച്ചുകൊണ്ട് എ കെ ജി നടത്തിയ പര്യടനം നമ്മുടെ പ്രസ്ഥാനത്തിന് പുതുജീവനും ഉയിർത്തെഴുന്നേൽപ്പിനുള്ള പ്രചോദനവും നൽകി. പേടിച്ചരണ്ട ജനങ്ങൾക്ക് തന്റേടവും ധൈര്യവും പകർന്നുകൊടുത്തു.

മലബാറിലെ പര്യടനത്തിനു ശേഷം എ കെ ജി മറ്റു സംസ്ഥാനങ്ങളിലും പര്യടനം നടത്തി. ഇതിനിടയിൽ 1951-ൽ ജയിലിൽ നിന്നും വിമോചിതരായ, പല സ്റ്റേറ്റുകളിലും ഉള്ള കർഷകസംഘം പ്രവർത്തകരുടെ ഒരു യോഗം കൽക്കത്തയിൽ ബങ്കിം മുഖർജി വിളിച്ചുചേർത്തു. ആ യോഗത്തിൽ കേരളത്തിൽ നിന്ന് ഈ ലേഖകനും ഇ ഗോപാലനും പങ്കെടുത്തു. പല സ്റ്റേറ്റുകളിൽ നിന്ന് എത്തിച്ചേർന്ന പ്രവർത്തകരുടെ ആ സ്പെഷ്യൽ കൺവെൻഷനിൽ എ കെ ജിയാണ് അധ്യക്ഷത വഹിച്ചത്. രാജ്യത്തിലെ പ്രസ്ഥാനത്തിന്റെ ഗതിവിഗതികളെ സംബന്ധിച്ച് ചർച്ച ചെയ്തശേഷം ഭാവിപരിപാടികളെക്കുറിച്ച് ആ കൺവെൻഷൻ തീരുമാനങ്ങളെടുത്തു. എ കെ ജിയെ പ്രസിഡന്റായും ബങ്കിം മുഖർജിയെ സെക്രട്ടറിയായും ആ കൺവെൻഷൻ തെരഞ്ഞെടുത്തു. കർഷക പ്രസ്ഥാനത്തിന്റെ തുടക്കം മുതൽ ഏത് പ്രതികൂല സാഹചര്യങ്ങളിലും, പതറാതെ മുന്നോട്ടുപോകാനുള്ള കരുത്തും പ്രചോദനവും പ്രദാനം ചെയ്തുകൊണ്ട് മലബാറിലാകെ അതിതീക്ഷ്ണമായ പോരാട്ടങ്ങളിലൂടെ തന്റെ സ്വന്തം വ്യക്തിമുദ്ര പതിപ്പിച്ച എ കെ ജി അങ്ങനെ അഖിലേന്ത്യാ കിസാൻ സഭാ പ്രസിഡണ്ടായി.

അഖിലേന്ത്യാ കിസാൻ സഭയുടെ പ്രസിഡണ്ടായി കഴിഞ്ഞ ഉടൻ, ഭൂമിക്കുവേണ്ടി പോരാടിയ തെലങ്കാനയിലെ കൃഷിക്കാരെ കാണുന്നതിനും ഹൈദരാബാദിലെ നൈസാമിന്റെയും സൊക്കാർ ഗുണ്ടകളുടെയും പിന്നീട് കോൺഗ്രസ് സർക്കാരിന്റെയും ഭീകരമർദ്ദനങ്ങൾക്കിരയായ സഖാക്കളെ ആശ്വസിപ്പിക്കുന്നതിനുമാണ് എ കെ ജി പോയത്.

ജീവൻ പണയംവെച്ച് 1948 മുതൽ പൊരിഞ്ഞ പോരാട്ടം നടക്കുകയായിരുന്ന തെലങ്കാനാ സമരഭൂമിയിലേക്ക് കർഷകസംഘത്തിന്റെ സന്ദേശവുമായി എ കെ ജി കടന്നുചെന്നു. അവിടത്തെ സഖാക്കൾക്ക് നിലവിലുള്ള സ്ഥിതിയെക്കുറിച്ചും ഭാവിയെക്കുറിച്ചും വ്യക്തമായ ധാരണ ഉളവാക്കാൻ എ കെ ജിയുടെ പര്യടനം പര്യാപ്തമായി.

1952-ൽ കാസർകോട് നിന്ന് പാർലമെന്റിലേക്ക് തെരഞ്ഞെടുക്കപ്പെട്ടശേഷവും പ്രതിപക്ഷനേതാവെന്ന നിലയിലുള്ള ഭാരിച്ച ഉത്തരവാദിത്തങ്ങൾക്കിടയിലും കൃഷിക്കാരുടെ ആവശ്യങ്ങൾ സംരക്ഷിക്കുന്നതി

നു വേണ്ടി നടന്ന എല്ലാ പോരാട്ടങ്ങളിലും സമരമുഖങ്ങളിലും എ കെ ജി മുന്നണിയിൽ തന്നെയുണ്ടായിരുന്നു.

ഭക്രാനംഗൽ പദ്ധതിയുടെ പേരിൽ അവിടെനിന്നും ഒഴിപ്പിക്കപ്പെട്ട പട്ടിണിപ്പാവങ്ങളെ പുനരധിവസിപ്പിക്കുന്നതിനും അവർക്ക് നഷ്ടപ്പെട്ട ഭൂമി തിരിച്ചുകിട്ടുന്നതിനും വേണ്ടി പാർലമെന്റിനകത്തും പുറത്തും ശക്തമായ പോരാട്ടമാണ് എ കെ ജി നടത്തിയത്. അമൃതസറിൽ നടന്ന അഖിലേന്ത്യാ കർഷക സമ്മേളനം കഴിഞ്ഞ് ഭക്രാനംഗലിൽ ഒഴിപ്പിക്കലിനെതിരായ സമരം ഊർജിതപ്പെടുത്തുന്നതിന് അങ്ങോട്ടുതിരിച്ച എ കെ ജിയോടൊപ്പം ഈ ലേഖകനും എ കെ പൊതുവാളും സമ്മേളനത്തിൽ പങ്കെടുത്ത മറ്റു ചില പ്രതിനിധികളും പോയിരുന്നു. അവിടെയുള്ള കൃഷിക്കാരുടെ നിർബന്ധപ്രകാരം ഇടക്കിടെ ഹിന്ദിവാക്കുകളുപയോഗിച്ചുകൊണ്ടുള്ള അന്നത്തെ അദ്ദേഹത്തിന്റെ ഇംഗ്ലീഷ് പ്രസംഗം ഞാൻ ഇന്നും ഓർമ്മിക്കുന്നു. പഞ്ചാബിലെ ബെറ്റർമെന്റ് ലെവിക്കെതിരായി നടന്ന സമരത്തിന്റെയും ധീരനായകൻ അദ്ദേഹം തന്നെയായിരുന്നു. 1960-ൽ നിലവിൽ വന്ന കോൺഗ്രസ് ഗവൺമെന്റ് അമരാവതിയിലെ നൂറുകണക്കായ കുടുംബങ്ങളെ പെരുമഴയത്ത് പൊതുവഴിയിൽ വലിച്ചെറിഞ്ഞപ്പോൾ അവരെ രക്ഷിക്കാൻ ഈ കുടിയിറക്കലിനെതിരായി തന്റെ പ്രിയപ്പെട്ട ജീവൻ തൃണവൽഗണിച്ചുകൊണ്ട് കോരിച്ചൊരിയുന്ന മഴയെയും മരംകോച്ചുന്ന മഞ്ഞിനെയും കൂട്ടാക്കാതെ ഉപവാസയജ്ഞം നടത്തിയതും ആ മഹാനായ വിപ്ലവകാരി തന്നെയായിരുന്നു.

1959-ൽ കേരള ഗവൺമെന്റ് പാസാക്കിയ കാർഷികബന്ധബിൽ നിയമമാക്കി നടപ്പാക്കുന്നതിന് ഗവൺമെന്റിനെ നിർബന്ധിക്കുന്നതിനുവേണ്ടി മഞ്ചേശ്വരത്തുനിന്ന് തിരുവനന്തപുരം വരെ ഒരു കാൽനട ജാഥ അദ്ദേഹം നയിച്ചു. സി എച്ചും പന്തളം പി ആറുമായിരുന്നു ജാഥയുടെ വൈസ് ക്യാപ്ടൻമാർ. കർക്കിടകത്തിലെ പേമാരിയെ കൂസാതെ നടത്തിയ ആ ജാഥ കേരള ജനതയുടെ മനസിലെ മായാത്ത ഒരു സംഭവമാണ്.

പിന്നീട് ഭൂപരിഷ്കരണബിൽ കേരള നിയമസഭ പാസാക്കിയതിനുശേഷം ആ നിയമത്തിന്റെ ആനുകൂല്യങ്ങൾ നേടിയെടുക്കുന്നതിനുവേണ്ടി നടത്തിയ സമരത്തിലും അദ്ദേഹം നായകത്വം വഹിച്ചു.

1969 ഡിസംബർ 14, 15 എന്നീ തീയതികളിൽ പുന്നപ്രയിലെ മണലാരണ്യത്തിൽ തടിച്ചുകൂടിയ ജനലക്ഷങ്ങളോട് അവകാശങ്ങൾ നേടിയെടുക്കുന്നതുവരെ നിരന്തരമായും പോരാടാൻ ആ ധീരനായകൻ ആഹ്വാനം ചെയ്തു. ആ സമരത്തിന്റെ തുടർച്ചയായി പിന്നീട് നടന്ന സമരത്തിലും മിച്ചഭൂമി എടുത്ത് വിതരണം ചെയ്യുന്നതിന് ഗവൺമെന്റിനെ നിർബന്ധമാക്കുന്നതിനുവേണ്ടി ഫാദർ വടക്കൻ തുടങ്ങിയവരോടൊത്ത് കേരളവ്യാപകമായ പ്രചാരണജാഥക്ക് അദ്ദേഹം നേതൃത്വം നൽകി. കേരളമാകെ അലയടിച്ചുയർന്ന മിച്ചഭൂമി സമരത്തിൽ മുടവൻമുകൾ കൊട്ടാരപ്പറമ്പിലെ അവിസ്മരണീയവും ഐതിഹാസികവു

മായ സമരമുഹൂർത്തങ്ങൾ സൃഷ്ടിച്ചതും ആ ധീരവിപ്ലവ നേതാവ് തന്നെയായിരുന്നു.

അരനൂറ്റാണ്ടുകാലത്തെ തന്റെ സുദീർഘമായ രാഷ്ട്രീയജീവിതത്തിൽ രാജ്യത്തിന്റെ സ്വാതന്ത്ര്യത്തിനും വേണ്ടിയെന്നപോലെതന്നെ മർദ്ദിതവർഗത്തിന്റെ മോചനത്തിനുവേണ്ടിയും അദ്ദേഹം പോരാടി. എഴുപത് ശതമാനത്തിലധികം വരുന്ന കർഷകജനതയുടെ ശാശ്വത മോചനത്തിനും അഭ്യുന്നതിക്കും പടവെട്ടിയ ആ ധീരവിപ്ലവകാരിയുടെ നാമം, മർദ്ദിതവർഗം, പ്രത്യേകിച്ചും കൃഷിക്കാർ മനസിൽ മായാതെ സൂക്ഷിക്കുമെന്നതിൽ സംശയമില്ല.

അന്ത്യശ്വാസം വലിക്കുന്നതുവരെയും അഖിലേന്ത്യാ കിസാൻ സഭാ പ്രസിഡണ്ടായിരുന്ന അദ്ദേഹം അത്രയ്ക്ക് കർഷകജനതയുടെ ആശയും ആവേശവും പ്രചോദനവും ആയിരുന്നു.

(കേരള കർഷകസംഘം പ്രസിദ്ധീകരിച്ച എ കെ ജി സ്മാരക സുവനീർ, 1978)

എ കെ ജിയെപ്പറ്റി ചില ഓർമ്മക്കുറിപ്പുകൾ

പവനൻ

ജീവിതകാലത്തുതന്നെ ഒരു ഇതിഹാസപുരുഷനായിത്തീർന്ന ദേശീയ നേതാവാണ് എ കെ ജി. ജനകീയസമരങ്ങളുടെ അഗ്നിപരീക്ഷകളിലൂടെയാണ് അദ്ദേഹം മഹത്വത്തിലേക്കുള്ള സാക്ഷ്യപത്രങ്ങൾ നേടിയത്. ആദ്യം കേരളത്തിലും പിന്നീട് ഇന്ത്യയിലും ഒരു കൊടുങ്കാറ്റുപോലെയാണ് അദ്ദേഹം ആഞ്ഞടിച്ചത്. ആ കൊടുങ്കാറ്റിൽപെട്ട് കടപുഴകിയ യാഥാസ്ഥിതിക വൻമരങ്ങളുടെ എണ്ണം ഒട്ടും കുറവല്ല.

ആളുകൾ അലസരായി, സ്വസ്ഥരായി ഇരിക്കുന്നത് അദ്ദേഹത്തിനിഷ്ടമായിരുന്നില്ല. അങ്ങനെയുള്ള 'ഇരുത്തം' പുരോഗതിക്ക് അനുകൂലമല്ലെന്ന് അദ്ദേഹത്തിനറിയാമായിരുന്നു. അതുകൊണ്ടുതന്നെ ജനങ്ങളുടെ പ്രശ്നങ്ങളെ കണ്ടെത്താനും അവയ്ക്ക് പരിഹാരമുണ്ടാക്കുവാനും അദ്ദേഹം സ്വജീവിതം ഉഴിഞ്ഞുവെച്ചു. രാഷ്ട്രീയരംഗത്ത് കാറ്റും കോളുമുണ്ടാകുമ്പോഴാകട്ടെ, താൻ തുഴയുന്നത് കൊതുമ്പുതോണിയോ പത്തേമാരിയോ എന്നു നോക്കാതെ ആഴക്കടലിൽതന്നെ അദ്ദേഹം ചെന്നിറങ്ങുമായിരുന്നു. സാമർഥ്യം കപ്പിത്താന്റേതാണ്.

കുട്ടിക്കാലം മുതൽക്കേ കാണാനും കേൾക്കാനും തുടങ്ങിയ ഈ നേതാവുമായി ഞാൻ അടുത്തിടപഴകാൻ ആരംഭിച്ചത് ഇന്ന് ഇന്ത്യൻ ഭരണഘടന പഠിക്കുന്ന നിയമവിദ്യാർഥികൾക്ക് സുപ്രധാനമായിത്തീർന്നിട്ടുള്ള "എ കെ ഗോപാലൻ വേഴ്സസ് ദ സ്റ്റേറ്റ്" എന്ന പ്രസിദ്ധമായ കേസിന്റെ കാലത്താണ്. മദ്രാസ് ഹൈക്കോടതിയിൽ ഒരു കേസ് നടന്നുകൊണ്ടിരിക്കെ എ കെ ജിയെ കാണുന്നത് ഒരു നിത്യസംഭവമായിത്തീർന്നു. അവസാനം അദ്ദേഹം കേസിൽ വിജയിച്ചു. "റാവു ആന്റ് റെഡ്ഡി" എന്ന പ്രസിദ്ധമായ അഭിഭാഷക സ്ഥാപനത്തിന്റെ ആപ്പീസിൽ വിശ്രമിക്കുകയായിരുന്നപ്പോൾ പുറത്ത് നിൽക്കുകയായിരുന്ന എന്നെ ആളയച്ചു വിളിപ്പിക്കുകയാണുണ്ടായത്.

ഞാൻ ചെന്നപ്പോൾ അദ്ദേഹം രാഷ്ട്രീയമൊന്നും പറഞ്ഞില്ല. ഞാൻ താടി നീട്ടിയതിനെപ്പറ്റി കാര്യമായി ചോദിച്ചു. എ കെ ജിയുടെ കേസ് കോടതിയിൽ വന്ന കാലത്ത് ഞാൻ താടിവെച്ചിരുന്നില്ല. എന്നാൽ കേസ് നടന്നുകൊണ്ടിരിക്കെ എന്റെ താടി നീണ്ടു. യഥാർഥത്തിൽ ആ താടിനീട്ടലിന്റെ പിന്നിൽ എ കെ ജി കേസ് ജയിക്കണമെന്ന ഒരു പ്രതിജ്ഞ കൂടിയുണ്ടായിരുന്നു. കേസ് ജയിച്ചശേഷവും താടി എടുത്തുകളയുവാൻ എനിക്ക് തോന്നിയില്ല. അത് തടവിക്കൊണ്ടിരിക്കുന്നതിൽ എനിക്കൊരു സുഖം തോന്നിയിരുന്നു. അത് എനിക്കൊരു അസാധാരണ പരിവേഷം തരുന്നു എന്ന തോന്നലുമുണ്ടായിരുന്നു.

എ കെ ജി താടിക്കാര്യം ചോദിച്ചപ്പോൾ ഞാൻ സത്യം പറഞ്ഞു. എന്നാൽ കേസ് ജയിച്ചശേഷവും അത് എടുത്തുകളയാതിരുന്നതിന്റെ കാരണം പറഞ്ഞില്ല. "ഞാൻ കേസിൽ ജയിച്ചില്ലേ? ഇനി അത് എടുത്തുകളയണം." അദ്ദേഹം നിർബന്ധപൂർവംതന്നെ പറഞ്ഞു. എന്നിട്ടദ്ദേഹം മറ്റുള്ളവർ കേൾക്കെ എന്നെ കളിയാക്കി, "ഇയാളുടെ വിചാരം ഞാൻ കേസിൽ ജയിച്ചത് ഇയാൾ താടി നീട്ടിയതുകൊണ്ടാണ് എന്നാണ്. ഇയാളുടെ താടികണ്ട് ജഡ്ജി പേടിച്ചാണത്രെ അദ്ദേഹം എനിക്കനുകൂലമായി വിധി എഴുതിയത്. വക്കീലും ഞാനും വാദിച്ചത് വെറുതെ."

എ കെ ജി 'ഹാഫ് മീശ' വെച്ചുനടന്ന കാലത്തെപ്പറ്റി ഞാനിപ്പോൾ ഓർക്കുന്നു. (അദ്ദേഹം വിവാഹം കഴിഞ്ഞ് കുറെക്കാലത്തിനുശേഷമാണ് ആ 'ഹാഫ് മീശ' എടുത്തുകളഞ്ഞത്). എ കെ ജിയുടെ ഈ 'ഹാഫ് മീശ' (വടക്കേ മലബാറിൽ അതിനെ അങ്ങനെയാണ് വിളിക്കുക) വളരെ പ്രസിദ്ധവുമായിരുന്നു. അദ്ദേഹത്തെ അനുകരിച്ച് വടക്കേ മലബാറിലെ പല കമ്യൂണിസ്റ്റുകാരും അന്ന് 'ഹാഫ് മീശ' വെച്ചുനടക്കാറുമുണ്ടായിരുന്നു. (ഞാനും കുറെക്കാലം) ഈ അനുകരണത്തിന്റെ അടിമയായിരുന്നു.)

'എന്റെ താടിപ്രശ്ന'ത്തിന് മദ്രാസിൽവെച്ച് പ്രതിവിധിയുണ്ടായില്ല. ഏതാണ്ട് ഒരു കൊല്ലം കഴിഞ്ഞ് ഞാൻ കേരളത്തിൽ വന്നപ്പോൾ എ കെ ജിയെ കോഴിക്കോട്ടുവെച്ച് കണ്ടു. എന്നെ കണ്ടതും എന്റെ താടിയെപ്പറ്റിയുള്ള പരിഹാസം ആരംഭിച്ചതും ഒരുമിച്ചായിരുന്നു. "ഇയാളെ ഇപ്പോൾതന്നെ പിടിച്ച് ബാർബറുടെ അടുത്തുകൊണ്ടുപോകണം." അദ്ദേഹം തീർത്തുപറഞ്ഞു.

ഞാൻ ഈ അനുഭവം ഇവിടെ എടുത്തുപറഞ്ഞത് എ കെ ജിയുടെ വ്യക്തിത്വത്തിന്റെ ഒരു സവിശേഷഭാവം ഉന്മൂലനം ചെയ്യുവാനാണ്. അദ്ദേഹം കേഡറുകളെ സമീപിച്ചത് മാർക്സിസം - ലെനിനിസത്തിന്റെ ഗഹനവശങ്ങളെപ്പറ്റി ക്ലാസെടുത്തുകൊണ്ടായിരുന്നില്ല. തന്റെ ജീവിതത്തിൽ തനിക്ക് കാണാനും ഇടപെടാനും ഇടയായ എല്ലാ ആളുകളുമായും അദ്ദേഹം പുലർത്തിയത് വ്യക്തിപരമായ ബന്ധമാണ്. അമ്മയുടെ സുഖക്കേട്, കുട്ടികളുടെ എണ്ണം, ജോലിയുടെ സ്വഭാവം, വ്യക്തിപരമായ പ്രശ്നങ്ങൾ ഇങ്ങനെ പലതുമാണ് അദ്ദേഹം അവരു

മായി സംസാരിച്ചത്. ആദ്യത്തെ പരിചയംകൊണ്ടുതന്നെ തന്റെ മുമ്പിലിരിക്കുന്ന ആളുടെ വ്യക്തിപരമായ ബലദൗർബല്യങ്ങൾ അദ്ദേഹം അളന്നിരിക്കും. ദൗർബല്യങ്ങളെ അദ്ദേഹം കഠിനമായി കളിയാക്കും. എന്നാൽ അയാളുടെ കഴിവുകളെ അദ്ദേഹം ശരിക്കും മനസിലാക്കും. ആ കഴിവുകൾക്കനുസരിച്ച് ചുമതലകൾ അയാളെ ഏല്പിക്കുന്നതിന് അദ്ദേഹം പ്രത്യേകം ശ്രദ്ധിക്കും. അങ്ങനെ ചുമതലകളിലേർപ്പെട്ടവർ ആത്മീയമായി അദ്ദേഹവുമായി ബന്ധപ്പെട്ടുകഴിഞ്ഞിരിക്കും. അദ്ദേഹത്തിനു വേണ്ടി എന്തുചെയ്യാനും അവർ മടിക്കുകയില്ല. അദ്ദേഹത്തിന്റെ കണ്ണിൽ തങ്ങൾ താണുപോകരുതെന്ന് അവർക്ക് നിർബന്ധമാണ്. അങ്ങനെയുള്ളവർ പാർട്ടിയുമായി ബന്ധപ്പെട്ടതുകൊണ്ട് അവരുടെ കുടുംബം കഷ്ടപ്പെട്ടു പോകരുതെന്ന് എ കെ ജിക്ക് നിർബന്ധമായിരുന്നു. വ്യക്തിപരമായ പ്രശ്നങ്ങളെപ്പറ്റി അദ്ദേഹം സംസാരിക്കുന്നത് ഒരു ഫാഷനുവേണ്ടിയല്ല. തന്നെക്കൊണ്ടാവുന്ന സഹായം, അത് പാർട്ടി മുഖാന്തിരമായാലും ശരി, പുറമെയുള്ളവർ മുഖാന്തിരമായാലും ശരി, എത്തിക്കുവാൻ അദ്ദേഹം ശ്രദ്ധിച്ചിരുന്നു. ഇതേ സമീപനത്തിന്റെ വിശാലമായ ഒരു പതിപ്പാണ് പൊതുജീവിതത്തിലും അദ്ദേഹം കൈക്കൊണ്ടത്.

ഉദാഹരണങ്ങളെത്രയെങ്കിലുമുണ്ട്. പെട്ടെന്ന് ഓർമ്മയിൽ വരുന്നത് അമരാവതിയിലെ സത്യഗ്രഹമാണ്. അയ്യപ്പൻ കോവിലിലെ ഒഴിപ്പിക്കലും അതിനു വിധേയരായവരുടെ കഷ്ടപ്പാടുകളും അദ്ദേഹത്തിന്റെ ശ്രദ്ധയിൽപ്പെട്ടത് പത്രങ്ങൾ മുഖേനയാണ്. അവിടെ ഒഴിപ്പിക്കപ്പെട്ടവരുടെ അവകാശങ്ങൾക്കുവേണ്ടി സമരം നടത്തിയിരുന്നത് കമ്യൂണിസ്റ്റ് വിരുദ്ധ മുന്നണിയായിരുന്നു. എ കെ ജി അവിടെപ്പോയത് സ്ഥിതിഗതികൾ നേരിട്ട് മനസിലാക്കുവാനാണ്. പക്ഷേ നേരിട്ടുപോയി സ്ഥിതിഗതികൾ കണ്ടപ്പോൾ പാവങ്ങളുടെ പടത്തലവനായ ആ മനുഷ്യസ്നേഹിക്ക് തിരിച്ചുവരാൻ തോന്നിയില്ല. അദ്ദേഹം ആരോടും പറയാതെയും ആരോടും ചോദിക്കാതെയുമാണ് ആ ഐതിഹാസികമായ നിരാഹാരസമരത്തിലേക്ക് എടുത്തുചാടിയത്.

അന്നത്തെ ആ എടുത്തുചാട്ടം മറ്റാരെയുംകാൾ കുഴപ്പത്തിലാക്കിയത് കമ്യൂണിസ്റ്റ് പാർട്ടി നേതൃത്വത്തെത്തന്നെയായിരുന്നു. പാർട്ടിക്ക് തീരെ സ്വാധീനമില്ലാത്ത ഒരു പ്രദേശം. സമരം ചെയ്യുന്നത് വിരുദ്ധമുന്നണി. പ്രതിഭാഗത്തുള്ളതോ, ആ പ്രദേശങ്ങളിൽതന്നെ നല്ല സ്വാധീനമുള്ള കോൺഗ്രസ് വിഭാഗത്തിന്റെ നേതാവായ പി ടി ചാക്കോ. പട്ടം താണുപിള്ളയാണ് അന്ന് മുഖ്യമന്ത്രി. ബഹുജനസമരത്തിന്റെ ഭാഗമാകാത്ത വ്യക്തിസത്യഗ്രഹം, പ്രത്യേകിച്ചും നിരാഹാരസമരം, പ്രയോജനരഹിതമാണെന്ന് പാർട്ടി പൊതുവെ കരുതുന്നുമുണ്ട്. എന്നാൽ സമരമാരംഭിച്ചത് എ കെ ജിയാകുമ്പോൾ ഈ ആലോചനക്കെന്ത് പ്രസക്തി? പാർട്ടിക്ക് ഇടപെടേണ്ടിവന്നു. അമരാവതി സമരം കേരളത്തിന്റെ മുഴുവൻ സമരമായി മാറി. ഇന്ത്യയൊട്ടുക്ക് അതിന്റെ അലകളുയർന്നു. ക്രമേണ ഇന്ത്യയുടെ മുഴുവൻ കണ്ണുകളും അമരാവതിയിലേക്കായി.

ഗവൺമെന്റിന് അടിയറവ് പറയേണ്ടിവന്നു. ശക്തനായ പി ടി ചാക്കോ മുട്ടുമടക്കി. സമരത്തിന്റെ തുടക്കത്തിൽ തന്റെ പതിവ് പരപുച്ഛത്തോടെ 'ആരാണീ എ കെ ഗോപാലൻ?' എന്ന് ചോദിച്ച താണുപിള്ളക്ക് ഗോപാലൻ ആരാണെന്ന് താമസിയാതെ മനസിലായി. പ്രശ്നപരിഹാരത്തിന് ചാക്കോതന്നെ മുൻകയ്യെടുത്തു. അങ്ങനെ ജനസേവനത്തിന്റെ അഗ്നിപരീക്ഷയിൽ മറ്റൊരു മഹാവിജയം കൂടി നേടിക്കൊണ്ട് എ കെ ജി പുറത്തിറങ്ങി.

ഭരിക്കുന്നതാര് എന്നു നോക്കിയല്ല അദ്ദേഹം സമരം ചെയ്യുന്നത്. സ്റ്റേറ്റ് എപ്പോഴും ആരുടെ കൈകളിലായാലും ഏറെക്കുറെ യാഥാസ്ഥിതികമായേ പെരുമാറുകയുള്ളൂ എന്ന് അദ്ദേഹത്തിനറിയാമായിരുന്നു. അതിനാൽ കമ്യൂണിസ്റ്റ് ഗവൺമെന്റിന്റെ കാലത്ത് സ്റ്റേറ്റിനെ അദ്ദേഹം വിമർശിച്ചിട്ടുണ്ട്. ബ്യൂറോക്രസിയായിരുന്നു അദ്ദേഹത്തിന്റെ ശത്രു. ബ്യൂറോക്രസിക്കെതിരായ സമരം ജനങ്ങളെ ആവേശം കൊള്ളിക്കുമെന്ന് അദ്ദേഹം അനുഭവത്തിലൂടെ പഠിച്ചിട്ടുണ്ട്. അതിനാൽ സമരം നടത്തുമ്പോഴും പ്രക്ഷോഭം നയിക്കുമ്പോഴും അതാതുസ്ഥലത്തെ ഉദ്യോഗസ്ഥ ദുഷ്പ്രഭുക്കളെ പേരുപറഞ്ഞുകൊണ്ടുതന്നെ അദ്ദേഹം കളിയാക്കിപ്പോന്നു. ഗവൺമെന്റിരിക്കുന്നത് മദ്രാസിലോ തിരുവനന്തപുരത്തോ ദൽഹിയിലോ ആവാം. ഗവൺമെന്റിനെപ്പറ്റിയുള്ള വിമർശനം ഉദ്യോഗസ്ഥൻമാരെ അത്രയൊന്നും പൊള്ളലേൽപ്പിച്ചു എന്നു വരുന്നതല്ല. എന്നാൽ അവർ ചെയ്ത അനീതികൾക്കും അവരുടെ മർദ്ദനമുറകൾക്കും എതിരെ മുഖംനോക്കി വിമർശനം നടത്തുമ്പോൾ സ്ഥിതി അതല്ല, തങ്ങളുടെ മർദ്ദകനെ മുഖംനോക്കി വിമർശിക്കുന്ന നേതാവിനെ കാണുമ്പോൾ ജനങ്ങൾ ആവേശം കൊള്ളും. അവരുടെ ആത്മവിശ്വാസം വീണ്ടെടുക്കുവാൻ അത് സഹായിക്കുകയും ചെയ്യും.

എ കെ ജി ഭീകരഭരണങ്ങളുടെ അന്തകനാണ്. പൊലീസ് മർദ്ദനം നടക്കുന്നേടത്ത് എ കെ ജി എത്തിയാൽ മർദ്ദനംകൊണ്ട് ഭയപ്പെടുന്നവർക്കുപോലും ധൈര്യം താനേ കൈവരും. എനിക്ക് പെട്ടെന്നോർമ്മ വന്നത് ബോംബെയിലെ ഒരു സംഭവമാണ്. ഇന്നത്തെ ഇന്ത്യൻ പ്രധാനമന്ത്രി മൊറാർജി ദേശായി ആയിരുന്നു അന്ന് ബോംബെ മുഖ്യമന്ത്രി. സംയുക്ത മഹാരാഷ്ട്ര സ്റ്റേറ്റിനുവേണ്ടി മറാത്തി ജനത അന്ന് ബോംബെ നഗരവീഥികളിൽ ബാരിക്കേഡുകൾ ഉയർത്തി. ഇന്ത്യ കണ്ട ജനകീയസമരങ്ങളിൽ ഏറ്റവും ഉജ്ജ്വലമായ ഒരു സമരമായിരുന്നു അന്ന് ബോംബെയിൽ നടന്നത്. മൊറാർജിയുടെ പൊലീസ് ലാത്തിയും തോക്കുംകൊണ്ട് സമരത്തെ നേരിട്ടു. ഡസൻകണക്കിന് പൗരൻമാർ വെടിവെച്ച് കൊല്ലപ്പെട്ടു. നിശാനിയമം നാടുഭരിച്ചു. ജനനേതാക്കളൊക്കെ കാരാഗൃഹങ്ങളിലായി. ഭീകരഭരണത്തിൽപെട്ട ജനങ്ങൾ നാവനക്കാതെയായി. സംസ്ഥാനം മുഴുവൻ ഭീതി തളംകെട്ടിനിന്നു. ഈ രംഗത്താണ് എ കെ ജി എത്തുന്നത്. അദ്ദേഹം വന്നയുടൻ അന്തരീക്ഷത്തിൽ ചലനമുണ്ടായി, ഗവർണർക്ക് നിവേദനം നൽകി. നരനായാട്ടിനെ

തിരെ പ്രസ്താവനയുണ്ടായി. ഇന്ത്യൻ ജനതയുടെ ശ്രദ്ധ അദ്ദേഹം ബോംബെയിലേക്ക് തിരിച്ചു. ജനങ്ങൾക്ക് ആത്മവിശ്വാസം വീണ്ടുകിട്ടി. ഇങ്ങനെ എത്രയെത്ര സംഭവങ്ങൾ.

എ കെ ജിയുടെ വ്യക്തിത്വത്തിന്റെ മറ്റൊരു പ്രത്യേകത അദ്ദേഹത്തിന്റെ അഭിഗമ്യതയായിരുന്നു. തന്നെ സമീപിക്കുന്ന ആളുടെ വലുപ്പമോ ചെറുപ്പമോ അദ്ദേഹത്തിനൊരിക്കലും ഒരു പ്രശ്നമായിരുന്നില്ല. ഏത് തിരക്കിനിടയിലും പരിചയക്കാരെ കാണാനും കുശലം പറയാനും അദ്ദേഹം സമയം കണ്ടെത്തുമായിരുന്നു. അതിൽ കക്ഷിരാഷ്ട്രീയത്തിന്റെ കറയൊട്ടുമുണ്ടായിരുന്നില്ല. പാർട്ടി രണ്ടായതിനു ശേഷവും സി പി ഐയിൽ ഉണ്ടായിരുന്ന തന്റെ പഴയ സഖാക്കളുമായുള്ള വ്യക്തിബന്ധം അദ്ദേഹം നിലനിർത്തി. കേരളത്തിലെ കമ്യൂണിസ്റ്റ് പ്രസ്ഥാനത്തിന്റെ അണികളധികവും പാർട്ടി രണ്ടായപ്പോൾ മാർക്സിസ്റ്റ് പാർട്ടിയോടൊപ്പം നിൽക്കാൻ കാരണം എന്തായിരുന്നുവെന്ന കാര്യത്തെപ്പറ്റി പല അഭിപ്രായങ്ങളുമുണ്ട്. എന്നാൽ എ കെ ജി എന്ന ഗുരുത്വാകർഷണകേന്ദ്രം മാർക്സിസ്റ്റ് പാർട്ടിയിലായിരുന്നു എന്നത് ഇതിനുള്ള ഒരു പ്രധാന കാരണമായിരുന്നു എന്ന് ഞാൻ കരുതുന്നു. സാമ്രാജ്യത്വവിരുദ്ധ സമരത്തിലും അധ്വാനിക്കുന്നവർക്കും ഭാരം ചുമക്കുന്നവർക്കും നല്ല നാളെയുണ്ടാക്കുവാൻ വേണ്ടി നടന്ന സമരങ്ങളിലും അജയ്യനും അക്ഷീണനുമായി പ്രവർത്തിച്ച് മർദ്ദിതലക്ഷങ്ങളുടെ വിശ്വാസം നേടിയ ആ വീരനേതാവ് മാർക്സിസ്റ്റ് പാർട്ടിയിലാണെന്ന് കണ്ടപ്പോൾ അണികളുടെ രാഷ്ട്രീയചായ്‌വ് അങ്ങോട്ടായതിൽ അദ്ഭുതപ്പെടുവാനില്ല. സി പി ഐയിൽ അവശേഷിച്ച അദ്ദേഹത്തിന്റെ മുൻസഹപ്രവർത്തകർക്ക് ഇതൊരു കയ്പ്ഗുളികയായിരുന്നു. എ കെ ജിയെ എതിർക്കാതെ മാർക്സിസ്റ്റ് പാർട്ടിയെ എതിർക്കാനാവുമായിരുന്നില്ല. എ കെ ജിയോടുള്ള ബഹുമാനക്കുറവ് കൊണ്ടല്ല, സ്വന്തം രാഷ്ട്രീയാദർശത്തോടുള്ള കൂടുതൽ കൂറുകൊണ്ടാണ് ഈ എതിർപ്പുണ്ടായത്. എന്നിട്ടും എന്നെപ്പോലുള്ള പലർക്കും അദ്ദേഹത്തിന്റെ സ്നേഹബന്ധം നഷ്ടപ്പെട്ടില്ല എന്നതിൽ എത്രമാത്രം അഭിമാനമുണ്ടായിരുന്നുവെന്നോ?

പാർട്ടി രണ്ടായി പിളർന്നതിനെ തുടർന്ന് *ദേശാഭിമാനി*യിൽ നിന്ന് പുറത്താക്കപ്പെട്ട അവസരത്തിൽ, അഷ്ടിക്ക് നടന്ന കാലത്ത്, ഒരു ദിവസം അദ്ദേഹം എന്നെ കണ്ടു. എന്റെ രാഷ്ട്രീയാഭിപ്രായം മാറ്റുവാൻ തനിക്ക് സാധിക്കുകയില്ലെന്ന് അദ്ദേഹത്തിനറിയാമായിരുന്നു. അതുകൊണ്ട് അദ്ദേഹം അതേപ്പറ്റി ഒന്നും പറഞ്ഞില്ല. പക്ഷേ എന്റെ വ്യക്തിപരമായ പ്രയാസങ്ങൾ അദ്ദേഹത്തിന് മനഃപ്രയാസമുണ്ടാക്കിയിരുന്നു. അദ്ദേഹം പറഞ്ഞു: "പവനന് 'ടാസി'ൽ ചേരരുതോ?" രാഷ്ട്രീയവിരോധംകൊണ്ട് കണ്ണുകാണാതായിത്തീർന്നിരുന്ന ഞാൻ ഉടനെ മറുപടി പറഞ്ഞു. "എന്നാൽപിന്നെ കേരളത്തിൽ നിന്ന് എന്റെ ശല്യമൊഴിഞ്ഞുവല്ലോ." ഞാൻ അത് പറയാൻ പാടില്ലായിരുന്നു. എ കെ ജിയെ

എന്റെ മറുപടി വല്ലാതെ വ്യസനിപ്പിച്ചുകാണും. ആ വ്യസനം അദ്ദേഹത്തിന്റെ കണ്ണിൽ നിഴലിക്കുകയും ചെയ്തു. രണ്ടുമൂന്ന് വർഷത്തിനുശേഷം ഞാൻ 'ടാസി'ൽ ചേർന്നപ്പോൾ അദ്ദേഹം മദ്രാസിൽവെച്ച് എന്നെ കണ്ടു. "എന്റെ ഉപദേശം ഇപ്പോൾ സ്വീകരിച്ചു, അല്ലേ?" എന്ന് ചോദിക്കുകയും ചെയ്തു.

ഭാഷ എ കെ ജിക്ക് ഒരു പ്രശ്നമായിരുന്നില്ല. അദ്ദേഹം ഏത് ഭാഷയും സംസാരിക്കും. ഇംഗ്ലീഷ് സംസാരിക്കുമ്പോൾ ചിലപ്പോൾ ചില വാക്കുകൾ കിട്ടിയില്ലെന്നുവരും. അപ്പോൾ യാതൊരു സംശയവുമില്ലാതെ മലയാളപദം അദ്ദേഹം കൂട്ടിച്ചേർക്കും. പ്രസിദ്ധമായ ഭരണഘടനാകേസിനെതുടർന്ന് മദ്രാസ് ഹൈക്കോടതി എ കെ ജിയെ വിട്ടയച്ചപ്പോൾ മദീനാക്കടപ്പുറത്ത് അദ്ദേഹത്തെ അനുമോദിക്കാൻ വമ്പിച്ച ഒരു പൊതുയോഗം നടന്നു. എ കെ ജി ഇംഗ്ലീഷിലാണ് സംസാരിച്ചത്. പ്രസംഗത്തിലൊരിടത്ത് സാധനങ്ങളുടെ വിലക്കയറ്റത്തെപ്പറ്റി സംസാരിക്കവെ മുരിങ്ങക്കോലിന് വിലയേറിയതിനെ പരാമർശിക്കേണ്ടിവന്നു. അദ്ദേഹത്തിന് മുരിങ്ങക്കോലിനെ ഇംഗ്ലീഷിലെന്ത് പറയുമെന്ന് അറിഞ്ഞുകൂടായിരുന്നു. എന്നാൽ കേരളത്തിലെന്നപോലെ തമിഴ്നാട്ടിലും മുരിങ്ങക്കോൽ ഇഷ്ടപ്പെട്ടതും പ്രചാരമേറിയതുമായ ഒരു മലക്കറി വിഭവമാണ്. അതിന്റെ പേർ കൂടി പറയാതിരുന്നാൽ വാദമുഖം വേണ്ടത്ര ഏശുകയില്ല. അദ്ദേഹം സംശയമില്ലാതെ പറഞ്ഞു: "ഈവൻ മുരിങ്ങക്കോൽ ഹേസ് ബിക്കം കോസ്റ്റ്ലി."

മറ്റൊരു സംഭവംകൂടി ഓർമ്മ വരുന്നു. എ കെ ജി സ്വന്തം കേസ് വാദിക്കുന്നതിൽ പലപ്പോഴും നിർബന്ധം പിടിച്ചിരുന്നു. ഇംഗ്ലീഷിലാണ് കേസ് വാദിക്കുക. ഒരിക്കൽ അദ്ദേഹത്തിന്റെ പ്രതിഭാഗം വക്കീൽ ജഡ്ജിയോട് പരാതി പറഞ്ഞു. "ഈ ഇംഗ്ലീഷ് സഹിക്കാൻ വയ്യ." എ കെ ജി ഉടൻ തിരിച്ചടിച്ചു. "ദിസ് ഈസ് നോട്ട് യുവർ പുളിഞ്ചാറുകുടിയൻ ഇംഗ്ലീഷ്." കോടതിയും പരിസരവും പ്രഗൽഭനും ബ്രാഹ്മണനുമായ അഭിഭാഷകന്റെ ചെലവിൽ ഭയങ്കരമായി ചിരിച്ചു എന്നു പറയേണ്ടതില്ലല്ലോ.

എ കെ ജിയുടെ ഭാഷ ജനങ്ങളുടെ ഭാഷയായിരുന്നു. അതുകൊണ്ട് താൻ പറയുന്നതെന്തും ജനങ്ങളെ മനസിലാക്കിക്കുവാൻ അദ്ദേഹത്തിന് എളുപ്പം കഴിയുന്നു. ഓരോ സ്ഥലത്ത് പോകുമ്പോഴും ആ സ്ഥലത്ത് പ്രയോഗിക്കേണ്ട ചില രാഷ്ട്രീയപദങ്ങൾ അതാത് സ്ഥലത്തുവെച്ച് മുൻകൂട്ടിത്തന്നെ അദ്ദേഹം പഠിക്കും. പ്രസംഗം ഇംഗ്ലീഷിലായാലും ഈ പദങ്ങൾ അദ്ദേഹം ഇടക്ക് പ്രയോഗിക്കും. പരിഭാഷകൻ പ്രസംഗം തർജുമ ചെയ്യുന്നതിനുമുമ്പുതന്നെ കാര്യം മനസിലാക്കിയ ജനങ്ങൾ ചിരിക്കാൻ തുടങ്ങും.

അപകർഷതാബോധം അദ്ദേഹത്തെ ഒരിക്കലും തീണ്ടിയിരുന്നില്ല. ആത്മവിശ്വാസം പ്രത്യുൽപന്നമതിത്വവും അദ്ദേഹത്തിന് ആവശ്യത്തിലധികം ഉണ്ടാവുകയും ചെയ്തിരുന്നു. ജീവിതത്തിന്റെ ഓരോ ഘട്ടത്തിലും ഒന്നിനുവേണ്ടിയും അദ്ദേഹം തപ്പിത്തടഞ്ഞിട്ടില്ല. ലോക

സഭയിൽ ആദ്യമായി അദ്ദേഹം കയറിച്ചെന്നത് പ്രതിപക്ഷനേതാവായിട്ടാണ്. മറുപുറത്തിരിക്കുന്നതാകട്ടെ പ്രധാനമന്ത്രി നെഹ്റുവും. കമ്യൂണിസ്റ്റ് പാർട്ടിയിൽ പണ്ഡിതോത്തംസങ്ങളും വിദ്യാഭ്യാസവിചക്ഷണൻമാരും വശ്യവചസുകളും ഇല്ലാഞ്ഞിട്ടല്ല, എ കെ ജിയെ നേതാവാക്കിയത്. അന്ന് കമ്യൂണിസ്റ്റ് പ്രതിപക്ഷത്തിന്റെ ഡപ്യൂട്ടി നേതാവ് പ്രൊഫ. ഹിരൺ മുഖർജി ആയിരുന്നു എന്നോർത്താൽ ഇത് വ്യക്തമാവും. നെഹ്റുവിനും ഇത് അറിയാൻ പാടില്ലാത്ത കാര്യമായിരുന്നില്ല. എ കെ ജി വലിയ കാര്യങ്ങൾ പറഞ്ഞില്ല. അദ്ദേഹം നാടൻശൈലിയിൽ നാടൻപ്രശ്നങ്ങൾ അവതരിപ്പിച്ചു. അതുകൊണ്ട് അദ്ദേഹത്തിന്റെ അന്തസ് കുറഞ്ഞുപോയില്ല. നെഹ്റു കഴിഞ്ഞാൽ സഭയിൽ ഏറ്റവുമധികം ആദരിക്കപ്പെട്ട വ്യക്തി എ കെ ഗോപാലനായിരുന്നു.

എ കെ ജിയെപ്പറ്റി പറയാൻ തുടങ്ങിയാൽ നമുക്ക് അവസാനിപ്പിക്കുവാൻ പറ്റുകയില്ല. എത്രയെത്ര കഥകൾ, എത്രയെത്ര ഓർമ്മകൾ, എത്രയെത്ര അനുഭവങ്ങൾ! തൽക്കാലം നിർത്തട്ടെ. എ കെ ജിയെപ്പോലെ എ കെ ജിയേയുള്ളൂ. അങ്ങനെയൊരു നേതാവിനെ വീണ്ടും കിട്ടാൻ നമ്മുടെ ജനത ഇനിയും എത്രകാലം കാത്തിരിക്കണം!

*(കേരള കർഷകസംഘം പ്രസിദ്ധീകരിച്ച
എ കെ ജി സ്മാരക സുവനീർ, 1978)*

ഇഷ്ടതോഴൻ, ഭർത്താവ്, സഖാവ്, നേതാവ്

സുശീലാഗോപാലൻ

എന്തെഴുതണമെന്നും എവിടെ തുടങ്ങണമെന്നും ഒരു രൂപവുമില്ല. വർണഭംഗിയുള്ള ഒരായിരം ചിത്രങ്ങൾ - വിവിധ ഭാവത്തിലും രൂപത്തിലുമുള്ളവ - എന്റെ കൺമുമ്പിൽ നൃത്തം ചെയ്യുന്നു. എത്ര ശ്രമിച്ചിട്ടും പതറിയ എന്റെ ചിന്തകൾക്ക് ആ ഭാവങ്ങൾക്ക് രൂപം കൊടുക്കാൻ കഴിയുന്നില്ല. എഴുതണമെന്ന ആവശ്യത്തിന് വഴങ്ങി ഞാനെന്തെല്ലാമോ കുത്തിക്കുറിക്കുകയാണ്.

എന്നെ ഞാനാക്കിയ എന്റെ പ്രിയതമനിന്നില്ല. എന്നെക്കൂടാതെ അദ്ദേഹം പരിപാടിക്കുപോയി എന്നു വിശ്വസിക്കാനും കഴിയുന്നില്ല. കഴിഞ്ഞ മൂന്നുനാലു കൊല്ലക്കാലമായി ഞാനില്ലാതെ നിമിഷങ്ങൾ തള്ളിനീക്കാൻ കഴിയാതിരുന്ന അദ്ദേഹം ഒറ്റയ്ക്കു പോകാൻ നിവൃത്തിയില്ല. അദ്ദേഹം എന്നെയും അദ്ദേഹത്തിന്റെ 'പൊന്നുമോളെ'യും സ്വന്തം ജീവനേക്കാളേറെ സ്നേഹിച്ചിരുന്ന നാട്ടുകാരെയുംവിട്ട് അനന്തമായ നിദ്രയിലാണ്ടു. ജീവിതത്തിൽ വിശ്രമമെന്തെന്നറിഞ്ഞിട്ടില്ല. അദ്ദേഹത്തിന്റെ ഭാഷയിൽ പറഞ്ഞാൽ "എന്റെ ശവസംസ്കാരത്തിന് പോരുമ്പോഴും എന്റെ വിരുതൻമാരായ സഖാക്കൾ എ കെ ജി ഇന്നിവിടെ പ്രസംഗിക്കുന്നുണ്ടെന്നു പറഞ്ഞ് എവിടെയെങ്കിലും എഴുതിവെക്കാതിരിക്കില്ല.'' ആ പ്രിയപ്പെട്ട സഖാക്കളും അന്നദ്ദേഹത്തെ ഉണർത്തിയില്ല. ഏറെ നേരമുറങ്ങുമ്പോൾ എന്തെങ്കിലും അസുഖമായിരിക്കുമോ എന്നു കരുതി അണ്ണാ എന്തേയിങ്ങനെ ഉറങ്ങുന്നു എന്നു പറഞ്ഞ് കൂടെക്കൂടെ ഉപദ്രവിക്കാറുള്ള ഞാനും ആ സുഖനിദ്രയിൽനിന്ന് അദ്ദേഹത്തെ ഉണർത്തുകയില്ല. ബോധം മറയുന്നതുവരെ ഫെബ്രുവരി 21-ാം തീയതിയിലെ കാളരാത്രിയിലും തന്റെ കൈകൾ ഇറുക്കിപ്പിടിച്ചിരുന്ന പൊന്നുമോളുടെ "അച്ഛാ" എന്ന മന്ത്രധ്വനിയും ആ

നിദ്രയ്ക്ക് ഭംഗംവരുത്തിയില്ല. ലക്ഷക്കണക്കായ ഇഷ്ടജനങ്ങളുടെ എ കെ ജിയെന്ന സ്നേഹാർദ്രമായ വിളിയും അദ്ദേഹത്തെ ഉണർത്തുകയില്ല. ഉറങ്ങട്ടെ, വിശ്രമമെന്തെന്നറിയാത്ത എന്റെ ഇഷ്ടതോഴൻ ഉറങ്ങട്ടെ.

പ്രതാപശാലിയായ കൊച്ചമ്മാവന്റെ അമിതവാത്സല്യം കൊണ്ട് തന്റേടക്കാരിയും പൊങ്ങച്ചക്കാരിയുമായിത്തീർന്ന പതിമൂന്നുകാരി പെണ്ണിനെക്കൊണ്ട് ആദ്യമായി പരാജയം സമ്മതിപ്പിച്ചത് ആ ഉറങ്ങിക്കിടന്ന വലിയ മനുഷ്യനാണ്. എൻ പി എന്ന പേരോടെ ജയിൽചാടിവന്ന് ഞങ്ങളുടെ വീട്ടിൽ ഒളിവിൽ താമസിക്കുന്ന കാലത്ത് കമ്യൂണിസ്റ്റുകാരിയെന്നവകാശപ്പെട്ടുകൊണ്ട് ഹിറ്റ്ലർപക്ഷക്കാരിയായി കഴിയുകയാണ് ഞാനന്ന്. കമ്യൂണിസം എനിക്കിഷ്ടമാണ്. കമ്യൂണിസ്റ്റായി വളരാൻ ഞാൻ ആഗ്രഹിച്ചു. ഞങ്ങളുടെ നാട്ടിൽ കയർ തൊഴിലാളി പ്രസ്ഥാനം കെട്ടിപ്പടുക്കുന്നതിൽ നല്ലൊരു പങ്കുവഹിച്ച എന്റെ അമ്മാവൻ സി കെ കരുണാകരപ്പണിക്കർ പാർട്ടി മെമ്പറല്ലെങ്കിലും ഞങ്ങളുടെ നാട്ടിൽ കമ്യൂണിസ്റ്റുനേതാവായാണറിയപ്പെട്ടിരുന്നത്. നിരന്തരമായി ഞങ്ങളുടെ വീട്ടിൽ വന്നുപോകുന്ന കമ്യൂണിസ്റ്റ് നേതാക്കളുടെ ആവശ്യങ്ങളറിഞ്ഞ് സൽക്കരിക്കുന്ന ജോലിയാണെനിക്ക്. കുസൃതിയായ ഞാൻ അവരുടെയെല്ലാം സുഹൃത്താണ്. മുഹമ്മ അയ്യപ്പൻ മാത്രമാണ് എന്നോട് രാഷ്ട്രീയകാര്യങ്ങൾ സംസാരിക്കുക: എന്നെ രാഷ്ട്രീയമായി പഠിപ്പിക്കാൻ ശ്രമിച്ചത്. പക്ഷെ അദ്ദേഹത്തിന്റെ വാദമുഖങ്ങൾക്കൊന്നും ബ്രിട്ടീഷുകാർക്കെതിരായി വിജയം വരിച്ച് മുന്നേറുന്ന ഹിറ്റ്ലറോടുള്ള എന്റെ പക്ഷപാതിത്വം മാറ്റാൻ കഴിഞ്ഞില്ല. പിടിവാശിക്കാരിയാണ് ഞാൻ. ഞാനതിൽ ഉറച്ചുനിന്നു. എൻ പി അണ്ണനെന്ന് ഞാനന്ന് വിളിക്കുന്ന എ കെ ജി (അന്ന് യഥാർഥ പേരെന്താണെന്ന് എനിക്കോ വീട്ടിൽ മറ്റാർക്കുമോ അറിയില്ല)യോടും ഞാനെന്റെ വിജ്ഞാനം പകർന്നു. എന്റെ വാദഗതിയെ അദ്ദേഹം എതിർത്തു. പക്ഷേ പിടിവാശിക്കാരിയായ ഞാൻ പെട്ടെന്ന് കീഴടങ്ങുന്ന ആളല്ലെന്നുകണ്ട് തൽക്കാലം തന്റെ വാദപ്രതിവാദം "പോട്ടെ പെണ്ണേ" എന്നു പറഞ്ഞ് അദ്ദേഹമത് നിർത്തിവെപ്പിച്ചു. 24മണിക്കൂറും മുറിക്കുള്ളിൽ കഴിഞ്ഞിരുന്ന എൻ പി അണ്ണന് നാലുപാടും കോട്ടപോലെ വേലികെട്ടിയുയർത്തിയിരുന്ന ഞങ്ങളുടെ വിശാലമായ വീട്ടുപറമ്പിൽ ചുറ്റിയടിച്ചു നടക്കാൻ ഞാനൊരു കളിക്കൂട്ടുകാരിയായിരുന്നു. ഞങ്ങൾ 'കിളിമാസ്' കളിക്കും. ഓട്ടമൽസരം നടത്തും. ഇടയിൽ എന്റെ സഹോദരൻ മിതാശയനും കൂടെച്ചേരും. എങ്കിലും ഞങ്ങളെ ഇംഗ്ലീഷ് പഠിപ്പിക്കുന്ന എൻ പി അണ്ണൻ കൂടെക്കൂടെ 'അനാലിസിസ്' ചെയ്യിക്കുന്നതുകൊണ്ട് അണ്ണനദ്ദേഹത്തെ തെല്ല് പേടിച്ചിരുന്നു. ഇടക്കിടെ അണ്ണൻ തെന്നിമാറിക്കളയും. വിട്ടുമാറാത്ത കൊച്ചുകൂട്ടുകാരി ഞാനായിരുന്നു. എന്റെ തോളിൽ കയ്യുമിട്ട് കഥകളും പൂർവകാല അനുഭവങ്ങളും പറഞ്ഞുകേൾപ്പിക്കുന്ന എൻ പി അണ്ണൻ ഒരു ദിവസം എന്നോട് ഒരു രാജ്യത്തിന്റെ കഥ പറഞ്ഞു. സ്വേച്ഛാധികാരിയായ ഒരു ഭരണാധികാരിയുടെ ക്രൂരമർദ്ദനങ്ങളുടെ കഥകൾ അദ്ദേഹം വിവരിച്ചു. നാസി

കോൺസൻട്രേഷൻ ക്യാമ്പുകളിൽ നടക്കുന്ന സംഭവങ്ങളുടെ ഒരു ചിത്രം. സ്ഥലം മാത്രം പറഞ്ഞില്ല. പറഞ്ഞാൽ കള്ളമാണെന്നു പറഞ്ഞ് വിശ്വസിക്കാതിരിക്കാൻ ഞാൻ ശ്രമിക്കും. ആ മർദ്ദനത്തിന്റെ കഥ എന്നിൽ ധർമ്മരോഷമുയർത്തി. സഹിക്കവയ്യാതെ ഞാൻ ചോദിച്ചു: "ആണും പെണ്ണും കെട്ടവരാണോ ആ നാട്ടുകാർ? അതിനെ എതിർക്കണ്ടേ, അവനെ കൊല്ലണ്ടേ?" എന്നൊക്കെയായി ഞാൻ. എന്റെ ധർമ്മരോഷം ഉച്ചകോടിയിലെത്തിയപ്പോൾ ഒരു കുസൃതിച്ചിരിയോടെ വിജയക്കൊടി നാട്ടിയ എന്റെ എൻ പി അണ്ണൻ എന്നോട് ചോദിച്ചു: "പെണ്ണേ, ഈ ഭരണാധികാരിയാണ് ഹിറ്റ്ലർ, നീ എന്തു പറയുന്നു?" അദ്ദേഹം എന്നെ നിരായുധനാക്കിക്കളഞ്ഞു. ആയുധങ്ങളൊന്നുമില്ലാതെ ഞാൻ കീഴടങ്ങി. എന്നെ കീഴടക്കിയ കളിക്കൂട്ടുകാരൻ ഞാനറിയാതെ എന്റെ മനോമുകരത്തിലെ വീരനായകനായി മാറിക്കൊണ്ടിരിക്കുകയായിരുന്നു.

വർഷങ്ങൾ കടന്നുപോയി. ഒന്നിനുപുറകെ ഒന്നായി വന്ന പ്രതിബന്ധത്തിന്റെ കൊടുങ്കാറ്റിൽ ഞങ്ങളുടെ ഹൃദയങ്ങളെ ബന്ധിക്കുന്ന ലോലമായ തന്ത്രികൾ ആടിയുലഞ്ഞു... 1948 ഡിസംബറിൽ ഞാൻ തൃശൂർ സെന്റ് മേരീസ് കോളെജിൽ പഠിക്കുകയാണ്. ഞങ്ങൾ ഒരു ചെറിയ ഗ്രൂപ്പ്. വിദ്യാർഥിപ്രസ്ഥാനത്തിലെ നിശ്ശബ്ദരായ പ്രവർത്തകർ. തൃശൂർ വൈ ഡബ്ള്യു സി എയിലാണ് താമസം. ഞങ്ങൾ വഴി പല സന്ദേശങ്ങളും എ കെ ജി പാർട്ടിക്കയക്കും. അക്കാലത്ത് ജയിൽ സൗകര്യങ്ങൾക്കുവേണ്ടി ദീർഘമായ നിരാഹാരസമരങ്ങൾ അദ്ദേഹം നടത്തി. 35 ദിവസമാണെന്നാണെന്റെ ഓർമ്മ. നിരാഹാരവ്രതം അവസാനിപ്പിച്ച കത്തുകിട്ടി. രണ്ടു ദിവസം കഴിഞ്ഞപ്പോൾ വീണ്ടും നിരാഹാരം തുടങ്ങിയെന്നറിയിച്ചു. പത്തുദിവസം നീണ്ടുനിന്നു. നിരാഹാരമവസാനിച്ച ദിവസം ഒരു കമ്പിയെനിക്ക് കിട്ടി, ജയിലിൽ ചെന്ന് കാണാൻ. നാലുനാലരക്കൊല്ലത്തെ ദീർഘമായ വേർപാടിനുശേഷമുള്ള കൂടിക്കാഴ്ച. പ്രതിബന്ധങ്ങളുടെ നടുവിൽ തിരുവനന്തപുരം ജയിലിൽ കഴിയുന്ന അമ്മാവന്റെ അനുവാദം സൂത്രത്തിൽ ഞാൻ വാങ്ങിയിരുന്നു. സംഗതികളുടെ ഗൗരവം മനസിലാക്കാത്ത സ്നേഹനിധിയായ അമ്മാവൻ അനുവാദം തന്നു. എന്റെ ഒരു കൂട്ടുകാരിയുടെ അമ്മാവന്റെ വീട്ടിൽപോയി താമസിച്ച് (കോയമ്പത്തൂർ) ജയിലിൽ പോകാനാണ് നിശ്ചയിച്ചത്. സർക്കാരിന്റെ മുൻ റിക്കാർഡിൻ പ്രകാരമുള്ള 'എന്റെ അമ്മാവനെ' കാണാൻ ധൈര്യസമേതം ഞാൻ പോയി. വലിയ ജയിൽവളപ്പും പാറാവുനിന്ന തൊപ്പിക്കാരും എല്ലാം പതിനെട്ടുകാരിയായ എനിക്ക് തെല്ലൊരമ്പരപ്പുണ്ടാക്കാതിരുന്നില്ല. എന്നാലും ടോങ്കാക്കാരനോട് ധൈര്യമായി വണ്ടി ഓടിച്ചു കയറ്റാൻ പറഞ്ഞു. അയാൾക്കുമുണ്ട് ധൈര്യക്കുറവ്! എങ്കിലും ടോങ്കയിൽ ചെന്നിറങ്ങി ധൈര്യപൂർവം ആഗമനോദ്ദേശ്യം അറിയിച്ചു. വാർഡൻ തൊട്ട് ജയിലറും സൂപ്രണ്ടുവരെയുമുള്ള ആളുകൾ സ്നേഹത്തോടും തെല്ലൊരാദരവോടും എന്നോട് പെരുമാറി. ഇതിനിടയിൽ ചില ആപ്പീസർമാർ വന്നു. അമ്മാവനും അനന്തരവത്തിയും തമ്മിലുള്ള രൂപസാദൃശ്യം വർണ്ണിച്ചു. ഞാൻ ഉള്ളിൽ ചിരിയൊതുക്കി. ഞങ്ങളുടെ

കത്തുകൾ സ്ഥിരമായി വായിക്കുന്ന ജയിലർക്കും മനസിൽ ചിരിവന്നു കാണും. നിരാഹാരവ്രതം മൂലം അവശനായിത്തീർന്ന എ കെ ജിയെ ജയിലറുടെ മുറിയിലേക്ക് കൊണ്ടുവരിക അസാധ്യമായിരുന്നു. അവസാനം കൂടിയാലോചനകൾക്കു ശേഷം എ കെ ജിയും എം ആർ വിയും ഒന്നായി താമസിക്കുന്ന മറ്റുള്ള തടവുകാരിൽ നിന്നും വേർതിരിക്കപ്പെട്ട വാർഡിലേക്ക് കൊണ്ടുപോകാൻ തീരുമാനിച്ചു.

വലിയ ധൈര്യത്തോടെയാണ് ഞാൻ ജയിലിലേക്ക് പോയതെങ്കിലും ഭയമോ വെപ്രാളമോ എന്തൊക്കെയോ കൂടിക്കുഴഞ്ഞ ഒരു വികാരം എന്നെ പിടികൂടി. മതിൽക്കെട്ടിനുള്ളിലേക്ക് പടികയറുമ്പോൾ എ കെ ജി വരാന്തയിൽ നിൽപ്പുറപ്പിച്ചു. എ കെ ജിയെ നേരിൽ കാണാൻ കഴിയാത്തമട്ടിൽ എന്റെ നടത്ത അൽപ്പം പടിഞ്ഞാറോട്ടുമാറ്റി ഒരു വിധത്തിൽ ഞാൻ അവിടെ എത്തിച്ചേർന്നു. ജയിലറുടെയും എ കെ ജിയുടെയും എം ആർ വിയുടെയും മുഖത്തുനോക്കാനുള്ള ധൈര്യം എനിക്കുണ്ടായിരുന്നില്ല. സംഗതി മനസിലാക്കിയ എ കെ ജി പെട്ടെന്ന് എം ആർ വിയെ വിളിച്ച്, "ആ സുശീലയെ അറിയില്ലേ, നമ്മുടെ സഖാവാണ്" എന്ന് പരിചയപ്പെടുത്തി.

ഉടനെ വരുന്നു രണ്ട് ക്രിമിനൽ കുറ്റക്കാർ. എ കെ ജിയുടെ കുശിനിപ്പണിക്കാരാണവർ രണ്ടുപേരും.

"സുശീല അറിയുമോ ഇവരെ. ചെറിയ തെറ്റേ ചെയ്തിട്ടുള്ളൂ. ഒരാൾ കുറച്ച് ചാരായം വാറ്റി. മറ്റൊരാൾ അൽപ്പം മോഷണം നടത്തി. പക്ഷേ ഇവരിപ്പോൾ അതെല്ലാം നിർത്താൻ തീരുമാനിച്ചിരിക്കുന്നു. നിന്നെയിപ്പോൾ അവർ അഭിവാദ്യം ചെയ്യും." മുഷ്ടി ചുരുട്ടി രണ്ടു പേരും എന്നെ അഭിവാദ്യം ചെയ്തു. എന്നെ അങ്ങോട്ടും പരിചയപ്പെടുത്തി. തന്റെ സ്വന്തം ആളാണെന്ന നിലക്ക്.

ഈ രസംപറച്ചിലിനിടയിൽ എന്റെ പരിഭ്രമം ഒട്ടൊക്കെ മാറി. എം ആർ വി ഞങ്ങൾക്ക് ചായ തരാൻ ഒരുക്കങ്ങൾ ചെയ്യാൻ കുശിനിയിലേക്ക് പോയി. ജയിലർ മുറിയുടെ ഒരു മൂലയിൽ മാറി പുസ്തകത്തിൽ നോക്കി ഏകാഗ്രചിത്തനെപ്പോലെയിരുന്നു. നാലുനാലര കൊല്ലത്തെ ദീർഘമായ കഥകൾ പറയാനുണ്ടായിരുന്നു.

അപ്പോഴും പുറത്ത് എന്നുവരുമെന്ന് ഒരു തീർച്ചയും ഇല്ല. എന്ന് പുറത്തുവന്നാലും, എന്ത് എതിർപ്പുണ്ടായാലും പുറത്തുവന്നാൽ വിവാഹിതരാകാൻ തീരുമാനിച്ചു. എം ആർ വി ചായയും മറ്റുമായി വന്നു. ഞങ്ങളെല്ലാവരും കുടിച്ചു. പോരാൻ ഒരുങ്ങുമ്പോൾ ഒരു സെറ്റ് പുസ്തകങ്ങൾ തന്നു. ഒന്ന് ഒരു സയൻസ് പുസ്തകം. ബയോളജിയും കെമിസ്ട്രിയുമെല്ലാം ലളിതമായി പഠിക്കാൻ കഴിയുന്ന പുസ്തകം. മറ്റൊന്ന് *യഥാർഥ മനുഷ്യന്റെ കഥ (story of a real man-* രണ്ടുകാലും യുദ്ധരംഗത്ത് നഷ്ടപ്പെട്ട കമ്യൂണിസ്റ്റ്കാരനായ ഒരു വൈമാനികൻ വീണ്ടും വൈമാനികനാകുന്ന കഥ) ജൂലിയസ് ഫ്യൂച്ചിക്കിന്റെ *കൊലമരത്തിൽ നിന്നുള്ള കുറിപ്പുകൾ*, കൂട്ടത്തിൽ *ബാല്യകാലസഖി*യും തരാൻ മറന്നില്ല. ഒരു പുസ്തകത്തിന്റെ താള് തുറന്ന് എഴുതിവെച്ചിരിക്കുന്നത്

എന്നെ കാണിച്ചു. I am yours for ever take it keep it or distroy it as you please (ഞാൻ എന്നും നിന്റേതാണ്. ഇത് സൂക്ഷിച്ചുവെക്കാം, അല്ലെങ്കിൽ നശിപ്പിക്കാം. എല്ലാം ഇഷ്ടംപോലെ). ഞാൻ ആകെയൊന്ന് അമ്പരക്കാതിരുന്നില്ല. എങ്കിലും ഞങ്ങൾ പരസ്പരം നോക്കി. കണ്ണുകൾക്ക് സംസാരിക്കാൻ കഴിയുമെന്ന് അന്നാണ് മനസിലാകുന്നത്.

അങ്ങനെ ജയിൽ സന്ദർശനത്തിനുശേഷം തിരിച്ചുപോന്നു. തിരിച്ചെത്തി രണ്ടുദിവസത്തിനകം, ഒറ്റയ്ക്ക് ചെല്ലാൻ കാണിച്ച ധൈര്യത്തിന് അഭിനന്ദനത്തിന്റെ പൂച്ചെണ്ടുകൾ അർപ്പിച്ചുകൊണ്ടുള്ള കത്തു കിട്ടി. ഒരാഴ്ചക്കകം ഞങ്ങളുടെ ബന്ധത്തെപ്പറ്റി നേരത്തെ വിശദാന്വേഷണം നടത്തിക്കൊണ്ടിരുന്ന രഹസ്യപ്പൊലീസുദ്യോഗസ്ഥൻമാർ നൽകിയ വിവരത്തിന്റെ അടിസ്ഥാനത്തിലാണെന്നുപറഞ്ഞ് കോഴിപ്പുറത്ത് മാധവമേനോൻ ആഭ്യന്തരമന്ത്രിയായുള്ള ഗവൺമെന്റ് ഞങ്ങൾക്ക് കത്ത് അയക്കാനുള്ള സ്വാതന്ത്ര്യം നിഷേധിച്ചു.

1951-ലെ എ കെ ജിയുടെ മോചനത്തിനുശേഷം എന്റെ വീട്ടിൽ ഉയർന്നുവന്ന ഉഗ്രമായ പ്രതിഷേധത്തിന്റെ ഫലമായി ഒന്നരക്കൊല്ലം വീണ്ടും തള്ളിനീക്കേണ്ടിവന്നു. അവസാനം എ കെ ജി പഠിപ്പിച്ച പാഠം വെച്ചുകൊണ്ട് ഞാനും നിരാഹാരമൊന്നു നടത്തി. കോളെജിൽവെച്ച് ബോധരഹിതയായി വീണ എന്നെ കൂട്ടുകാർ ആശുപത്രിയിൽ എത്തിച്ചു. തകരാറൊന്നുമില്ല. ഭക്ഷണം കഴിച്ചാൽ മതിയെന്ന് ഡോക്ടർമാർ. കഴിക്കുകയില്ലെന്ന് എന്റെ വാശി. അമ്മ കീഴടങ്ങി.

52സെപ്റ്റംബർ 5-ാംതീയതി അമ്മ സമ്മതം മൂളി. എ കെ ജിക്ക് 17-ാം തീയതി ദൽഹിക്ക് പോകണം. അവിടെനിന്ന് ചൈനയിലേക്കും റഷ്യയിലേക്കും. സമയം വളരെ കുറച്ചുമാത്രം. 10-ാം തീയതി വിവാഹം നടത്തുവാൻ നിശ്ചയിച്ചു. തിരക്കിട്ട പരിപാടിയിലാണ് എ കെ ജി. അക്കൂട്ടത്തിൽ സെപ്റ്റംബർ 10-ന് അമ്പലപ്പുഴ, ചേർത്തല താലൂക്കുകളിലെ പട്ടിണിപ്രദേശങ്ങൾ സന്ദർശിച്ചു. അതിന്റെ ചിത്രം പാർലമെന്റിൽ സമർപ്പിക്കണം. അതിനിടക്ക് മൂന്നരമണിക്ക് വിവാഹം. ആലപ്പുഴ യൂണിയൻ ആപ്പീസ് കോമ്പൗണ്ടിൽവെച്ച്. വിവാഹസാധാരണമായ ചടങ്ങുകൾ പാടില്ല. ഒരു ചായപോലും പാടില്ല. എ കെ ജിയുടെ കർശനമായ ഉത്തരവാണ്.

വീട്ടുകാർ കീഴടങ്ങി. കാര്യങ്ങളെല്ലാം സമ്മതിച്ചു. ആയിരക്കണക്കിനാളുകൾ യൂണിയനാപ്പീസ് കോമ്പൗണ്ടിലും പരിസരത്തും നിറഞ്ഞു. മൂന്നരമണിവരെ വരനെ കാത്തിരിപ്പായി. മൂന്നര, നാല്, നാലര, അഞ്ച്, ... എന്റെ അമ്മയ്ക്ക് പരിഭ്രമമായി. തന്റെ പിടിവാശിക്ക് പകരം വീട്ടുകയാണെന്ന് അമ്മയ്ക്ക് സംശയം.

എനിക്ക് ഒരു പരിഭ്രമവും ഉണ്ടായില്ല. പ്രധാനപ്പെട്ട ഒരു കാര്യത്തിന് പോയതാണ്. ആവശ്യം കഴിഞ്ഞാൽ അദ്ദേഹം ഓടിയെത്തും. അഞ്ചര മണിയായപ്പോൾ എ കെ ജി സിന്ദാബാദ് എന്ന മുദ്രാവാക്യം വിളി മുഴങ്ങുന്നു. അപ്പോഴാണ് അമ്മയ്ക്ക് അശ്വാസമായത്.

രക്തഹാരങ്ങൾ കൈമാറുന്ന ചടങ്ങുമാത്രം. സഖാവ് ടി വിയുടെയും പുന്നൂസിന്റെയും എ വി കുഞ്ഞമ്പുവിന്റെയും രസകരമായ അനുമോദനപ്രസംഗങ്ങൾ.

വരന്റെ മറുപടിപ്രസംഗം. പെണ്ണുങ്ങളെക്കുറിച്ചുള്ള അപകടസൂചനയും അതിലില്ലാതെയിരുന്നില്ല. എങ്കിലും ശുഭപ്രതീക്ഷയും. അതെന്നെ ആശ്വസിപ്പിച്ചു. തൊട്ടുപുറകെ വരുന്നു അഭ്യർഥന. അമ്പലപ്പുഴ, ചേർത്തല താലൂക്കുകളിലെ പട്ടിണിക്കാർക്ക് റിലീഫ് എത്തിക്കണം. വിവാഹത്തിൽ പങ്കെടുത്തവർ സംഭാവന നൽകണം. നല്ലൊരു തുക സംഭാവനയായി പിരിച്ചെടുത്തു. വിവാഹം കഴിഞ്ഞ് മുഹമ്മയിലേക്ക് പോയി. വൈകുന്നേരം വീണ്ടും ആലപ്പുഴയിൽ പൊതുയോഗം. അതിൽ പങ്കെടുക്കണം. ഞങ്ങൾ വൈകുന്നേരം പൊതുയോഗത്തിൽ പങ്കെടുക്കാൻ പോയി. രാത്രി 11.30-ന് യോഗം കഴിഞ്ഞു. അന്നുതന്നെ എറണാകുളത്ത് പോകണം. വെളുപ്പിന് 4.30നുള്ള ട്രെയിനിലാണ് ഞങ്ങൾക്ക് കോഴിക്കോട്ടേക്ക് പോകേണ്ടത്. യോഗം കഴിഞ്ഞ് വീട്ടിലേക്കുള്ള യാത്രാമധ്യേ, "സുശീലാ, പെട്രോളിന് കാശില്ല. നീ അമ്മാവനോട് രഹസ്യമായി വാങ്ങിയെടുക്കണം." എനിക്ക് തെല്ലൊരു വിഷമം തോന്നി. തല്ലുപിടിച്ച് ലഹളപിടിച്ച് വീട്ടുകാരെ സമ്മതിപ്പിച്ചാണ് വിവാഹം നടത്തിയത്. വിവാഹത്തിന്റെ അന്നുതന്നെ പെട്രോളിന് കാശുവാങ്ങി കൊടുക്കുക! എങ്കിലും ഞാൻ തടസം പറഞ്ഞില്ല.

വീട്ടിലെത്തി. ഭക്ഷണം കഴിഞ്ഞു. വീട്ടിലാകെ സുഹൃത്തുക്കളുടെ തിരക്ക്. അതിനിടയിൽ കൊച്ചമ്മാവനെ ഒറ്റക്ക് കിട്ടാൻ വിഷമം. അമ്മയോട് ചോദിക്കാൻ ധൈര്യമില്ല. വീട്ടിൽനിന്ന് യാത്രപറഞ്ഞ് പിരിഞ്ഞു. എന്റെ നെഞ്ചുകിടന്ന് പിടയുകയാണ്. ഞങ്ങൾ കാറിൽ കയറാൻ പുറപ്പെട്ടു. കൂടെ അമ്മാവനും. യാത്രാനുമതി നൽകാൻ. എനിക്ക് സമാധാനമായി.

വഴിയിൽവെച്ച് അമ്മാവനോട് വിവരം പറഞ്ഞു. "അയ്യോ മോളേ, നീയെന്തേ നേരത്തെ പറയാതിരുന്നു. പെട്ടിയിലല്ലേ രൂപ, നോക്കട്ടെ, പോക്കറ്റിൽ എത്രയുണ്ടെന്ന്.'' പോക്കറ്റിൽ കയ്യിട്ടുനോക്കുമ്പോൾ ഭാഗ്യത്തിന് 99 രൂപയുണ്ട്. അത് മതിയാകുമോ? ഞാൻ എ കെ ജിയുടെ കയ്യിൽ കൊടുത്തു. അദ്ദേഹം മറുപടി പറഞ്ഞു. "ഇത് ധാരാളം." അങ്ങനെ ഞങ്ങൾ യാത്ര പറഞ്ഞു.

വാത്സല്യനിധിയായ എന്റെ അമ്മാവൻ മരിക്കുംവരെ കൂടെക്കൂടെ എന്നെ കളിയാക്കുമായിരുന്നു. "ഓ നിന്റെ ഭർത്താവിന്റെ ഒരു വലുപ്പം! കല്യാണത്തിന്റെയന്ന് പെണ്ണിന്റെ വീട്ടിൽനിന്ന് കടം വാങ്ങിച്ചയാളല്ലേ!" ഇത് ഞാൻ ചെന്ന് എ കെ ജിയോടു പറയുമ്പോൾ സഹിക്കാനാവാത്ത സന്തോഷത്തോടുകൂടി പൊട്ടിച്ചിരിക്കും. ആ ചിരി ഇന്നും എന്റെ ഹൃദയത്തിൽകിടന്ന് മുഴങ്ങുകയാണ്.

* * *

53നുശേഷം 58വരെയുള്ള കാലഘട്ടത്തിൽ ഞങ്ങൾ മിക്കവാറും ദൽഹിയിൽ തന്നെയാണ് താമസിച്ചത്. ലൈല കൊച്ചുകുഞ്ഞായിരുന്നതുകൊണ്ടും അവൾക്ക് സുഖമില്ലാതിരുന്നതുകൊണ്ടും അവളുടെ ചികിത്സയും മറ്റുമായി അവിടെ താമസിച്ചു. വളരെ ചെറിയ കുട്ടിയായിരുന്ന കാലം മുതൽ രാഷ്ട്രീയകാര്യങ്ങളിൽ ഇടപെട്ട് ജീവിച്ച എനിക്കും സ്വന്തം ഭാര്യ രാഷ്ട്രീയമുപേക്ഷിച്ച് വിവാഹത്തിനുശേഷം കുടുംബിനിയായി കഴിയുന്നതിൽ എ കെ ജിക്കും വേദനയുണ്ടായിരുന്നു. നാട്ടിൽ വന്ന് മുഴുവൻസമയ പ്രവർത്തകയാവുക എന്നുവെച്ചാൽ കുടുംബജീവിതം അലോസരപ്പെടുമെന്നും ഞങ്ങൾ രണ്ടുപേരും പൂർണ്ണമായി ധരിച്ചിരുന്നു. എങ്കിലും ആ വേദന താങ്ങാൻതന്നെ ഞങ്ങൾ തീരുമാനിച്ചു. എന്നെയും കുഞ്ഞിനെയും കേരളത്തിൽ കൊണ്ടുവന്നാക്കിയിട്ട് അടുത്ത പാർലമെന്റ് സമ്മേളനത്തിന് ദൽഹിയിൽ എത്തിയ എ കെ ജി എനിക്കെഴുതി: "സുശീല, എനിക്ക് ഈ മുറിയിൽ കിടന്ന് ഉറങ്ങാൻ കഴിയുന്നില്ല. കൊച്ചുമോളുടെ തൊട്ടിൽ മുറിയിൽ കാണാനില്ല. രണ്ട് കട്ടിൽ ഇട്ടിരുന്ന സ്ഥാനത്ത് ഒന്നുമാത്രമേയുള്ളൂ. ഞാൻ കഴിഞ്ഞ ഒരാഴ്ചയായി വരാന്തയിൽ കിടന്നാണ് ഉറങ്ങുന്നത്. എങ്കിലും നമ്മൾ ഈ പരീക്ഷണത്തെ അതിജീവിച്ചേ പറ്റൂ."

നാളുകൾ കടന്നുപോയി. ഒരു വർഷത്തിനുശേഷം എ കെ ജി ഒരിക്കൽ നാട്ടിൽ വന്നു. എന്നെയും കുഞ്ഞിനെയും കണ്ടിട്ട് മാസങ്ങൾ നാല് കഴിഞ്ഞിരുന്നു. അത്യാഗ്രഹത്തോടെ സന്ധ്യാസമയത്ത് അദ്ദേഹം വീട്ടിൽ ഓടിയെത്തി. ലൈലമോൾ എന്റെ കയ്യിൽ ഇരിക്കുകയായിരുന്നു. അദ്ദേഹം കൈനീട്ടി. നാലുമാസത്തെ പരിചയക്കുറവും ഉറങ്ങാനുള്ള ഭാവവുംകൂടി അവൾ പോകാൻ കൂട്ടാക്കിയില്ല. എ കെ ജിക്കത് സഹിച്ചില്ല. കുഞ്ഞിനെ പിടിച്ച് എടുക്കാൻ ശ്രമിച്ചു. കുറച്ചുകഴിയട്ടെ, ക്ഷമ കാണിച്ചാൽ അവൾ അടുത്തുവരുമെന്ന് വീട്ടിലുള്ള ഞങ്ങളുടെയെല്ലാം ന്യായവാദം എ കെ ജിക്ക് സ്വീകാര്യമായി തോന്നിയില്ല. അദ്ദേഹം കുഞ്ഞിനെ പിടിച്ചെടുത്തു. കരയുന്ന അവളെയുംകൊണ്ട് ഇരുട്ടിത്തുടങ്ങിയ ആ സമയത്ത് വടക്കേപ്പറമ്പിലേക്ക് പോയി. മോളുടെ വലിയവായിലുള്ള കരച്ചിൽ ഉയർന്നു. അവളെ ഓമനിക്കാനുള്ള തന്റെ അതിരുകടന്ന ആഗ്രഹം വേദനയായി രൂപംകൊണ്ടപ്പോൾ കുഞ്ഞിനെ ഒരടിവെച്ചുകൊടുത്തു. ഞാൻ ഓടിച്ചെന്ന് കുഞ്ഞിനെയെടുത്തു. വികാരധീനനായി എ കെ ജി കസേരയിൽ വന്ന് തളർന്നുകിടന്നു.

വളരെ പ്രയാസപ്പെട്ടാണ് ഭക്ഷണം കഴിപ്പിക്കാൻ ഞങ്ങൾക്ക് കഴിഞ്ഞത്. രാത്രിയിൽ കിടപ്പുമുറിയിലെത്തിയപ്പോൾ തളർന്നുറങ്ങുന്ന കുഞ്ഞിന് ഒരായിരം ഉമ്മ എ കെ ജി കൊടുത്തു. ആ കണ്ണുകളിൽ നിന്ന് കണ്ണുനീർ അടർന്നുവീണു. എന്നോട് പറയുകയാണ്: "നിന്നെയും കുഞ്ഞിനെയും കാണാൻ എന്തത്യാഗ്രഹത്തോടെയാണ് ജോലിത്തിരക്കിനിടയിൽ ഞാൻ ഓടിവന്നത്. അവൾ എന്റെ അടുത്തുവന്നില്ല. എങ്ങനെ ഞാനത് സഹിക്കും."

വികാരവിവശമായ ആ സ്നേഹസമ്പന്നന്റെ മുന്നിൽ യുക്തിക്ക് സ്ഥാനമില്ലെന്ന് എനിക്ക് തോന്നി.

* * *

ഏറ്റവും അവസാനമായി കണ്ണൂർ ജില്ലയിൽ എത്തിയ സംഭവം ഞാൻ ഓർക്കുകയാണ്. കണ്ണൂർ ജില്ലയിൽ 11 ദിവസവും കോഴിക്കോട് ജില്ലയിൽ മൂന്നുദിവസവും നീണ്ടുനിന്ന തിരക്കുപിടിച്ച പര്യടനത്തിനു ശേഷമാണ് ഞങ്ങൾ ദൽഹിക്ക് പോയത്. പ്രകൃതിചികിത്സക്കുശേഷം പ്രസന്നനും ആരോഗ്യവാനുമായിത്തീർന്ന എ കെ ജി 14ദിവസത്തെ പര്യടനംകൊണ്ട് തളർന്നിരുന്നു. ദൽഹിയിൽപോയി വിശ്രമമെടുക്കാമെന്ന ആഗ്രഹത്തോടെയാണ് അവിടെ പോയത്.

അടിയന്തരാവസ്ഥയുടെ ക്രൂരവിനോദങ്ങൾ വടക്കേ ഇന്ത്യയിൽ നടന്നുകൊണ്ടിരിക്കുന്ന ആ സന്ദർഭത്തിൽ ശാരീരികമായി അദ്ദേഹത്തിന് കിട്ടിയിരുന്ന വിശ്രമംകൊണ്ട് പ്രയോജനമുണ്ടായിരുന്നില്ല. ഓരോ സംഭവം കേൾക്കുമ്പോഴും അവിടെയെല്ലാം ഓടിയെത്തണമെന്ന ആഗ്രഹമാണ് അദ്ദേഹത്തിനുണ്ടാകുക. പാർട്ടിയുടെ കർശനമായ വിലക്കുകൊണ്ടും താൽക്കാലികമായി അന്ന് അനുഭവപ്പെട്ട ക്ഷീണംകൊണ്ടും ഓരോ സംഭവം കേൾക്കുമ്പോഴും മറ്റ് എം പിമാരെ വിളിച്ച് ആ സ്ഥലം സന്ദർശിക്കാൻ അയക്കും. പോകുന്നിടത്തെല്ലാം അനുമതി നിഷേധിച്ച് എം പിമാർ തിരിച്ചെത്തുമ്പോൾ എ കെ ജി വികാരവിവശനായിത്തീരും. ആ വിലക്കുകൾ ലംഘിച്ച് കടന്നുകയറണമെന്ന തന്റെ അത്യുൽക്കടമായ ആഗ്രഹം സഖാക്കളുടെ സ്നേഹപൂർവമായ ഉപദേശംകൊണ്ട് നിർത്തിവെക്കേണ്ടിവന്നെങ്കിലും അദ്ദേഹം അസ്വസ്ഥനായിരുന്നു.

അപ്പോഴാണ് കണ്ണൂരിൽ നടക്കുന്ന പൊലീസ്-ഗുണ്ടാ നരനായാട്ടിനെക്കുറിച്ചുള്ള കത്തുകളും കമ്പികളും ദിവസേന ദൽഹിയിലേക്ക് വന്നുകൊണ്ടിരുന്നത്. ദൽഹിയിലെ തണുപ്പും മറ്റ് അസ്വസ്ഥതകളും കൊണ്ട് ക്ഷീണം പറ്റിയിരുന്ന എ കെ ജിയുടെ ആരോഗ്യം വീണ്ടെടുക്കാൻ നേരിട്ട് മുഹമ്മയിൽ പോയി പത്തുപതിനഞ്ച് ദിവസം വിശ്രമിക്കണമെന്നായിരുന്നു ആഗ്രഹം. പക്ഷെ കണ്ണൂരിൽനിന്ന് കിട്ടിക്കൊണ്ടിരുന്ന വാർത്തകൾ അതിന് സഹായകരമായിരുന്നില്ല. സ്വന്തം ഗ്രാമത്തിൽ കടകളെല്ലാം നിർബന്ധിതമായി അടപ്പിക്കപ്പെട്ടിരിക്കുന്നു. ആയിരത്തോളം ബീഡി തൊഴിലാളികളെ പണിക്കുപോകാൻ സമ്മതിക്കുന്നില്ല. എ കെ ജി വായനശാലയും പാർട്ടി ആപ്പീസും പരിസരത്തുള്ള സ്പോർട്സ് ക്ലബ്ബുകളും അടിച്ചുതകർക്കപ്പെട്ടിരിക്കുന്നു. അധ്യാപകനായ സ്വന്തം അനുജൻ രാഘവൻനമ്പ്യാരടക്കം നിരവധിപേർ മിസ അനുസരിച്ച് അറസ്റ്റിലാണ്. അതുകൊണ്ട് ഞങ്ങളുടെ യാത്രാപരിപാടി കണ്ണൂർക്ക് തന്നെ എന്ന് നിശ്ചയിച്ചു. ഇതിനിടയിൽ ത്രികക്ഷി തീരുമാനമനുസരിച്ച് കളക്ടറുടെയും ഡി എസ് പിയുടെയും സാന്നിധ്യ

ത്തിൽ സമാധാനം സ്ഥാപിക്കാനുള്ള ശ്രമങ്ങൾ നടന്നിരുന്നു. എ കെ ആന്റണിയുടെ പ്രസ്താവന പത്രത്തിൽ കണ്ടു. കണ്ണൂർ ജില്ലയിൽ സമാധാനം സ്ഥാപിക്കാൻ തീരുമാനിച്ചു എന്നും കോൺഗ്രസ് പ്രവർത്തകർ എല്ലാ സഹായവും നൽകുമെന്നുമാണ് പ്രസ്താവന. എനിക്ക് ആശ്വാസം തോന്നി. കണ്ണൂർ എത്തിയാൽ രണ്ടോ മൂന്നോ ദിവസംകൊണ്ട് അത്യാവശ്യസ്ഥലങ്ങൾ സന്ദർശിച്ച് എ കെ ജിയെ മുഹമ്മക്ക് കൊണ്ടുപോകാം. അവിടെച്ചെന്ന് വിശ്രമിപ്പിക്കാം.

പക്ഷേ കണ്ണൂർ എത്തിയപ്പോൾ നില വ്യത്യസ്തമായിരുന്നു. 24 ദിവസമായി പെരളശേരി ഗ്രാമത്തിലെ ജനങ്ങൾക്ക് ഉപ്പുപോലും വാങ്ങാൻ കഴിഞ്ഞിരുന്നില്ല. ആയിരം ബീഡി തൊഴിലാളി കുടുംബങ്ങൾ പണിയെടുക്കാൻ കഴിയാതെ പട്ടിണിയിലാണ്.

ത്രികക്ഷി സമ്മേളന തീരുമാനം ജലരേഖമാത്രമാണ്. പാർട്ടിയാപ്പീസിൽ എത്തി വിവരം ധരിച്ച എ കെ ജി, ഡി എസ് പിക്കും കളക്ടർക്കും ഫോൺ ചെയ്തു. “ഞാൻ ഈ ഗ്രാമത്തിൽ ജനിച്ചുപോയതുകൊണ്ട് ആ നാട്ടുകാരെ ശിക്ഷിക്കാൻതന്നെയാണോ നിശ്ചയിച്ചിരിക്കുന്നത്. എങ്കിൽ പരിഹാരമുണ്ടാക്കാൻ ഞാൻ തീരുമാനിച്ചു കഴിഞ്ഞു. ഞാൻ ഇപ്പോൾ തന്നെ പെരളശേരിക്ക് പോകുന്നു. നിരോധിതമേഖലയാണെന്ന് എനിക്കറിയാം. നിങ്ങൾ ആവശ്യമായ സന്നാഹങ്ങളെ അയച്ചുകൊള്ളൂ. ഞാൻ ജനങ്ങളെ കാണാൻ തീരുമാനിച്ചങ്ങോട്ട് പോകുകയാണ്.” ഞങ്ങൾ കണ്ണൂരിൽ എത്തുമ്പോൾ പെരളശേരിയിലേക്ക് എനിക്ക് പരിപാടി വെച്ചിരുന്നില്ല. അതിന് സഖാക്കളുടെനേരെ ശണ്ഠകൂടി. പുറപ്പെടാൻ ഏർപ്പാട് ചെയ്യാൻ പറഞ്ഞു. സഖാക്കൾ സമ്മതം മൂളി.

കുളിയും ഭക്ഷണവുമെല്ലാം കഴിഞ്ഞ് ഞങ്ങൾ പെരളശേരിയിലേക്ക് പുറപ്പെട്ടു. എന്താണദ്ദേഹത്തിന്റെ തീരുമാനമെന്ന് ഞങ്ങൾക്ക് ഒരു എത്തുംപിടിയുമില്ല.

മൂന്നുപെരിയയിലും പെരളശേരി ബസാറിലും കടകൾ പൂർണമായും അടച്ചുകിടക്കുകയാണ്. സ്ഥലത്ത് ഒന്നുരണ്ടു വാൻ പൊലീസും കുറെ ഗുണ്ടകളും ഒഴിച്ചാൽ ആ പ്രദേശം ശ്മശാനതുല്യം. നിശബ്ദത തളംകെട്ടിനിൽക്കുന്നു. പാർട്ടിയാപ്പീസും ക്ലബുകളും എ കെ ജി വായനശാലയും എ കെ ജി കയറിയിറങ്ങിക്കണ്ടു. എല്ലാം അടിച്ചു തകർക്കപ്പെട്ടിരിക്കുന്നു. വായനശാലയിലെ നാലായിരം പുസ്തകങ്ങളിൽ ഭൂരിപക്ഷവും ചുട്ടുചാമ്പലാക്കിയിരിക്കുന്നു. അലമാരകളെല്ലാം തകർത്ത് യുദ്ധക്കളത്തിന്റെ പ്രതീതി.

ഓരോന്നു കാണുന്തോറും എ കെ ജിയുടെ കണ്ണിലും മുഖത്തും ചുവപ്പ് ഏറിവന്നു. ആ കണ്ണുകൾ തീക്ഷ്ണങ്ങളായി. അവിടെനിന്നിറങ്ങി റോഡിലൂടെ ആറേഴുപ്രാവശ്യം എ കെ ജി രോഷാകുലനായി അങ്ങോട്ടും ഇങ്ങോട്ടും നടന്നു.

അദ്ദേഹം എന്തുചെയ്യുമെന്ന് യാതൊരു പിടിയുമില്ലാതെ സഖാക്കളും പൊലീസ് സേനയും അദ്ദേഹത്തിന്റെ പിന്നാലെ ഒഴുകി. വിവരം

അറിഞ്ഞ് ആളുകൾ ബസാറിലേക്ക് വരാൻ തുടങ്ങി. ആളുകളുടെ സംഖ്യ വർധിച്ചുവന്നതോടെ വികാരവിക്ഷുബ്ധനായ എ കെ ജി ഒരു പീടികത്തിണ്ണയിൽ ചാടിക്കയറി. ഞാനും മറ്റൊരു സഖാവും കൂടി കയറാൻ സഹായിച്ചു. വാതോരാത്ത പ്രസംഗം.

"ജനങ്ങൾക്ക് സംരക്ഷണം കൊടുക്കാൻ കഴിയാത്ത സർക്കാരിനും പൊലീസിനുമെതിരായ ആക്രമണം. ഏതാണ്ട് അരമുക്കാൽ മണിക്കൂർ അദ്ദേഹം സംസാരിച്ചു. നിരോധനം ലംഘിച്ചു പ്രസംഗിക്കുന്ന എ കെ ജിയുടെ മുന്നിൽ പൊലീസുദ്യോഗസ്ഥൻമാർ നിസഹായരായി നിൽക്കുന്നു. അവസാനം അദ്ദേഹം പ്രഖ്യാപിച്ചു. "രണ്ടുദിവസത്തെ അവധി ഇതിനിടെ ഞാൻ ഉദ്യോഗസ്ഥൻമാർക്ക് നൽകുന്നു. അതിനകം കടകളും ഫാക്ടറികളും തുറന്ന് സമാധാനജീവിതം പുനഃസ്ഥാപിക്കാൻ അവർക്ക് കഴിയുന്നില്ലെങ്കിൽ മൂന്നാംദിവസം ഞാൻ ഇവിടെ നിരാഹാരസത്യഗ്രഹം ആരംഭിക്കും. ഇവിടെ കൂടിയിരിക്കുന്നവർ ഗ്രാമപ്രദേശത്തുപോയി ഇക്കാര്യം ജനങ്ങളോട് പറയണം. പത്രത്തിൽ ഈ വാർത്ത വന്നു എന്നിരിക്കില്ല. മറ്റ് മാർഗത്തിൽ കേരളത്തിലും പുറത്തുമുള്ളവർ ഈ വാർത്തയറിയും. ജനങ്ങൾ ഉഷാറോടുകൂടിയിരിക്കണം. ഏതാനും ഗുണ്ടകൾക്കും കുറെ പൊലീസുകാർക്കുമായി ഈ നാട് തീറെഴുതി കൊടുക്കാനാവില്ല."

കേട്ടുനിന്ന ഞങ്ങൾ സ്തംഭിച്ചുപോയി. മറ്റൊന്നുമല്ല. നിരാഹാരത്തിനു പറ്റിയ ആരോഗ്യമല്ലായിരുന്നു എ കെ ജിക്ക് അപ്പോൾ. ഞങ്ങൾ വണ്ടിയിൽ കയറി. വീട്ടിലേക്ക് പോകണം. അനുജൻ അറസ്റ്റ് ചെയ്യപ്പെട്ടിരിക്കുന്നു. അദ്ദേഹത്തിന്റെ ഭാര്യയും ഏഴുവയസായ അരുൺകുമാറും മാത്രമാണ് വീട്ടിലുള്ളത്.

വണ്ടി അൽപ്പം മുന്നോട്ടുനീങ്ങി. എ കെ ജിയുടെ ആരോഗ്യത്തിൽ ആശങ്കാകുലയായ ഞാൻ അറിയാതെ പേടിച്ചുപോയി. "നിങ്ങൾ എന്തു പ്രഖ്യാപനമാണ് ഈ നടത്തിയത്? രണ്ടുദിവസമെങ്കിലും നിരാഹാരം തുടർന്നു നടത്താനുള്ള ആരോഗ്യം ഇന്ന് നിങ്ങൾക്കുണ്ടോ?"

എന്റെ നേരെ ഒരു ചാട്ടം: "നിന്റെ ഒരു ആരോഗ്യം. ആയിരം തൊഴിലാളികുടുംബങ്ങൾ കഴിഞ്ഞ 24 ദിവസമായി പട്ടിണിയിലാണ്. ഈ ഗ്രാമത്തിലെ ആയിരക്കണക്കായ കുടുംബങ്ങൾക്ക് ഉപ്പുപോലും വാങ്ങാൻ കഴിയുന്നില്ല. അവരുടെ കഷ്ടപ്പാടുകളേക്കാൾ വലുതാണോ എന്റെ ആരോഗ്യം?" ആ വാക്കിന്റെ മുന്നിൽ ഞാൻ മൂകയായിപ്പോയി. കെ വി നാരായണൻ നമ്പ്യാരും ശ്രീനിവാസനും സഖാക്കളും നിസഹായരായി എന്റെ നേരെ നോക്കി. ഞങ്ങൾ വീട്ടിൽ പോയി. പുട്ടും പച്ചവെള്ളവുമാണ് ഞങ്ങൾ അവിടെനിന്ന് കഴിച്ചത്. പഞ്ചസാരയും കാപ്പിപ്പൊടിയും പാലും ആ നാട്ടിൽ അന്ന് കിട്ടുകയില്ല. അനുജന്റെ ഭാര്യയോടും മകനോടും ധൈര്യമായിരിക്കാൻ പറഞ്ഞു. ബുദ്ധിമുട്ടുകൾ തുടങ്ങുന്നതേയുള്ളൂ. എന്തിനും സന്നദ്ധരായിരിക്കണമെന്ന് പറഞ്ഞു. ചുറ്റുപാടുമുള്ള ആളുകൾ വന്നു. അവരോട് സംസാരിച്ചു. ഞങ്ങൾ തിരിച്ച് കമ്യൂണിസ്റ്റ് പാർട്ടി (മാർക്സിസ്റ്റ്) ആപ്പീസിൽ സാധാരണ

താമസിക്കാറുള്ള മുറിയിൽ എത്തി. ഞങ്ങൾ പല കാര്യങ്ങളെപ്പറ്റിയും സംസാരിച്ചു.

നേരത്തെ എന്നെ വേദനിപ്പിച്ചു എന്ന് എ കെ ജിക്ക് തോന്നിയിരുന്നു. അതിനാൽ ആളെല്ലാം ഒഴിഞ്ഞപ്പോൾ എന്നോട് ചോദിച്ചു: "സുശീലേ, നിനക്ക് വേദന തോന്നിയോ? ഞാൻ കുറച്ച് പരുഷമായി നിന്നോട് സംസാരിച്ചു. എന്റെ ആരോഗ്യത്തെക്കുറിച്ചുള്ള നിന്റെ ഉത്കണ്ഠ എനിക്കറിയാം. പക്ഷേ ഈ പരിതഃസ്ഥിതിയിൽ മറ്റെന്താണ് പോംവഴി?"

എന്നെ ബോധ്യപ്പെടുത്താനും വിശ്വസിപ്പിക്കാനുമുള്ള പരിശ്രമമായിരുന്നു അത്.

എന്തായാലും കളക്ടറുടെയും ഡി എസ് പിയുടെയും ബുദ്ധിപൂർവമായ നയം കാരണം നിരാഹാരം ഒഴിവാക്കാനും ആറുദിവസം കൊണ്ട് പെരളശേരിയിൽ സാധാരണഗതി കൈവരിക്കാനും കഴിഞ്ഞു.

പിന്നീട് കണ്ണൂർ ജില്ലയിൽ നടന്ന സംഭവബഹുലമായ യാത്രയും പരിപാടികളുമാണ്, പരിപാടി ക്യാൻസൽ ചെയ്ത് രോഗിയായി മുഹമ്മയിലേക്ക് യാത്ര തിരിക്കാനുള്ള സന്ദർഭമൊരുക്കിയത്. കണ്ണൂരിൽ നിന്ന് വണ്ടികയറുമ്പോൾ കണ്ണൂരിലെ സഖാക്കളോട് ഞാൻ പറഞ്ഞു: ഏതാനും ദിവസത്തെ വിശ്രമത്തിനുശേഷം എ കെ ജിയെ മിടുക്കനാക്കി ഞാൻ തിരിച്ചുകൊണ്ടുവരും. പക്ഷേ...

(ദേശാഭിമാനി വാരിക, 1977 മെയ് 1)

എ കെ ജി

ടി കെ രാമകൃഷ്ണൻ

എ കെ ജിയെ ഞാനാദ്യമായി കാണുന്നത് അദ്ദേഹം ഒളിവിൽ കഴിയുന്ന കാലത്താണ്. ഞാനൊരു വിദ്യാർഥി. തൃപ്പൂണിത്തുറ തെക്കുംഭാഗത്തുള്ള കുമാരപ്പണിക്കരുടെ ഭാര്യാസഹോദരന്റെ വീട്ടിൽ സഖാവ് ഒളിവിൽ കഴിയുന്നു. നിത്യേന അയ്യപ്പൻചേട്ടന്റെ കളത്തിൽ സന്ധ്യയായാൽ കർഷക തൊഴിലാളികളുടെ യോഗങ്ങൾ നടന്നിരുന്നു. അയ്യപ്പൻ ചേട്ടന്റെ മാന്യനായ ഒരതിഥി അതിൽ പങ്കെടുക്കുന്നു. ആ യോഗങ്ങളിലൊന്നിൽ സംബന്ധിക്കാൻ വിദ്യാർഥിയായ ഞാനും ക്ഷണിക്കപ്പെട്ടു. മാന്യാതിഥി പ്രസംഗിക്കാൻ എന്നെ ക്ഷണിച്ചു. "ആരാണീ മാന്യൻ?" വിദ്യാർഥി സഹജമായ ജിജ്ഞാസ എന്നെ അലട്ടി. യോഗം കഴിഞ്ഞ് അയ്യപ്പൻചേട്ടന്റെ വീട്ടിൽ ഞങ്ങളെത്തി. എല്ലാവരും പിരിഞ്ഞു. ഞാനും ഡോക്ടർ എം എം വറുഗീസും മാത്രം അവശേഷിച്ചു.

ഭക്ഷണം കഴിഞ്ഞ് 'മാന്യാതിഥി' യാത്രയായി.

"പോകാം."

അപ്പോഴാണ് ഞാനും അദ്ദേഹത്തോടൊപ്പം യാത്ര ചെയ്യേണ്ട ആളാണെന്ന് മനസിലായത്. യാത്ര തുടങ്ങുന്നതിനുമുമ്പ് മാന്യാതിഥി എന്നോട് ചോദിച്ചു:

"എന്നെ അറിയുമോ?"

"ഇല്ല."

ഞാൻ ആളെ സൂക്ഷ്മമായി ശ്രദ്ധിച്ചു.

തടിച്ചുകൊഴുത്ത ദേഹം. സ്വർണനിറം. ആഭിജാത്യം തുളുമ്പി നിൽക്കുന്ന പെരുമാറ്റം.

"മനസിലായില്ല."

അദ്ദേഹം ചെറുചിരിയോടെ ചോദ്യമാവർത്തിച്ചു.

"ഇല്ല."

"എന്നാൽ മനസിലാക്കണ്ട."

ഞാൻ നിരാശനായി. ചോദിക്കാൻ ഭയവും. ഞങ്ങൾ മൂന്നുപേരും ഇറങ്ങി നടന്നു. രണ്ട് പറമ്പ് തെക്കോട്ട് നടന്നാൽ തിരുവിതാംകൂർ പ്രദേശമായി. ആയിരത്തി തൊള്ളായിരത്തി നാൽപത്തിയഞ്ചോ നാൽപത്തിയാറോ ആണെന്നാണോർമ്മ. തിരു-കൊച്ചി സംയോജനം നടന്നിട്ടില്ല. ഞങ്ങൾ തിരുവിതാംകൂർ പ്രദേശത്തേക്ക് കടന്നു. നടന്നുനടന്ന് കണ്ടനാട്ടെത്തി. ഒരു വീട്ടിൽ അദ്ദേഹത്തെയാക്കി ഞങ്ങൾ പിരിഞ്ഞു.

ചോദിക്കാനും പറയാനും പാടില്ലാത്ത സംഗതിയാണെന്ന് ഞാൻ മനസിലാക്കിയിരുന്നു. ആവശ്യമുള്ളത് പറഞ്ഞുതരും. അനാവശ്യമായി ചോദിക്കരുത്.

ആറേഴുമാസങ്ങൾ കഴിഞ്ഞു. തൃപ്പൂണിത്തുറയിൽ നിന്ന് മറ്റൊരു സഖാവ് എന്നെയുംകൂട്ടി കുമ്പളത്തേക്ക് പോയി. "എന്തിന് പോകുന്നു?" ഞാൻ ജിജ്ഞാസ പ്രകടിപ്പിച്ചു.

"ഒരാൾ വരും, ആലപ്പുഴ ബോട്ടിന്."

"ആര്?"

"അത്രയും മനസിലാക്കിയാൽ മതി."

കൂടെയുള്ള സഖാവും നിർദയൻ തന്നെ!

രാത്രി രണ്ടുമണിയായി. അതാ വേമ്പനാട്ടുകായലിൽ ഒരു വെളിച്ചം. ഞങ്ങളിരിക്കുന്ന കുമ്പളം ജെട്ടിയോടടുക്കുന്നു. ബോട്ടടുത്തു.

ഒരാൾ ഇറങ്ങി. അരണ്ട വെളിച്ചം.

ഞങ്ങൾ നടന്നു. പാർട്ടി അനുഭാവിയായ ഒരു ഡോക്ടറുടെ വീട്ടിൽ ഞങ്ങളെത്തി. അകത്ത് കയറി - റാന്തൽ വിളക്ക് തെളിഞ്ഞു. ആശനിറഞ്ഞ എന്റെ കണ്ണുകൾ ആഗതനിൽ തറച്ചുനിന്നു. അതേ മാന്യാതിഥി!

"രാമകൃഷ്ണനോ?"

എന്റെ ഹൃദയം ത്രസിച്ചു. എന്റെ പേർ അദ്ദേഹം മനസിലാക്കിയിരിക്കുന്നു.

എന്റെ കൂടെയുള്ള സഖാവും അദ്ദേഹവും ഒരു മൂലയ്ക്കലേക്ക് മാറി. രഹസ്യം പറയൽ. അര മണിക്കൂർ കഴിഞ്ഞുകാണും.

"നമുക്ക് പോകാം."

എന്റെ കൂട്ടുകാരൻ എന്നെ വിളിച്ചു.

രാത്രി മൂന്ന് മണിയായിക്കാണും. പുലർന്നിട്ട് പോയാൽ പോരേ. പോര. വെളുക്കുംമുമ്പ് സ്ഥലം വിടണം.

എന്നാലും ആരാണീ സഖാവ്?

അന്യോന്യമൊന്നും സംസാരിക്കാതെ ഞങ്ങൾ ഇരുട്ടിൽ, തണുപ്പിൽ, ഇറങ്ങിനടന്നു.

ആരാണിദ്ദേഹം?

എന്റെ ഹൃദയം ഉത്തരത്തിനുവേണ്ടി ദാഹിച്ചു. ചോദിക്കാൻ വയ്യെന്നറിയാം.

എനിക്കുത്തരം കിട്ടാൻ വീണ്ടും കാലം കുറെ കടന്നുപോകേണ്ടതായി വന്നു.

അത് എ കെ ജിയാണെന്നറിഞ്ഞപ്പോൾ ഞാനഭിമാനംകൊണ്ടു. ഞാൻ എ കെ ജിയെ കണ്ടിരിക്കുന്നു; അദ്ദേഹവുമായി സംസാരിച്ചിരിക്കുന്നു! അദ്ദേഹം എന്നെക്കൊണ്ട് പ്രസംഗിപ്പിച്ചിരിക്കുന്നു! ഞാനദ്ദേഹത്തെ എസ്കോർട് ചെയ്തിരിക്കുന്നു!

തെക്കുംഭാഗത്ത് അന്ന് എ കെ ജി വിത്തിട്ട് വളർത്തിയ പ്രസ്ഥാനം തൃപ്പൂണിത്തുറയിലാകെ പടർന്ന് വളർന്നു. ഉശിരേറിയ ഒരു വിദ്യാർഥി പ്രസ്ഥാനം. കരിങ്കൽ തൊഴിലാളി യൂണിയൻ, ചെത്തുതൊഴിലാളി യൂണിയൻ, നെയ്ത്തുതൊഴിലാളി യൂണിയൻ. പല തൊഴിലാളി സംഘടനകളും ശക്തിയാർജിച്ചു. വടക്കേ മലബാറിൽ പ്രസ്ഥാനം വളരുന്നതായി *ദേശാഭിമാനി* ആഴ്ചപ്പതിപ്പ് വഴി ഞങ്ങൾ മനസിലാക്കി. 'ബാലസംഘ'വും തെക്കുംഭാഗത്തുണ്ടായി.

ഒളിവുജീവിതമെന്നാൽ നിലവറയ്ക്കുള്ളിലോ മറ്റോ ഒളിച്ചിരിക്കുകയാണെന്നായിരുന്നു എന്റെ ധാരണ. 1948-50 കാലത്ത് എനിക്ക് ഒളിവിൽ പോകേണ്ടതായി വന്നപ്പോൾ ഇങ്ങനെ ഞാനാദ്യം ധരിച്ചതുപോലെ ധരിച്ചുവെച്ചിട്ടുള്ളവരുണ്ടെന്ന് മനസിലായി. പെരുമ്പാവൂരിൽ കല്ലിൽ എന്ന സ്ഥലത്ത് വൈദ്യൻ കർത്താവിനോട് ഒളിവിലിരിക്കാൻ ഒരു സ്ഥലം വേണമെന്ന് എന്നെ ചൂണ്ടി ഒരു സഖാവ് പറഞ്ഞപ്പോൾ വൈദ്യർ പറഞ്ഞത് ഈ ധാരണ കൊണ്ടാണ്.

"ഇനി വീട് പണിയുമ്പോൾ നിലവറയുണ്ടാക്കാം. ഇപ്പോൾ ഈ ഉദ്ദേശ്യത്തോടെയല്ല വീട് പണിതത്."

ഏതായാലും എ കെ ജിയുടെ ഒളിവുജീവിതം തെക്കുംഭാഗത്തുവെച്ച് ഞാൻ മനസിലാക്കി. ചുറ്റുപാടുമുള്ള തൊഴിലാളികളെ തൊഴിലാളി സംഘടനയിലും കർഷകരെ കർഷകസംഘത്തിലും കുട്ടികളെ ബാലസംഘത്തിലും ചേർത്ത് പ്രസ്ഥാനം കെട്ടിപ്പടുത്തുകൊണ്ടാണ് സഖാവ് ഒളിവുജീവിതം നയിച്ചത്. അയ്യപ്പൻചേട്ടൻ-സ്റ്റാലിൻ കുമാരപ്പണിക്കരുടെ ഭാര്യാസഹോദരൻ-ബീഡി വലിക്കാത്ത, വീട്ടിൽ നിന്നല്ലാതെ മറ്റൊരിടത്തുനിന്നും പച്ചവെള്ളംപോലും കുടിക്കാത്ത, ആത്മീയവാദിയായ ഒരു തറവാട്ടുകാരനായിരുന്നു. എ കെ ജിയുടെ ആതിഥേയനായതിനുശേഷം അടിയുറച്ച ഭൗതികവാദിയായി മാർക്സിസത്തിന്റെ അടിയുറച്ച ആരാധകനായി. പാവപ്പെട്ടവർക്ക് പറമ്പിൽ കടക്കുവാൻ പോലും പാടില്ലാതിരുന്ന ആ തറവാട് അധ്വാനിക്കുന്ന വർഗത്തിന്റെ പ്രസ്ഥാനം വളർത്താനുള്ള വിത്ത് സൂക്ഷിച്ചുവെക്കുന്ന സുരക്ഷിത അറയായി മാറി.

"നിങ്ങളിൽ വിശ്വങ്ങളേ ജയിക്കാൻ മതിയായ
മംഗള മഹാശക്തിയുറങ്ങിക്കിടക്കുന്നു
അവയെത്തൊട്ടുണർത്തി മുന്നോട്ടു പോയീടുവിൻ
തകർന്ന് തരിപ്പണമാകട്ടെ തടസങ്ങൾ."

എന്ന് ഇന്ത്യയിലെ പാവപ്പെട്ടവരെ ഉദ്ബോധിപ്പിച്ച ആ യുഗപ്രഭാവന്റെ ഉജ്ജ്വലമായ ഗർജനം നിലച്ചുപോയി. പക്ഷേ അതിന്റെ പ്രതിധ്വനി ഇന്ത്യയിലെ ഗ്രാമങ്ങളിലെയും പട്ടണങ്ങളിലെയും മണൽത്തരികളിലും പുൽക്കൊടികളിലും പ്രതിധ്വനിക്കുന്നു.

(ചിന്ത മെയ്ദിനപ്പതിപ്പ്, 1977)

മുറിച്ചാലും മുറിയാത്ത ബന്ധം

ഫാദർ വടക്കൻ

അന്നൊക്കെ ഞാൻ ഇടതുപക്ഷ ചിന്താഗതിയുള്ള ഒരു കോൺഗ്രസ് പ്രവർത്തകനായിരുന്നു. എ കെ ജിയിൽ നിന്നും ഇ എം എസിൽ നിന്നും മറ്റും ആവേശംകൊണ്ട ഒരു അധ്യാപകൻ.

1951-ൽ ഞാൻ എ സി എഫ് ('ആന്റി കമ്യൂണിസ്റ്റ് ഫ്രണ്ട് എന്നാണ് അത് പരക്കെ അറിഞ്ഞിരുന്നത്) സംഘടിപ്പിച്ചതോടെ എ കെ ജിയും ഞാനും വിരുദ്ധചേരികളിലായി. അദ്ദേഹം പ്രസംഗപീഠങ്ങളിൽ നിൽക്കുന്നത് കാണാറുണ്ട്; എങ്കിലും മിണ്ടാറില്ല. പത്താം വർഷം 1961-ലെ അമരാവതി സമരകാലത്ത് ഞങ്ങൾ വീണ്ടും അടുത്തു.

പുനഃസ്ഥാപിതമായ ഈ സ്നേഹബന്ധം അദ്ദേഹത്തിന്റെ ദേഹവിയോഗം വരെ ഞാൻ നിലനിർത്തി. 1975-ലെ അടിയന്തിരാവസ്ഥാ പ്രഖ്യാപനത്തെത്തുടർന്ന് ചില തെറ്റിദ്ധാരണകൾ മൂലം മാർക്സിസ്റ്റ് നേതാക്കളും ഞാനും തമ്മിലുള്ള കൂട്ടുപ്രവർത്തനത്തിന് അൽപ്പം ഉലച്ചിൽ തട്ടിയെങ്കിലും എ കെ ജിയോടുള്ള എന്റെ ആദരവിന് അണുപോലും കുറവുണ്ടായിട്ടില്ല. അദ്ദേഹത്തിന് എന്നോടുള്ള സ്നേഹവാൽസല്യത്തിനും ക്ഷതമേറ്റിരുന്നില്ല.

ജീവിതത്തിൽ ഞാൻ പരിചയപ്പെട്ട പൊതുപ്രവർത്തകരിൽ ഏറ്റവും നല്ല മനുഷ്യൻ എ കെ ജിയായിരുന്നു. ഇനി എന്റെ മരണത്തിനു മുമ്പ് അത്രമാത്രം അർപ്പണബോധമുള്ള ഒരു ജനസേവകനെ കണ്ടെത്തുമെന്ന ശരണം എനിക്കില്ല.

എല്ലാവർക്കും ശരീരത്തിലാണ് ഹൃദയം. എ കെ ജിക്ക് ഹൃദയത്തിലായിരുന്നു ശരീരം. നഖശിഖാന്തം വ്യാപിച്ച ആ നിഷ്കപടഹൃദയത്തെപ്പറ്റി ഓർക്കുമ്പോൾ എന്റെ തല താനേ താണുപോകുന്നു; കണ്ണിൽ വെള്ളം നിറയുന്നു.

ഫാദർ വടക്കൻ

എ കെ ജിയുടെ മൃതദേഹത്തിൽ ഒരന്തിമചുംബനം അർപ്പിക്കണ മെന്ന് എനിക്ക് ആഗ്രഹമുണ്ടായിരുന്നു. ആരോഗ്യപരമായ കാരണങ്ങ ളാൽ അത് സാധിക്കാതെപോയി. എങ്കിലും ഞാൻ കൊടുത്തയച്ച റീ ത്തിൽ എന്റെ കണ്ണീർത്തുള്ളികൾ പറ്റിപ്പിടിച്ചിരുന്നു.

അനുവാചകരുടെ വികാരമൊതുക്കാൻ തമാശ നിറഞ്ഞ രണ്ട് അനുഭവം പറയാം. 1972-ൽ മിച്ചഭൂമി സമരം നടക്കുകയാണ്. ഞാൻ എ കെ ജി ഒന്നിച്ച് കേരളം മുഴുവൻ പ്രസംഗപര്യടനം നടത്തുന്നു. ആ പരിപാടി ഒരു മാസം നീണ്ടുനിന്നു. പല ഘട്ടത്തിലും എ കെ ജിയുടെ രോഗം മൂർഛിച്ചു. സുശീല ഇല്ലാത്ത ദിവസങ്ങളിൽ ഞാൻ അദ്ദേഹ ത്തെ ശുശ്രൂഷിക്കും. അങ്ങനെയിരിക്കെ ഞാനും ക്ഷീണിച്ചു. മിഥുനം - കർക്കിടകം. ഒരേ ദിവസം കടലോരത്തും മലയോരത്തുമായി മുപ്പത് നാൽപ്പത് യോഗങ്ങളിൽ പ്രസംഗിക്കണം. ശക്തിയായ പനിയും വിറ യും. ഉടനെ എ കെ ജി എന്നെ ശുശ്രൂഷിക്കാനെത്തി. ആ സ്നേഹശീ ലൻ എന്നോട് രഹസ്യത്തിൽ ചോദിക്കുകയാണ്, "ഫാദർ അൽപ്പം ബ്രാണ്ടി കഴിച്ചിരുന്ന ആളല്ലേ? രണ്ട് മൂന്ന് ആഴ്ചയായല്ലോ അതൊ ന്നും സ്പർശിക്കാതെ എന്റെ കൂടെ നടക്കുന്നു. അൽപ്പം വാങ്ങിക്കൊ ണ്ടുവരാൻ ഏർപ്പാട് ചെയ്യട്ടെ?"

കലവറയില്ലാത്ത കരളിന്റെ നിസർഗസുന്ദരമായ സ്നേഹധാര എ ന്നല്ലാതെ എന്ത് പറയട്ടെ. "ജീപ്പുജാഥ കഴിഞ്ഞിട്ടാവാം" എന്ന് പറഞ്ഞ് ഞാൻ തൽക്കാലം തടിതപ്പി.

മറ്റൊരു തമാശ: ഡ്രൈവർ, മൈക്ക് ഓപ്പറേറ്റർ, പുസ്തകവിൽപ്പ നക്കാരൻ മുതലായവർക്ക് നേതാക്കളായ ഞങ്ങളെപ്പോലെ ഭക്ഷണം കിട്ടിയിരുന്നില്ല. പലപ്പോഴും അവർ പകുതി പട്ടിണി കിടക്കേണ്ടിവന്നു. ഇതറിഞ്ഞ് ക്ഷോഭാകുലനായ എ കെ ജി സംഘാടകരോട് നിഷ് കരുണം തട്ടിക്കയറാറുണ്ട്. എന്നിട്ടും പ്രശ്നം പരിഹരിക്കുന്നില്ലെന്നറി ഞ്ഞപ്പോൾ ഒരു ദിവസം അദ്ദേഹം ജീപ്പിലെ സുഹൃത്തുക്കളോട് ഇപ്രകാരം ഉപദേശിച്ചു: "തഞ്ചം കിട്ടുമ്പോൾ നിങ്ങൾ നല്ലപോലെ തട്ടി വിട്ടോളൂ. ചാപ്സും മുട്ടയും പിടിപ്പത് ശാപ്പിട്ടോളൂ." വിശക്കുന്നവരോ ടുള്ള എ കെ ജിയുടെ വികാരം, ഹാ! എത്ര വിമല മനോഹരമായി രുന്നു!!!

(കേരള കർഷകസംഘത്തിന്റെ എ കെ ജി സ്മാരക സുവനീർ 1978)

എ കെ ജി സ്മരണ

എം കെ സാനു

മനുഷ്യവർഗത്തിന്റെ മോചനത്തിനുവേണ്ടി ജീവിതാർപ്പണം ചെയ്തവർ നമുക്ക് മാർഗദീപങ്ങൾ. അവർ നമ്മിൽ പ്രചോദനമായി, കർമശേഷിയായി സ്വാധീനം ചെലുത്തുന്നു.

സമീപകാല കേരള ചരിത്രത്തിൽ അമ്മാതിരിയൊരു പ്രചോദന മായും കർമശേഷിയായും പ്രവർത്തിക്കുന്ന നേതാവത്രേ എ കെ ജി. ഏക നേതാവെന്ന് പറയാൻ നാം മടിക്കേണ്ടതില്ല.

താൻ പിറന്നുവീണ സമൂഹത്തിൽ നീതിക്ക് നിരക്കാത്തതായി നിലകൊള്ളുന്ന ആചാരങ്ങളെയും വിശ്വാസങ്ങളെയും എതിർക്കാ നുള്ള പ്രക്ഷോഭാഗ്നി അദ്ദേഹത്തിന്റെ പ്രകൃതത്തിൽ സഹജമായി ജ്വലിച്ചുകൊണ്ടിരുന്നു. മനുഷ്യത്വം പരിലസിക്കുന്ന സ്വതന്ത്രലോക ത്തോടുമാത്രം പൊരുത്തപ്പെടാൻ കഴിയുന്ന പ്രകൃതമായിരുന്നു അത്.

ശാസ്ത്രീയമായ പ്രത്യയശാസ്ത്രത്തിന്റെ ശിക്ഷണത്തിന് വിധേ യമായതോടെ ആ പ്രക്ഷോഭാഗ്നി മനുഷ്യവിമോചന പ്രസ്ഥാനത്തിന്റെ വീഥിയൊരുക്കുന്നതിനായി ലക്ഷ്യബോധത്തോടെ പ്രവർത്തിക്കുകയും ചെയ്തു. ആ പ്രവർത്തനമാണ് എ കെ ജിയുടെ വ്യക്തിത്വത്തെ വിന്ധ്യനേക്കാൾ വലുതാക്കിയത്.

മനുഷ്യജീവിതത്തെ വീർപ്പുമുട്ടിക്കുകയോ പീഡിപ്പിക്കുകയോ ചെയ്യുന്ന ഏത് ശക്തിയോടും-ഏത് നിയമത്തോടും - ആത്മവീര്യ ത്തോടുകൂടി പോരാടാൻ അദ്ദേഹം ഒരിക്കലും മടിച്ചില്ല. ആ സ്വഭാവം അദ്ദേഹത്തെ പാവങ്ങളുടെ പടനായകനാക്കി ഉയർത്തി. എവിടെയു മുള്ള പാവങ്ങൾ ആ മഹാനിൽ ഒരു രക്ഷകനെ ദർശിച്ചു.

സ്നേഹത്തിന്റെ ആർദ്രതയും സമരത്തിന്റെ തീക്ഷ്ണതയും മനുഷ്യത്വത്തിന്റെ മനോഹാരിതയിലലിഞ്ഞ് ചേർന്നുണ്ടാകുന്ന വശ്യത യാണ് എ കെ ജിയിൽ എപ്പോഴും തെളിഞ്ഞുനിന്നത്.

വിശ്വസിക്കുന്നത് പറയാനും പറയുന്നത് പ്രവർത്തിക്കാനും മാത്രം പഠിച്ച ആ ജീവിതം അന്ത്യനിമിഷംവരെ ജനകോടികളുടെ സ്വാതന്ത്ര്യത്തിനെതിരായുള്ള പോരാട്ടത്തിൽ ജ്വലിച്ചുനിന്നു.

ഇന്ന് അദ്ദേഹം ചരിത്രത്തിന്റെ ചക്രവാളത്തിൽ വെളിച്ചതിന്റെ നിത്യവാഗ്ദാനമായി പരിലസിക്കുന്നു.

ഭാസുരമായ ആ നക്ഷത്രത്തിൽ നിന്ന് വെളിച്ചം നുകർന്നുകൊണ്ട് നമുക്ക് പ്രതിജ്ഞകൾ പുതുക്കാം. മനുഷ്യരായി ജന്മമെടുത്തവർക്കെല്ലാം മനുഷ്യരുടെ അന്തസോടുകൂടി ജീവിക്കാൻ കഴിയുന്ന ഒരു ലോകം സൃഷ്ടിക്കുക - ആ ലക്ഷ്യത്തോടുകൂടിയുള്ള പ്രവർത്തനത്തിൽ നിന്ന് നാം ഒരിക്കലും പിൻമാറുകയില്ല എന്ന പ്രതിജ്ഞ.

ഈ ഭൂമിയെ മനോഹരവും സ്വതന്ത്രവുമാക്കി മാറ്റുന്നതുവരെ നമുക്ക് വിശ്രമമില്ല. മനുഷ്യജീവിതം സാർവത്രികമായി-ജാതിമത വർഗഗോത്രഭേദമെന്യേ-മനോഹരമാകുമ്പോൾ മാത്രമേ ഈ ഭൂമിയും മനോഹരമാവുകയുള്ളൂ. ലോകത്തിലെല്ലാവരും സ്വതന്ത്രരാകുമ്പോൾ മാത്രമേ സ്വാതന്ത്ര്യം സാർഥകമായി ഭവിക്കുകയുള്ളൂ.

സ്വാതന്ത്ര്യത്തിന്റെ ആ ചക്രവാളസീമയിലേക്കുള്ള പ്രയാണത്തിൽ, പ്രിയങ്കരനായ നേതാവേ, അങ്ങ് എപ്പോഴും ഞങ്ങളുടെ ശക്തിയായിരിക്കും.

(ചിറക്കൽ എ കെ ജി സ്മാരക മന്ദിര സുവനീർ, 1988)

ലോകസഭയിലെ പ്രതിപക്ഷനേതാവ്

ഇ എം എസ് നമ്പൂതിരിപ്പാട്

1952 മാർച്ച്. കമ്യൂണിസ്റ്റ് പാർട്ടിയുടെ സെൻട്രൽ കമ്മറ്റി യോഗം ചേരുകയാണ്. ജനുവരിയിൽ നടന്ന തെരഞ്ഞെടുപ്പിൽ ലോകസഭയിലെ ഏറ്റവും വലിയ പ്രതിപക്ഷഗ്രൂപ്പായി കമ്യൂണിസ്റ്റ് പാർട്ടി വന്നിരിക്കുന്നു. പ്രതിപക്ഷനേതാവെന്ന ഔപചാരികമായ സ്ഥാനമില്ലെങ്കിലും ഏറ്റവും വലിയ പ്രതിപക്ഷ ഗ്രൂപ്പിന്റെ സ്ഥാനം കമ്യൂണിസ്റ്റ് പാർട്ടിക്കാണ്. അതിന്റെ വക്താവും നേതാവും ആരായിരിക്കണമെന്ന പ്രശ്നം ചർച്ച ചെയ്യുകയാണ്.

എ കെ ജിയുടെ പേര് നിർദ്ദേശിക്കപ്പെട്ടു. എന്നാൽ ആ സ്ഥാനത്തിരിക്കുന്ന സഖാവ് ചെയ്യേണ്ട ചുമതലകൾ നിറവേറ്റാൻ അദ്ദേഹത്തിന് കഴിയുമോ? മോത്തിലാൽ നെഹ്റു, മുഹമ്മദലി ജിന്ന, ഭൂലാഭായി ദേസായി മുതലായ പ്രശസ്ത പണ്ഡിതന്മാർ ഇരുന്ന സീറ്റിൽ ഇരിക്കാൻ വെറുമൊരു എലിമെന്ററി സ്കൂൾ ടീച്ചറായി ജീവിതം തുടങ്ങിയ എ കെ ജിക്ക് കഴിയുമോ?

ഈ കാഴ്ചപ്പാടോടെ നോക്കുമ്പോൾ പ്രതിപക്ഷ നേതാവായിരിക്കാൻ യോഗ്യതയുള്ള മറ്റു ചില പേരുകൾ നിർദ്ദേശിക്കപ്പെട്ടു. എന്നാൽ, അവസാനം എ കെ ജി തന്നെ ആ സ്ഥാനത്തേക്ക് നിയമിതനായി.

തുടർന്ന് തികച്ചും 25 വർഷം - 1977 മാർച്ചിൽ അന്തരിക്കുന്നതുവരെ-ലോകസഭയിലെ പ്രധാന പ്രതിപക്ഷ ഗ്രൂപ്പിന്റെ നേതാവെന്ന നിലയിൽ ഇന്ത്യൻ തൊഴിലാളി വർഗത്തിന്റെയും മറ്റ് അധ്വാനിക്കുന്ന ബഹുജനങ്ങളുടെയും പുരോഗമനേച്ഛുക്കളായ എല്ലാവരുടെയും വക്താവെന്ന നിലയ്ക്ക് എ കെ ജിയുടെ ശബ്ദം മുഴങ്ങിക്കേട്ടു.

ഇരുപത്തഞ്ച് വർഷം മുമ്പ് കമ്യൂണിസ്റ്റ് പാർട്ടി നടത്തിയ തെരഞ്ഞെടുപ്പ് തികച്ചും ശരിയാണെന്ന് എല്ലാവരും അംഗീകരിച്ചു. പാർട്ടിയോട് രൂക്ഷമായ അഭിപ്രായഭേദങ്ങളും എതിർപ്പുകളുമുള്ളവർപോലും

അംഗീകരിക്കുന്ന ഒരു പാർലമെന്ററി നേതാവും പ്രവർത്തകനുമാണെന്ന് താനെന്ന് ഈ 25 കൊല്ലത്തെ പ്രവർത്തനത്തിലൂടെ എ കെ ജി തെളിയിച്ചു.

എന്നാൽ ഒരു കാര്യം വ്യക്തമാക്കേണ്ടതുണ്ട്. ഒരു പാർലമെന്റേറിയനെന്ന നിലയ്ക്ക് ശോഭിക്കാൻ എ കെ ജിക്ക് കഴിയുമോ എന്ന സംശയം പ്രകടിപ്പിച്ചവർ കരുതുന്നതുപോലെയുള്ള ഒരു പാർലമെന്റേറിയനായിരുന്നില്ല എ കെ ജി. മോത്തിലാൽ നെഹ്റു തൊട്ട് കേന്ദ്ര നിയമസഭയിലെ പ്രതിപക്ഷ നേതാക്കളായി പ്രവർത്തിച്ചവരും എ കെ ജിയും തമ്മിൽ ഒരു പ്രധാന വ്യത്യാസമുണ്ട്. അവരെല്ലാം ബൂർഷ്വാ പാർലമെന്ററി നേതാക്കളായിരുന്നു. എ കെ ജിയാകട്ടെ തൊഴിലാളി വർഗത്തിന്റെ വിപ്ലവപ്രസ്ഥാനത്തെ പ്രതിനിധാനം ചെയ്യുന്ന, എം പിയായിരുന്നു. പാർലമെന്റിനകത്തെ പ്രവർത്തനത്തെ അതിനുവെളിയിൽ-ഫാക്ടറികളിലും വയലുകളിലും തോട്ടങ്ങളിലുമെല്ലാം-നടക്കുന്ന ബഹുജനസമരങ്ങൾക്ക് കീഴ്പ്പെടുത്തി ആ സമരത്തിന്റെ ശബ്ദം പാർലമെന്റിന്റെ വേദിയിൽ കേൾപ്പിക്കാൻ പ്രവർത്തിക്കുന്ന ഒരു വിപ്ലവകാരിയായിരുന്നു.

പാർലമെന്റിന്റെ നടപടിക്രമങ്ങൾ പൂർണമായും സ്വായത്തമാക്കുക; അതുപയോഗിച്ചുകൊണ്ട് തൊഴിലാളിവർഗത്തിന്റെയും മറ്റ് അധ്വാനിക്കുന്ന ബഹുജനങ്ങളുടെയും താൽപര്യങ്ങൾ സംരക്ഷിക്കുന്നതോടൊപ്പം ബൂർഷ്വാ ഭരണക്രമത്തിലുള്ള അഴിമതികളും ജനദ്രോഹങ്ങളും പുറത്തുകൊണ്ടുവരിക, അതിന്റെ അടിസ്ഥാനത്തിൽ വെളിയിൽ ഒരു വൻ ബഹുജനപ്രസ്ഥാനം സൃഷ്ടിക്കുക-ഇതാണ് അദ്ദേഹത്തിന്റെ പ്രവർത്തനശൈലി.

എവിടെയെങ്കിലും ഭരണവർഗങ്ങളും അവരുടെ ഏജന്റുമാരും ജനങ്ങൾക്കെതിരായി ആക്രമണം നടത്തുന്നുണ്ടോ അവിടെയെല്ലാം ലോകസഭയിലെ പ്രതിപക്ഷനേതാവ് ഓടിയെത്തും. ഓരോ സ്ഥലത്തും അശരണർക്ക് ശരണവും ജനദ്രോഹികൾക്ക് പേടിസ്വപ്നവുമായിരുന്ന ഈ കമ്യൂണിസ്റ്റ് എം പിയുടെ ജീവിതവും പ്രവർത്തനവും മുൻഗാമികളായിരുന്ന പ്രതിപക്ഷ നേതാക്കളുടേതിൽനിന്ന് തികച്ചും വ്യത്യസ്തമായിരുന്നു.

ലോകസഭയിലെ പ്രതിപക്ഷനേതാവായിരുന്ന അദ്ദേഹം അഖിലേന്ത്യാ കിസാൻ സഭയുടെ പ്രസിഡണ്ടായിരുന്നു. ഒട്ടേറെ ട്രേഡ് യൂണിയനുകളുടെ പ്രസിഡണ്ടായിരുന്നു. വിദ്യാർഥികൾക്കും യുവജനങ്ങൾക്കും ആവേശം നൽകിയിരുന്ന കാരണവരായിരുന്നു. സ്ത്രീകൾക്കും മറ്റ് ദുർബല വിഭാഗങ്ങൾക്കും നേരിടാനുള്ള നിരവധി വിഷമപ്രശ്നങ്ങൾക്ക് പരിഹാരം കാണുന്ന സമർഥനായ നേതാവായിരുന്നു. പുരോഗമനേച്ഛുക്കളായ ബുദ്ധിജീവികൾക്കും അദ്ദേഹം ആവേശം നൽകിയിരുന്നു.

ഈ ഓരോ ജനവിഭാഗത്തെയും നേരിടുന്ന പ്രശ്നങ്ങൾ ലോകസഭയുടെ വേദിയിൽ കൊണ്ടുവരിക, അവയ്ക്ക് ഗവൺമെന്റിൽ നിന്നുകിട്ടുന്ന മറുപടി ഉപയോഗിച്ച് വെളിയിലുള്ള പ്രസ്ഥാനം ശക്തിപ്പെടുത്തുക, അതിനുവേണ്ടിയുള്ള പ്രവർത്തനത്തിൽ സ്വയം പങ്കെടുക്കുക-ഇതെല്ലാമായിരുന്നു പ്രതിപക്ഷ നേതാവെന്ന നിലയിൽ അദ്ദേഹത്തിന്റെ പ്രവർത്തനം.

എ കെ ജിയുടെ പാർലമെന്ററി പ്രവർത്തനത്തെക്കുറിച്ച് ഓർക്കുമ്പോൾ എന്റെ മനസിൽ വരുന്നത് ഇംഗ്ലണ്ടിലെ പ്രശസ്ത കമ്യൂണിസ്റ്റ് എം പിയായിരുന്ന വില്യം ഗലാക്കറുടെ പേരാണ്. കമ്യൂണിസ്റ്റ് ഇന്റർനാഷണൽ ജന്മംകൊള്ളുന്ന കാലത്ത് അദ്ദേഹം ഒരു 'ഇടതുപക്ഷ കമ്യൂണിസ്റ്റ്' ആയിരുന്നു. പാർലമെന്ററി പ്രവർത്തനം വിപ്ലവവിരുദ്ധമാണെന്ന അഭിപ്രായക്കാരനായിരുന്ന അദ്ദേഹത്തിന്റെ പേര് തന്നെ ലെനിൻ *ഇടതുപക്ഷ കമ്യൂണിസം ഒരു ബാലാരിഷ്ടം* എന്ന ഗ്രന്ഥത്തിൽ എടുത്തുപറഞ്ഞിരുന്നു. അത് പുറത്തുവന്നതിൽ പിന്നീട് താൻ മോസ്കൊ സന്ദർശിച്ചപ്പോൾ ലെനിൻ തന്നെ വിളിച്ചുപറഞ്ഞ കാര്യം ഗലാക്കർ ആത്മകഥയിൽ രേഖപ്പെടുത്തിയിട്ടുണ്ട്.

എന്തുകൊണ്ടാണ് പാർലമെന്ററി പ്രവർത്തനത്തെ എതിർക്കുന്നതെന്ന ലെനിന്റെ ചോദ്യം. തൊഴിലാളിവർഗത്തിന്റെ പ്രതിനിധികളെ വലയിട്ട് പിടിക്കാൻ മുതലാളിത്തം സൃഷ്ടിച്ച സ്ഥാപനമാണ് പാർലമെന്റ് എന്ന് ഗലാക്കറുടെ മറുപടി. തുടർന്ന് നിങ്ങളെ വലയിട്ട് പിടിക്കാൻ ബൂർഷ്വാസിക്ക് കഴിയുമോ എന്ന ലെനിന്റെ ചോദ്യം. തികഞ്ഞ ആത്മവിശ്വാസത്തോടെ താനതിൽ പെടുകയില്ല എന്ന് ഗലാക്കറുടെ മറുപടി. "എങ്കിൽ അടുത്ത് ഇംഗ്ലണ്ടിൽ നടക്കാൻ പോകുന്ന തെരഞ്ഞെടുപ്പിൽ മൽസരിക്കൂ" എന്ന ലെനിന്റെ നിർദേശം.

ഇത്രയുമാണ് ഗലാക്കർ രേഖപ്പെടുത്തിയിട്ടുള്ളത്. എ കെ ജിയും ഞാനുമടക്കം കേരളത്തിലെ കമ്യൂണിസ്റ്റുകാർ ഇംഗ്ലണ്ടിലെ പാർട്ടിയെക്കുറിച്ച് കേൾക്കുന്ന കാലത്ത് ഗലാക്കറുടെ അതിഗംഭീരമായ പ്രതിപക്ഷ പ്രസംഗങ്ങളുടെ അല ഇന്ത്യയിലും അടിച്ചിരുന്നു. കമ്യൂണിസ്റ്റ് എം പി എന്ന നിലയ്ക്ക് ഒറ്റയ്ക്കായിരുന്ന ഗലാക്കർ 1930-കളിലും 1940-കളിലും കമ്യൂണിസ്റ്റ് എം പി എന്ന നിലയ്ക്ക് ശോഭിച്ചിരുന്നത് ഞങ്ങളെയെല്ലാം ആവേശഭരിതരാക്കിയിട്ടുണ്ട്. ആ മാതൃകയാണ് എ കെ ജി 25 കൊല്ലത്തെ ലോകസഭാ പ്രവർത്തനത്തിൽ അനുകരിച്ചത്.

എം പി ആകുന്നതിന് ഏതാനും മാസം മുമ്പ് നടന്ന ഒരു സംഭവവും എടുത്തുപറയേണ്ടതുണ്ട്. കോളെജിന്റെ പടിപോലും കാണാത്ത എ കെ ജി രാജ്യത്തെ ഏറ്റവും ഉന്നതമായ നീതിപീഠത്തിന്റെ-സുപ്രീം കോടതിയുടെ-വേദിയിൽ ചെന്ന് ഗവൺമെന്റിനെ തൊലിയുരിച്ച് കാട്ടിയ ചരിത്രപ്രസിദ്ധമായ വാദം നടത്തിയതും തുടർന്ന് ഗവൺമെന്റിനെതിരായി കോടതി നൽകിയ വിധിയുമാണ് ഇവിടെ സൂചിപ്പിക്കുന്നത്.

വർഗബോധമുള്ള ഒരു വിപ്ലവകാരിക്ക് കോടതി, പാർലമെന്റ് മുതലായ വേദികൾപോലും വിപ്ലവകരമായി ഉപയോഗിക്കുവാൻ കഴിയുമെന്നതിന്റെ തെളിവാണ് എ കെ ജിയുടെ ജീവിതം. ഗലാക്കറുടെ ഭാഷയിൽ തൊഴിലാളി വർഗത്തെ വലയിട്ട് പിടിക്കാൻ ബൂർഷ്വാസി സൃഷ്ടിച്ചിട്ടുള്ള സ്ഥാപനങ്ങളെപ്പോലും ബൂർഷ്വാസിക്കെതിരെ ഉപയോഗപ്പെടുത്താൻ കഴിയുമെന്ന് സ്വന്തം ജീവിതത്തിലൂടെ എ കെ ജി തെളിയിച്ചു.

(സി പി ഐ (എം) കാസർഗോഡ് ജില്ലാ കമ്മിറ്റി പ്രസിദ്ധീകരിച്ച
എ കെ ജി സ്മരണിക, 1986)

അമരാവതി എന്റെ ഓർമ്മയിൽ

സുശീലാഗോപാലൻ

1960 ഏപ്രിൽ അവസാനവാരത്തിൽ ദൽഹിയിൽനിന്ന് എ കെ ജിയുടെ കത്ത് കിട്ടി. തീരെ സുഖമില്ല. രക്തസമ്മർദം നല്ലവണ്ണം വർധിച്ചിട്ടുണ്ട്. പ്രമേഹത്തിന്റെ ശല്യവുമുണ്ട്. കാലിൽ നീരുവരാൻ തുടങ്ങിയിരിക്കുന്നു. പരിപൂർണ്ണമായ വിശ്രമം ഒരു മാസത്തേക്കെങ്കിലും ആവശ്യമാണ്.

മെയ് ഒന്നാംവാരത്തിൽ പാർലമെന്റ് കഴിയും. കഴിഞ്ഞാൽ ഉടനെ എവിടെയെങ്കിലും പോയി കാര്യമായ വിശ്രമം എടുക്കണം. എന്റെ പരിപാടികളിൽ അതിനനുസരിച്ച് ക്രമീകരണങ്ങൾ വരുത്തണമെന്നാണ് കത്തിലെ ആവശ്യം.

1958-ൽ ആണ് ദൽഹിയിൽ നിന്ന് നാട്ടിൽ തിരിച്ചെത്തി ഞാൻ മുഴുവൻ സമയ പ്രവർത്തകയായത്. പലപ്പോഴും ഞങ്ങളുടെ പരിപാടികൾ പൊരുത്തപ്പെടാറില്ല. അതുകൊണ്ടാണ് നേരത്തെകൂട്ടി എഴുതിയത്. മെയ് ഒന്നാംവാരം കഴിഞ്ഞ് ഒരു മാസക്കാലം ലീവെടുക്കണമെന്ന്.

എന്നാൽ പാർലമെന്റ് കഴിഞ്ഞപ്പോൾ പരിപാടി പിന്നെയും മാറി. കിസാൻ സഭയുടെ പ്രവർത്തനത്തിനായി മറ്റ് സംസ്ഥാനങ്ങളിൽ പോകേണ്ടതുണ്ടെന്നും മെയ് അവസാനവാരം കേരളത്തിൽ എത്തുമെന്നും അറിയിച്ചു. അപ്പോഴേക്കും മോളെയുംകൂട്ടി വിശ്രമസ്ഥലത്തേക്ക് പോകാൻ ഒരുങ്ങിയിരിക്കണമെന്ന് അറിയിച്ചു.

സാധാരണ പതിവ് പരിപാടികളെ സംബന്ധിച്ച് ഒരു കത്തയക്കും. അതിന്റെ പിന്നാലെ പരിപാടിയിൽ മാറ്റം വരുത്തിയെന്നും പറഞ്ഞ് ഒരു കമ്പി വരും. അത്യാവശ്യമായ മറ്റൊരു പരിപാടിക്കു വേണ്ടി വീണ്ടും മാറ്റം വരുത്തിയതിനെ സംബന്ധിച്ച് പാർട്ടി ആപ്പീസിലേക്ക് ഒരു ഫോൺ സന്ദേശമുണ്ടാകും. ഇത് സാധാരണമാണ്. അതുകൊണ്ട്

ഏത് നിമിഷത്തിലും മാറ്റം വരുമെന്നുള്ള ബോധ്യത്തോടുകൂടിത്തന്നെ പോകാനുള്ള ഒരുക്കങ്ങൾ ചെയ്തു. എന്റെ പരിപാടി ക്രമീകരിച്ചു.

ജൂൺ ഒന്നാം തീയതി കോട്ടയത്തെത്തിയിരിക്കുന്നു എന്നുള്ള പത്രവാർത്തയാണ് പിന്നീട് വായിക്കുന്നത്. അതിനകംതന്നെ വിവിധ രാഷ്ട്രീയനേതാക്കൻമാർ അമരാവതി സന്ദർശിക്കുകയും മനുഷ്യത്വര ഹിതമായ കുടിയൊഴിപ്പിക്കലിനെതിരായി പ്രസ്താവന ഇറക്കുകയും ചെയ്തിരുന്നു. പാർട്ടി സെക്രട്ടറി എം എൻ സ്ഥലം സന്ദർശിച്ച് വിശദ മായ പ്രസ്താവന ഇറക്കിയിരുന്നു. അതുകൊണ്ട് എ കെ ജി കോട്ടയ ത്ത് പോയത് എന്തിനാണെന്ന് മനസിലാക്കാൻ വിഷമമുണ്ടായില്ല.

രണ്ടാം തീയതി ഉച്ചക്ക് എനിക്കൊരു കമ്പി സന്ദേശം കിട്ടി. അടിയന്തിരമായി കോട്ടയത്ത് എത്തണമെന്ന്.

കമ്പി സന്ദേശം കിട്ടിയപ്പോൾ എനിക്കാകെ ഭീതിതോന്നി. ഏറ്റ വും മോശമായ ആരോഗ്യസ്ഥിതിവെച്ച് എന്തും സംഭവിക്കട്ടെ എന്ന് തീ രുമാനമെടുത്ത് പുതിയ സമരപരിപാടികൾക്ക് രൂപം കൊടുക്കുകയാ വും എന്ന് ഞാൻ ഊഹിച്ചു. അന്ന് ഞാനും മോളും എന്റെ ചേച്ചി താമ സിക്കുന്ന ഹരിപ്പാടിനടുത്തുള്ള മുട്ടത്ത് ആയിരുന്നു. എന്താണ് പരിപാ ടികൾ എന്ന് അറിയാതിരുന്നതുകൊണ്ട് ലൈലമോളെ കൂട്ടാതെതന്നെ ഞാൻ കോട്ടയത്തേക്ക് പോയി.

കോട്ടയത്തെ ട്രാൻസ്പോർട്ട് ബസ്സ്റ്റാന്റിനടുത്തുള്ള സന്തോഷ് ലോഡ്ജിൽ ആണ് എ കെ ജി ഉണ്ടായിരുന്നത്. ഞാൻ കയറി ചെല്ലു മ്പോൾ ഷേവ് ചെയ്യുകയാണ്. കണ്ടപാടെ ഒരു ചോദ്യം.

"ഇന്നത്തെ പത്രം വായിച്ചോ?"

അതിരാവിലെ മുട്ടത്തുനിന്ന് പുറപ്പെട്ടതുകൊണ്ട് പത്രം വായിച്ചി ല്ലെന്ന് പറഞ്ഞു. ഉടനെ പത്രം എടുത്ത് എന്റെ നേർക്ക് നീട്ടി. എ കെ ജി ജൂൺ ആറാം തീയതി നിരാഹാരവ്രതം തുടങ്ങുന്നു എന്ന വാർത്ത യാണ് പത്രത്തിൽ.

എന്റെ മുഖം വിവർണമായിക്കാണും. മുഖത്തൊന്ന് നോക്കി ഒരു കുസൃതിച്ചിരി ചിരിച്ചു. അപ്പോൾ കെ ടി ജേക്കബ് മുറിക്കകത്തേക്ക് കട ന്നുവന്നു.

അദ്ദേഹത്തെ നോക്കി എ കെ ജി പറഞ്ഞു: "ഒരു കാർ ഏർപ്പാട് ചെയ്ത് അടിയന്തിരമായി സുശീലയെയും കൂട്ടി അമരാവതിയിലേക്ക് നിങ്ങൾ പോകണം."

പിന്നെ അതിനെപ്പറ്റി ഞങ്ങൾ ഒന്നും സംസാരിച്ചില്ല. മാറ്റാൻ ആ കാത്ത ഒരു തീരുമാനം എടുത്തിരിക്കുന്നു. വാദപ്രതിവാദത്തിനൊന്നും അവിടെ സ്ഥാനമില്ല.

അദ്ദേഹത്തിന്റെ ആരോഗ്യത്തിൽ എനിക്ക് ഉത്കണ്ഠയുണ്ടെന്ന് മനസിലായി. മോളെപ്പറ്റി എല്ലാ വിവരങ്ങളും തിരക്കി. വീട്ടിലുള്ള എല്ലാ ആളുകളെയും സംബന്ധിച്ച് അന്വേഷിച്ചു. സ്വതഃസിദ്ധമായ തമാശ പറ യലും കളിയാക്കലും എല്ലാം തുടർന്നു. കുറച്ച് കഴിഞ്ഞപ്പോൾ കെ ടി ജേക്കബ് കാറുമായി വന്നു. അപ്പോഴേക്കും ഞങ്ങളുടെ കാപ്പികുടി കഴി

ഞ്ഞിരുന്നു.

ഞങ്ങൾ യാത്ര ആരംഭിച്ചു. കുറെ കത്തുകൾ എഴുതാനുണ്ടെന്ന് പറഞ്ഞ് എ കെ ജി തന്റെ പ്രവൃത്തി ആരംഭിച്ചു.

കോരിച്ചൊരിയുന്ന മഴയത്ത് ഞങ്ങൾ അമരാവതിയിൽ എത്തി. നിരനിരയായി നിൽക്കുന്ന ഷെഡ്ഡുകൾ. മറയ്ക്കാത്ത ഓലഷെഡ്ഡുകൾ. കോഴിയും പശുവും ചട്ടിയും കലവും പെട്ടിയും പായും തങ്ങൾ അധിവസിച്ച കനകം വിളയുന്ന ഭൂമിയിൽ നിന്ന് ആട്ടിയോടിക്കപ്പെട്ടവർ ഉണ്ടാക്കിയ സർവതും ആനകയറിയ കരിമ്പിൻതോട്ടംപോലെ തകർത്തെറിയപ്പെട്ടു. പൊലീസ് ആട്ടിത്തെളിച്ച് കയറ്റിയ വണ്ടിയിൽ പെറുക്കിവെക്കാൻ കഴിഞ്ഞ അൽപ്പം ചില സമ്പാദ്യങ്ങളുമായി വന്നവർ.

തകർത്ത് പെയ്യുന്ന മഴയിൽ നിന്ന് തെറിച്ചുവീഴുന്ന മഴത്തുള്ളികൾ ആ ഷെഡ്ഡുകളിൽ നിരവധി നീർച്ചാലുകൾ സൃഷ്ടിച്ചിരുന്നു. ചട്ടിയുടെയും പെട്ടിയുടെയും പശുവിന്റെയും കോഴിയുടെയും എല്ലാം ഇടയിൽ വെള്ളം വീഴാത്ത സ്ഥലം നോക്കി പായും ചാക്കും വിരിച്ച് കിടക്കുന്ന ഹതഭാഗ്യരായ ആയിരക്കണക്കിനാളുകൾ. പനിയും ഛർദ്ദിയും വയറിളക്കവും വ്യാപകമായി പടർന്നു പിടിച്ചിരുന്നു. പൂർണ ഗർഭിണികളായ അമ്മമാർ, പ്രസവിച്ച് ദിവസംകഴിയാത്ത പിഞ്ചുകുഞ്ഞുങ്ങൾ.

ഒരു സ്ഥലത്ത് ഞാൻ ചെന്നപ്പോൾ ഒരു പിഞ്ചുകുഞ്ഞ് ചോരയും ചളിയും മലത്തിൽക്കൂടി വിസർജിക്കുന്നു. തലേദിവസം ഒരു കുട്ടി മരിച്ചിരുന്നു. ഞെട്ടിക്കുന്ന ഒരു കാഴ്ചയായിരുന്നു അത്. ഹൃദയഭേദകമായ ആ കാഴ്ച കണ്ട് പുറത്തേക്കിറങ്ങിയപ്പോൾ കെ ടി ജേക്കബ് എന്നോടൊരു ചോദ്യം: "സഖാവ് എന്ത് പറയുന്നു?" എ കെ ജിക്ക് ഇതിനേക്കാൾ കുറഞ്ഞ ഒരു തീരുമാനം എടുക്കാൻ കഴിയുമായിരുന്നോ? എ കെ ജിയുടെ കാലിലെ നീരും മുഖത്തെ ചീർപ്പും എല്ലാം ഒരു മിന്നൽപ്പിണർ പോലെ എന്റെ മനസിലൂടെ പാഞ്ഞുപോയി.

എ കെ ജിക്കെന്ത് സംഭവിക്കും എന്ന എന്റെ ഉത്കണ്ഠ മറച്ചുവെച്ചുകൊണ്ടുതന്നെ ഞാൻ ജേക്കബിനോട് പറഞ്ഞു: "എ കെ ജി ശരിയായ തീരുമാനമാണ് എടുത്തത്."

ഞങ്ങൾ കാറിൽ കയറി കോട്ടയത്തേക്ക് തിരിച്ചു. വഴിയിൽ അധികമൊന്നും സംസാരിച്ചില്ല. രണ്ടുപേരും ചിന്തിച്ചത് ഒരുപോലെ ആയിരുന്നിരിക്കാം. എ കെ ജിയുടെ തീരുമാനത്തിലെ ശരിയെപ്പറ്റി ഞങ്ങൾക്ക് ബോധ്യംതന്നെ. എന്നാൽ ആരോഗ്യത്തെപ്പറ്റിയുള്ള ആശങ്ക ഹൃദയത്തിൽ തളംകെട്ടിനിന്നു.

ഞങ്ങൾ സന്തോഷ് ലോഡ്ജിൽ എത്തി. ഹൃദയവികാരങ്ങൾ മൂടിവെച്ച് ചിരിച്ചുകൊണ്ട് ഞാൻ അകത്തുകയറി. എ കെ ജിയുടെ ചോദ്യം: "നീയെന്ത് പറയുന്നു?" "തീരുമാനം ശരിയാണ്." ഞാൻ മറുപടി പറഞ്ഞു. പക്ഷേ ഈ ആരോഗ്യസ്ഥിതിയിൽ എന്ത് എന്ന് ചോദിക്കണമെന്ന് എനിക്ക് ആഗ്രഹമുണ്ടായിരുന്നു. പക്ഷേ ആ ചോദ്യത്തിന് അർഥ

വും പ്രസക്തിയും ഇല്ലാതായിരിക്കുന്നു എന്ന് എനിക്ക് തോന്നി.

ഞാൻ അന്നവിടെ താമസിച്ചു. പിറ്റേദിവസം രാവിലെ എ കെ ജി പറഞ്ഞു: "ആറാം തീയതി ഞാൻ നിരാഹാരം തുടങ്ങുന്നു. ഇ എം എസും വരുന്നുണ്ട്. എനിക്ക് മൂന്നുനാല് ദിവസം വലിയ ക്ഷീണമൊന്നും ഉണ്ടാവില്ല. അത് കഴിയുമ്പോൾ നിന്റെ സഹായം വേണം. മോളുടെ കാര്യങ്ങൾ എല്ലാം ഏർപ്പാട് ചെയ്ത്, മാറ്റിവെച്ച പരിപാടി അടിയന്തിരമായി തീർത്ത്, മൂന്നുനാല് ദിവസം കൊണ്ട് ചെയ്ത്, തീർക്കാവുന്ന എല്ലാം ജോലിയും തീർത്ത്, നീ തിരിച്ചുവരണം."

മാറ്റിവെക്കാൻ പാടില്ലാത്ത പരിപാടിയൊന്നും ഇല്ലെന്ന് ഞാൻ പറഞ്ഞു. ഉത്തരവാദിത്തങ്ങൾ ഏത് പരിതഃസ്ഥിതിയിലും നിറവേറ്റപ്പെടാതിരുന്നുകൂടാ. വാശിയായി ഞാൻ അനുസരിച്ചു.

പിറ്റേദിവസം മുഹമ്മയിലേക്ക് പോയി. അമ്മയെയും അമ്മാവനെയും കണ്ടു. വിഷമിക്കാൻ ഒന്നും ഇല്ലെന്ന് പറഞ്ഞ് അമ്മാവൻ എന്നെ ആശ്വസിപ്പിക്കാൻ ശ്രമിച്ചു. അന്നുതന്നെ ഞാൻ മുട്ടത്ത് പോയി മോളെ കണ്ടു. രണ്ടുദിവസം കൊണ്ട് ജോലികൾ എല്ലാം തീർത്തു. എട്ടാം തീയതി രാവിലെ അമരാവതിയിലേക്ക് കുതിച്ചു.

അവിടെ ചെല്ലുമ്പോൾ നിരാഹാരം നടക്കുന്ന ഷെഡിന് ചുറ്റും നൂറുകണക്കിനാളുകൾ. ഒരു തീർഥാടനകേന്ദ്രത്തിലേക്കെന്നപോലെ സ്ത്രീകളും കുട്ടികളും ഉൾപ്പെടെ വന്ന് തങ്ങളുടെ സ്നേഹാദരങ്ങൾ അർപ്പിച്ച് തിരിച്ചുപോകുന്നു.

വിശ്വസിക്കാനാവാത്ത ഒരു കാഴ്ചയായിരുന്നു അത്. കമ്യൂണിസ്റ്റുകാരെ ഭയാശങ്കകളോടെ മാത്രം നോക്കിക്കണ്ടിരുന്ന ഒരു ജനവിഭാഗം തങ്ങളുടെ രക്ഷകനായി, ദൈവദൂതനെപ്പോലെ വന്നെത്തിയ ഒരാളായി, എ കെ ജിയെ കണക്കാക്കുന്നു. അദ്ദേഹത്തിന്റെ ജീവനുവേണ്ടി പ്രാർഥിക്കുന്നു. നിൽക്കുന്ന നിലയിൽ കുരിശ് വരയ്ക്കുന്നു. ദൈവത്തെ വിളിക്കുന്നു. വിവിധ ജാതിമതസ്ഥരായ ജനങ്ങൾ തങ്ങളുടെ ജീവിതാവശ്യത്തിന് വേണ്ടിയുള്ള പോരാട്ടത്തിൽ മതവും ജാതിയും കമ്യൂണിസ്റ്റ് വിരോധവും എല്ലാം മറന്നവർ. കമ്യൂണിസ്റ്റ് വിരോധത്തിന്റെ കനത്ത ഭിത്തികൾ കോടമഞ്ഞുപോലെ അലിഞ്ഞ് ഇല്ലാതാകുന്നത് ഞാൻ കണ്ടു. അതൊരു പുതിയ ആനന്ദവും അനുഭൂതിയും ആയിരുന്നു.

പകൽ മുഴുവൻ അവിടെ കഴിഞ്ഞു. സന്ധ്യയോടടുത്ത് മഴ പെയ്യുന്നുണ്ട്. ശീതക്കാറ്റ് അടിക്കുന്നു. എ കെ ജി പറഞ്ഞു: "നീ ഈ രാത്രിയിൽ ഈ തണുപ്പത്ത് ഇവിടെ കഴിഞ്ഞാൽ രോഗം പിടിക്കും. കുമിളിയിൽ ശ്രീകുമാർ ഹോട്ടലിന്റെ ഉടമ നമ്മുടെ സുഹൃത്താണ്. അവിടത്തെ സ്ത്രീകളും സ്നേഹമുള്ളവരാണ്. നീ രാത്രിയിൽ അവിടെ പോയി താമസിച്ച് അതിരാവിലെ വന്നാൽ മതി."

ഇവിടെതന്നെ കഴിയാം എന്ന് ഞാൻ പറഞ്ഞുനോക്കി. പക്ഷേ സഖാക്കളും എ കെ ജിയും ഒപ്പം വാദിച്ചു. എ കെ ജിയുടെ സെക്രട്ടറി കുഞ്ഞനന്തനും അവരോടൊപ്പം ചേർന്നു.

അങ്ങനെ മനസില്ലാതെ കുമിളിയിലേക്ക് തിരിച്ചു. പിറ്റേന്ന് രാവിലെ വീണ്ടും അമരാവതിയിലേക്ക് പോയി. ഇതൊരു ദിനചര്യയായി തീർന്നു.

എ കെ ജിയുടെ നില മോശമാകാൻ തുടങ്ങി. അടുത്തുള്ള പ്രൈവറ്റ് ക്ലിനിക്കിലെ ഡോക്ടർ ശ്രീധരൻ, എ പി ഉദയഭാനുവിന്റെ മകളുടെ ഭർത്താവാണ്. ദിവസവും വന്ന് പരിശോധിക്കും. ഇതിനിടയിൽ ഫാദർ വടക്കനും മറ്റ് പ്രമുഖരായ പല രാഷ്ട്രീയ നേതാക്കൻമാരും സത്യഗ്രഹപന്തൽ സന്ദർശിച്ചു. ക്രിസ്തുദേവന്റെ ആത്മത്യാഗമാണ് താൻ അമരാവതിയിൽ ദർശിച്ചതെന്ന് ഫാദർ വടക്കൻ പ്രസ്താവിച്ചു. സമരത്തെ അദ്ദേഹം അനുകൂലിക്കുന്നു എന്ന് പ്രസ്താവനയിറക്കി. ആ കമ്യൂണിസ്റ്റ് വിരുദ്ധ നേതാവിന്റെ പ്രസ്താവന ആളുകളെ അദ്ഭുതപ്പെടുത്തി.

13-ാം തീയതി ആയപ്പോഴേക്കും എ കെ ജിയുടെ മൂത്രത്തിൽ അസറ്റോൾ നേരിയ തോതിൽ കണ്ടുതുടങ്ങി. ഗവൺമെന്റ് ഹോസ്പിറ്റലിലെ ഡോക്ടർ വന്ന് പരിശോധിച്ചു. നിരാഹാരം തുടരുന്നത് ആപൽക്കരമായിരിക്കുമെന്ന് മുന്നറിയിപ്പ് നൽകി.

നാട്ടിലാകെ പ്രക്ഷോഭം കൊടുമ്പിരിക്കൊണ്ടു. 14-ാം തീയതി അസംബ്ലിയിൽ വാദകോലാഹലങ്ങൾ നടന്നു. "ഏത് ഗോപാലൻ, എന്ത് ഗോപാലൻ" എന്ന് പുച്ഛിച്ച് തള്ളിയ മുഖ്യമന്ത്രി പട്ടം താണുപിള്ളക്കും പ്രശ്നത്തിന്റെ ഗൗരവം തള്ളിക്കളയാനായില്ല.

രാപകൽ ആയിരക്കണക്കിനാളുകൾ സത്യഗ്രഹ പന്തലിലേക്കൊഴുകി. സ്ത്രീകളും കുട്ടികളും അടങ്ങുന്ന അഭയാർഥികൾ സത്യഗ്രഹപന്തലിന് ചുറ്റും ആകാംക്ഷയോടെ കാത്തിരുന്നു. പള്ളിയിലേക്ക് വേദപുസ്തകവുമായി പോകുമ്പോഴും തിരിച്ച് പള്ളിയിൽ നിന്ന് വരുമ്പോഴും സത്യഗ്രഹിയെ കാണാനും അദ്ദേഹത്തിന് ആയുരാരോഗ്യങ്ങൾ നേരാനും വലിയമ്മമാർ പോലും മറന്നില്ല. കുടുംബാഗങ്ങളേക്കാളേറെ ഉത്കണ്ഠയോടെയുള്ള അവരുടെ കാത്തിരിപ്പ് കാണുമ്പോൾ എന്റെ വേദന നിസാരമാണെന്ന് എനിക്ക് തോന്നിപ്പോയി.

14-ാം തീയതി സന്ധ്യയോടടുത്തപ്പോൾ എ കെ ജിയുടെ നില വീണ്ടും ഗുരുതരമായി. ക്ഷീണം വർധിച്ചു. കുടിച്ച വെള്ളം ഛർദ്ദിച്ചു. ആകെ അവശനായി. ഡോക്ടർ വന്ന് പരിശോധിച്ചു. ആരോഗ്യനില വഷളാവുകയാണെന്നും പറഞ്ഞു. ഏതാണ്ട് 10 മണി രാത്രിയായപ്പോൾ എ കെ ജിക്ക് അൽപ്പം ആശ്വാസം തോന്നി. എന്നോട് പറഞ്ഞു: "നീ ഇവിടെ നിൽക്കണ്ട. രാത്രി കുമിളിയിലേക്ക് പോകണം." ആ തീരുമാനം എന്നെ വല്ലാതെ വിഷമിപ്പിച്ചു. വാദപ്രതിവാദം നടത്താൻ പറ്റിയ സമയമല്ല. ഞാൻ അനുസരിച്ചു. കുമിളിയിലേക്ക് പോയി. എനിക്ക് ആരോടും അന്ന് സംസാരിക്കാൻ കഴിഞ്ഞില്ല. മുറിയിൽ കിടന്ന് ഉറങ്ങാൻ ശ്രമിച്ചു. കനത്ത ഇരുട്ടിലേക്ക് കണ്ണ് തുറന്നുതന്നെ കിടന്നു. ആശങ്കയുടെ നിമിഷങ്ങൾ ഇഴഞ്ഞുനീങ്ങി. എന്തെങ്കിലും ശബ്ദമോ കാലൊച്ചയോ കേൾക്കുന്നുണ്ടോ? ഞാൻ കാതോർത്തു. ഏതാണ്ട് മൂന്ന് മണിയായിക്കാണും. ആരോ കതകിൽ മുട്ടി.

ഞാൻ എഴുന്നേറ്റ് വാതിൽ തുറന്നു. അമരാവതിയിൽ നിന്ന് രണ്ട് സഖാക്കള് വന്നിരിക്കുന്നു. ഞാൻ ചോദിച്ചു. "എ കെ ജി ക്ക് എന്തുപറ്റി?"

"അല്ല സഖാവേ, പട്ടം താണുപിള്ളയുടെ പൊലീസ് ആ പ്രദേശമാകെ വളഞ്ഞിരിക്കുന്നു. എ കെ ജിയെ റാഞ്ചിക്കൊണ്ടുപോകാൻ അവർ എത്തിയിരിക്കുകയാണ്. എ കെ ജി പോവുകയില്ലെന്നും വാശി പിടിക്കുന്നു. സ്ത്രീകളും കുട്ടികളും കൂട്ടനിലവിളിയാണ്. സഖാവ് ഉടൻ വരണം."

ഞാൻ അവരോടൊത്ത് പുറപ്പെട്ടു. വാഹനങ്ങൾ ഒന്നും ആ സമയത്തുണ്ടായിരുന്നില്ല. ഞങ്ങൾ നടക്കുകയോ ഓടുകയോ ആയിരുന്നു. റോഡിൽ കിടന്ന ഉരുളൻ കല്ലുകൾ ഒന്നും ഞങ്ങൾക്ക് വിഘ്നാതമായി തോന്നിയില്ല.

ഏതാണ്ട് അരമണിക്കൂർകൊണ്ട് ഞങ്ങൾ അവിടെയെത്തി. പൊലീസ്നിര സൃഷ്ടിച്ച വലിയ മതിൽ. ആരെയും അകത്തേക്ക് കടത്തുന്നില്ല. ഞാൻ ഒന്നും നോക്കിയില്ല.

അതിവേഗത്തിൽ അങ്ങോട്ടടുത്തു. ആരോ പറഞ്ഞു: "എ കെ ജിയുടെ ഭാര്യയാണ്."

അവർ വഴിമാറിത്തന്നു. ഞാൻ അകത്തേക്ക് കടന്നു. അമ്മമാരും കുട്ടികളും കൂട്ടക്കരച്ചിൽ. ആര് ആരെ ആശ്വസിപ്പിക്കും. ഞാൻ ആലോചിച്ചു. ഞാനൊരു കമ്യൂണിസ്റ്റുകാരിയാണോ, എ കെ ജിയുടെ സമരസഖാവാണോ, പതറിക്കൂടാ.

ഞാൻ എ കെ ജിയുടെ അരികിൽ ചെന്നിരുന്നു. അദ്ദേഹം ആകെ രോഷാകുലനായിരുന്നു. അദ്ദേഹത്തിന്റെ സെക്രട്ടറി കുഞ്ഞനന്തൻ കുമിളിയിൽ നിന്നും എത്തിക്കഴിഞ്ഞിരുന്നു.

എ കെ ജി പറഞ്ഞു: "എന്നെ അവർ ജീവനോടെ കൊണ്ടുപോവുകയില്ല. അറസ്റ്റിന് ഞാൻ വഴങ്ങുകയില്ല. ഞാൻ ഇനി വെള്ളംപോലും കുടിക്കുകയില്ല." കടുത്ത ദേഷ്യത്തോടെ അദ്ദേഹം പറഞ്ഞു.

ഞാൻ പൾസ് പിടിച്ചുനോക്കി. അത് അനിയന്ത്രിതമായി വർധിച്ചിരിക്കുന്നു. എ കെ ജിയെ ശാന്തനാക്കുകയാണ് ആദ്യ ആവശ്യം. വലിയ വായിലെ കരയുന്ന ചുറ്റും കൂടിയ സ്ത്രീകളെയും കുട്ടികളെയും ആശ്വസിപ്പിക്കണം. ഞാൻ കരയുന്നവരോടും കരച്ചിൽ നിർത്തി എ കെ ജിയെ ശാന്തനാക്കാൻ സഹായിക്കണമെന്ന് പറഞ്ഞു. ഞാൻ അവരുടെ ഇടയിലേക്ക് കടന്നുചെന്ന് എ കെ ജിയെ രക്ഷിക്കാൻ കരച്ചിൽ ഒതുക്കേണ്ടത് ആവശ്യമാണെന്ന് അഭ്യർഥിച്ചു.

കൂട്ടക്കരച്ചിൽ ക്രമാനുഗതമായി കുറഞ്ഞ് അവസാനിച്ചു. കുഞ്ഞനന്തനുമായി ആലോചിച്ച് അദ്ദേഹത്തെ കുമിളിയിലേക്കയച്ചു. പാർട്ടി സംസ്ഥാന കമ്മിറ്റിയുമായി ബന്ധപ്പെട്ട് എന്ത് ചെയ്യാമെന്ന് ആലോചിക്കാൻ.

എന്തായാലും രാത്രിയിൽ അറസ്റ്റ് ചെയ്യപ്പെടുകയെന്ന പ്രശ്നമെയില്ല. അതിനനുവദിക്കുകയില്ല എന്നും ഞങ്ങൾ രണ്ടാളുംകൂടി എ കെ

ജിയെ ധരിപ്പിച്ചു. എ കെ ജി ശാന്തമായിരിക്കണമെന്നും ഞങ്ങൾ പൊലീസ് ഉദ്യോഗസ്ഥൻമാരോട് സംസാരിക്കാമെന്നും പറഞ്ഞു.

ഞങ്ങൾ അവിടെ ഉണ്ടായിരുന്ന ഡി എസ് പി മാഞ്ഞൂരാന്റെ അടുത്തോട്ട് പോയി. ഞാൻ അദ്ദേഹത്തോട് ചോദിച്ചു: "എ കെ ജിയെ ജീവനോടെ കൊണ്ടുചെല്ലാനാണോ അതോ ശവം കൊണ്ടുചെല്ലാനാണോ പട്ടം താണുപിള്ള ഉത്തരവിട്ടിരിക്കുന്നത്? രാത്രിയിൽ കള്ളൻമാരെപ്പോലെ വന്ന് എ കെ ജിയെ തട്ടിക്കൊണ്ടുപോകാൻ പ്ലാനിട്ടിരിക്കുകയാണോ? അത് ചെയ്യാൻ ഞങ്ങൾ സമ്മതിക്കുകയില്ല."

മാഞ്ഞൂരാൻ വളരെ മര്യാദയോടുകൂടിയാണ് പെരുമാറിയത്. അദ്ദേഹം പറഞ്ഞു. "എ കെ ജിയുടെ രോഗനില വഷളായിരിക്കുകയാണ്. ആശുപത്രിയിലേക്ക് നീക്കാതിരിക്കാൻ സാധ്യമല്ല. അതിന് ഞങ്ങളെ സഹായിക്കണം."

"അതാണ് നിങ്ങളുടെ ഉദ്ദേശ്യമെങ്കിൽ പരാക്രമം കാട്ടി എ കെ ജിയെയും ജനങ്ങളെയും ക്ഷുഭിതരാക്കാതിരുന്നാൽ മതി. നേരം വെളുത്തിട്ട് കൊണ്ടുപോകാൻ ഞങ്ങൾ ഏർപ്പാട് ചെയ്യും." അദ്ദേഹം സമ്മതിച്ചു.

"ഞങ്ങൾ അനങ്ങുകയില്ല. ശാന്തരായിരിക്കാം. നേരം വെളുത്തിട്ടേ അദ്ദേഹത്തെ കൊണ്ടുപോവുകയുള്ളൂ." സന്ദർഭത്തിന്റെ ഗൗരവം മനസിലാക്കി അദ്ദേഹം പറഞ്ഞു. വളരെ തന്ത്രപരമായി പെരുമാറാൻ ആ പൊലീസ് ഉദ്യോഗസ്ഥന് കഴിഞ്ഞു.

ആളുകളെ വളഞ്ഞിരുന്ന പൊലീസുകാരെ മുഴുവൻ ഒരു സ്ഥലത്തേക്ക് മാറ്റി. കുഞ്ഞനന്തൻ കുമിളിയിലേക്ക് പോയി. ഞാൻ എ കെ ജിയുടെ അടുത്തേക്കും. ഞാൻ എ കെ ജിയോട് പറഞ്ഞു. "എ കെ ജിയുടെ സമ്മതത്തോടുകൂടിയല്ലാതെ അവർ അറസ്റ്റ് ചെയ്യുകയില്ല. നേരം വെളുത്തതിനുശേഷം മാത്രമേ കൊണ്ടുപോകുകയുള്ളൂ. അതും എ കെ ജി സമ്മതിക്കുമെങ്കിൽ."

എ കെ ജിയുടെ രോഷം തൽക്കാലം ഒതുങ്ങി. പൾസ് റേറ്റ് താഴോട്ടു വന്നുതുടങ്ങി. ഡോക്ടർ വന്ന് അദ്ദേഹത്തെ നോക്കി. നേരം പ്രഭാതമാകുന്നതിനുമുമ്പ് കുഞ്ഞനന്തൻ തിരിച്ചുവന്നു. എ കെ ജിയെ ക്ഷുഭിതനാക്കാതെ അദ്ദേഹത്തിന്റെ അനുവാദത്തോടുകൂടി കാര്യങ്ങൾ കൈകാര്യം ചെയ്യാനാണ് മറുപടി ലഭിച്ചത്.

ഏതാണ്ട് എട്ട് മണിയോടെ ശ്രീകണ്ഠൻനായരും എത്തി. ജനങ്ങളെ ആശ്വസിപ്പിക്കുക വലിയൊരു പ്രശ്നമായിരുന്നു. അവർ എ കെ ജിയെ വിടുകയില്ല എന്നുള്ള വാശിയിൽ ആണ്. ഞാനും ശ്രീകണ്ഠൻ നായരും കുഞ്ഞനന്തനും ജനക്കൂട്ടത്തിൽ ഇറങ്ങി അവരോട് കാര്യങ്ങൾ പറഞ്ഞു. എ കെ ജിയുടെ ജീവൻ രക്ഷിക്കാൻ അറസ്റ്റിന് സമ്മതിക്കുകയാണ് നല്ലത്. നമ്മൾ അതിനെ ചെറുത്തുനിന്നാൽ അതിനിടയിൽ നഷ്ടപ്പെടുന്നത് എ കെ ജിയുടെ ജീവനാണ് എന്ന് ബോധ്യപ്പെടുത്താൻ ശ്രമിച്ചു. കുറെ ആളുകൾക്ക് അത് ബോധ്യപ്പെട്ടു.

ഏതാണ്ട് 9.30 ആകുമ്പോഴേക്കും എ കെ ജി അറസ്റ്റിന് സമ്മതി

ച്ചു. മൈക്കിലൂടെ അദ്ദേഹം ജനങ്ങളോട് സംസാരിച്ചു: "ശാന്തരായിരിക്കുക. ഞാൻ ആശുപത്രിയിലും നിരാഹാരം തുടങ്ങും. കണ്ണും കാതും ഇല്ലാത്ത ഈ സർക്കാരിനെക്കൊണ്ട് നിങ്ങളുടെ ആവശ്യങ്ങൾ അംഗീകരിപ്പിക്കും."

ഞാൻകൂടി ആംബുലൻസിൽ എ കെ ജിയോടൊപ്പം പോകണമെന്ന് ഡി എസ് പി മാഞ്ഞൂരാൻ ആവശ്യപ്പെട്ടു. ഞാൻ തയ്യാറായി. അദ്ദേഹം പറഞ്ഞു. "നീയും ശ്രീകണ്ഠൻനായരും ഇവിടെ നിൽക്കണം. പൊതുയോഗം നടത്തണം. ജനങ്ങളെ കാര്യം പറഞ്ഞ് മനസിലാക്കണം. അവരെ ആശ്വസിപ്പിക്കണം. അതുകഴിഞ്ഞ് ആശുപത്രിയിലേക്ക് വന്നാൽ മതി."

അവസാനം കുഞ്ഞനന്തനെ വാനിൽ കയറ്റി എ കെ ജിയോടൊപ്പം അയച്ചിട്ട് ഞാനും ശ്രീകണ്ഠൻ നായരും അവിടെ നിന്നു.

എ കെ ജിയെ വാനിലേക്ക് കയറ്റിയ ഉടനെ ജനക്കൂട്ടത്തിനിടയിൽ നിന്ന് തേങ്ങലുകൾ ഉയർന്നു. അതൊരു വല്ലാത്ത കാഴ്ചയായിരുന്നു. ഞരമ്പുകൾ വലിഞ്ഞുമുറുകുന്നതുപോലെ എനിക്ക് തോന്നി. വികാരജീവിയായ ശ്രീകണ്ഠൻനായരുടെ കണ്ണുകളും നിറഞ്ഞു.

ഞങ്ങൾ രണ്ടാളും അവരോട് സംസാരിച്ചു. സമാധാനമായിരിക്കാൻ. കേരളത്തിലെ ജനങ്ങൾ നിങ്ങളുടെ പ്രശ്നങ്ങൾ ഏറ്റെടുത്തിരിക്കുന്നു. നിങ്ങളുടെ പ്രശ്നങ്ങളും എ കെ ജിയുടെ ജീവനും ഒപ്പം രക്ഷിക്കുവാനുള്ള ഉത്തരവാദിത്തം അവർ നിറവേറ്റും.

അവിടെ നിന്ന് ഞങ്ങൾ നേരെ കോട്ടയം ആശുപത്രിയിലേക്ക് കുതിച്ചു. മെഡിക്കൽ കോളെജ് ആശുപത്രിയിലെ രണ്ടാമത്തെ നിലയിൽ പേവാർഡിൽ പൊലീസ് കാവലിൽ അദ്ദേഹം കിടക്കുകയാണ്. ഞാൻ അകത്തേക്ക് കടന്നു. എനിക്ക് പരിചയമുള്ള ഡി എം ഒ ഡോ. പാറുക്കുട്ടിയടക്കം അദ്ദേഹത്തെ പരിശോധിക്കുകയാണ്. ഒന്നുരണ്ട് മണിക്കൂറുകൾക്കകം പ്രസിദ്ധനായ കെ എൻ പൈ ആശുപത്രിയിൽ എത്തി. ശാന്തനായ ഡോ. പൈ അദ്ദേഹത്തെ നോക്കാൻ എത്തിയപ്പോൾ എന്തോ ഒരു ആത്മവിശ്വാസം എനിക്ക് തോന്നി. ഒരു വലിയ ഭാരം ഇറക്കിവെച്ചപോലെ. പൈ സാറിന്റെ സാന്നിധ്യം എ കെ ജിക്ക് മരുന്നിനേക്കാൾ ഏറെ ഗുണം ചെയ്യുമെന്ന് എനിക്ക് തോന്നി. അദ്ദേഹത്തിന് സലൈൻവാട്ടർ ട്രിപ്പ് കൊടുക്കാൻ തീരുമാനിച്ചു. സഖാക്കൾ സി എച്ചും എം എന്നും ഗൗരിയമ്മയും എല്ലാം കോട്ടയത്ത് ഓടിയെത്തി. കൂടിയാലോചനകളുടെ തിരക്കാണ്. അമരാവതിയിൽനിന്ന് പോവുന്നതിനുമുമ്പ് തന്നെ എ കെ ജി നിരാഹാരവ്രതം അവസാനിപ്പിക്കണമെന്നും വേണ്ടിവന്നാൽ ഇത് പരിഹരിക്കുന്നതിന് ഒന്നിച്ച് നിരാഹാരവ്രതം അനുഷ്ഠിക്കാൻ താൻ തയ്യാറാണെന്നും പറഞ്ഞ് കേളപ്പന്റെ കമ്പിസന്ദേശം ഉണ്ടായിരുന്നു. നിരാഹാരവ്രതം അവസാനിപ്പിക്കാൻ സാധ്യമാകാത്ത സാഹചര്യമാണുള്ളതെന്നും കേളപ്പൻ അമരാവതിയിലേക്ക് വരണമെന്നും പറഞ്ഞ് എ കെ ജി തിരിച്ച് കമ്പിയടിച്ചിരുന്നു.

ഈ കത്തും കമ്പിയുമെല്ലാം എ കെ ജിയെ വികാരഭരിതനാക്കിയിരുന്നു. നിരാഹാരം ഉപേക്ഷിക്കുകമാത്രം അദ്ദേഹം തിരസ്കരിച്ചു. ഡോ. പാറുക്കുട്ടി പരിഭ്രാന്തയായി കൂടെക്കൂടെ വന്ന് നിരാഹാരം അവസാനിപ്പിക്കേണ്ടതിന്റെ ആവശ്യകതയെക്കുറിച്ച് അദ്ദേഹത്തോട് സംസാരിച്ചു. പുഞ്ചിരിയോടെ അദ്ദേഹം അതെല്ലാം കേട്ടുകിടക്കും. സലൈൻവാട്ടർ കുത്തിവെച്ച അവസരത്തിൽ പൈ സാറിനോട് അദ്ദേഹം അഭ്യർഥിച്ചു. "ഗ്ലൂക്കോസ് കുത്തിവെക്കരുത്."

"അങ്ങയുടെ അനുവാദം കൂടാതെ ഒരു സാധനവും ഞാൻ കുത്തിവെക്കുകയില്ല." ദൃഢനിശ്ചയത്തോടെ പൈ സാർ പറഞ്ഞു.

ഇത്രയധികം സാമൂഹ്യ പ്രതിബദ്ധതയും ആർജവവും മനുഷ്യസ്നേഹവുമുള്ള അപൂർവം ചില ഡോക്ടർമാരെയേ എനിക്ക് കാണാൻ കഴിഞ്ഞിട്ടുള്ളൂ. ജീവിതാവസാനം വരെ ഡോക്ടർ പൈയോടുള്ള സ്നേഹാദരങ്ങൾ അദ്ദേഹം മനസിൽ സൂക്ഷിച്ചിരുന്നു. അന്ന് തുടങ്ങിയ ബന്ധം ജീവിതാവസാനം വരെ തുടർന്നിരുന്നു.

പി ടി ചാക്കോയും എ കെ ജിയെ സന്ദർശിച്ച് സംഭാഷണം നടത്തി. കേരളമാകെ ഇളകിമറിഞ്ഞു. 1957-ലെ കമ്യൂണിസ്റ്റ് മന്ത്രിസഭ, വനഭൂമിയിൽ കയറി കൃഷിചെയ്ത് താമസിച്ചിരുന്ന നിരാധാരരായ മനുഷ്യരെ ഇറക്കിവിടുകയില്ലെന്ന് പ്രഖ്യാപിച്ചിരുന്നു. അതിന്റെ ചുവടുപിടിച്ച് സമ്പന്നരായ പലരും അമരാവതി പ്രദേശത്തെ ഭൂമി കൈയടക്കിവെക്കുകയും അത് പാവപ്പെട്ടവർക്ക് വിൽക്കുകയും ഉണ്ടായി. നിങ്ങളെ ഒഴിപ്പിക്കാൻ ഒരു മനുഷ്യശക്തിക്കും സാധ്യമല്ലെന്നുറപ്പ് കൊടുത്തിരുന്നവർ അധികാരത്തിൽ ഇരിക്കുമ്പോഴാണ് മൃഗീയമായ ഈ കുടിയൊഴിപ്പിക്കൽ നടന്നതെന്നത് ഒരു വിരോധാഭാസമാണ്. ഈ നിരാഹാരവ്രതം അവസാനിപ്പിക്കാൻ മുൻകയ്യെടുക്കാതിരിക്കാൻ പി ടി ചാക്കോക്ക് കഴിയുമായിരുന്നില്ല.

കൂടിയാലോചനകൾ മുറുകി. എ കെ ജിയുടെ നില കൂടുതൽ വഷളായിക്കൊണ്ടിരുന്നു. 16-ാം തീയതി രാവിലെ ഉണരുമ്പോൾ എ കെ ജി വളരെ ക്ഷീണിതനായിരുന്നു. വായും മുഖവുമെല്ലാം വൃത്തിയാക്കി അൽപ്പം വെള്ളം കൊടുത്ത് ഞാൻ അടുത്ത് ഇരിക്കുകയായിരുന്നു. അദ്ദേഹം മുഖത്ത് നോക്കി. "നീ ഭക്ഷണം മര്യാദക്ക് കഴിക്കുന്നില്ല. ഇങ്ങനെയായാൽ എന്നെ എങ്ങനെ ശുശ്രൂഷിക്കും. നീ പോയി കാപ്പി കുടിച്ചിട്ട് വരണം."

ഞാൻ അനുസരിക്കേണ്ടിവന്നു. തൊട്ടടുത്തുള്ള അംബാസിഡർ ഹോട്ടലിലേക്ക് പോയി. ഒരു അപ്പവും ചായയും വാങ്ങി. അപ്പം മുറിച്ച് വായിലേക്ക് വെക്കാൻ പോകുമ്പോൾ എനിക്ക് തോന്നി ഇപ്പോൾ അദ്ദേഹത്തിനെന്തെങ്കിലും സംഭവിച്ചാൽ എന്ത് ചെയ്യും? അപ്പം താഴെ വെച്ച് ചായയെടുത്ത് കുടിച്ച് ഞാൻ ആശുപത്രിയിലേക്ക് ഓടി.

ഞാൻ ചെല്ലുമ്പോൾ പൈ സാറും ഡോക്ടർമാരും ചുറ്റും നിൽക്കുന്നു. എ കെ ജി ബോധരഹിതനായി കഴിഞ്ഞിരുന്നു. അദ്ദേഹത്തിന് സലൈൻവാട്ടർ കുത്തിവെക്കുകയാണ്.

ഞാൻ ആകെ സ്തംഭിച്ചുപോയി. എന്റെ കണ്ണുകൾ നിറഞ്ഞു. പൈസാർ എന്നെ ആശ്വസിപ്പിച്ചു. അദ്ദേഹത്തിന്റെ അടുത്തുതന്നെ കസേരയിൽ എന്നെ പിടിച്ചിരുത്തി. ഞാൻ ധൈര്യം സമാഹരിച്ചു. ഞാൻ എന്നെ നിയന്ത്രിച്ചു.

അദ്ദേഹം ഏതാനും നിമിഷങ്ങൾക്കകം കണ്ണു തുറന്നു. എന്നെ വിളിച്ചുകൊണ്ടാണ് കണ്ണു തുറന്നത്. ചിരിച്ചുകൊണ്ട് അദ്ദേഹം ചോദിച്ചു: "നീ പേടിച്ചുപോയോ? എനിക്ക് ഒന്നും ഇല്ല." ഡോക്ടർമാരും നഴ്സുമാരും ചുറ്റും കാവൽ നിന്നു. അരമണിക്കൂർ കഴിഞ്ഞ് വീണ്ടും ബോധരഹിതനായി. അൽപ്പം ഗ്ലൂക്കോസ് കുത്തിവെച്ചാൽ അസറ്റോൾ നിലയിൽ മാറ്റം വരും. പക്ഷെ അത് ചെയ്തുകൂടാ. എ കെ ജിയുടെ ലക്ഷ്യത്തിന് കോട്ടം വരുന്നതാണ്. ആ ദൃഢനിശ്ചയത്തിന് കോട്ടം വരുന്ന യാതൊന്നും ചെയ്തുകൂടാ എന്ന കാര്യത്തിൽ ഡോക്ടർമാർ ഞങ്ങളുടെ കൂടെ ഉറച്ചുനിന്നു. വീണ്ടും സലൈൻവാട്ടർ തന്നെ കുത്തിവെച്ചു.

മണിക്കൂറുകൾ ഇഴഞ്ഞുനീങ്ങി. എ കെ ജിക്ക് ബോധക്ഷയം ഉണ്ടായ വിവരം കാട്ടുതീപോലെ പരന്നു. ആശുപത്രിക്ക് ചുറ്റും ജനങ്ങൾ തടിച്ചുകൂടി.

രാത്രിയും പകലും വ്യത്യാസമില്ലാതെ ഡോക്ടർമാരും സഖാക്കളും ജനങ്ങളും സമയം തള്ളിനീക്കി. 16-ാം തീയതി രാവിലെ മുതൽ ആയിരക്കണക്കിനാളുകൾ കോട്ടയം കളക്ട്രേറ്റ് പിക്കറ്റ് ചെയ്യാൻ തുടങ്ങിയിരുന്നു. നാടിന്റെ നാനാഭാഗത്തും ജനരോഷം ആളിക്കത്തി. പൊതുയോഗങ്ങളും പ്രകടനങ്ങളും ഘോഷയാത്രകളും നടത്തിയിരുന്നു. 17-ാം തീയതി പ്രഭാതമായതോടെ കൂടിയാലോചനകൾ ഫലപ്രാപ്തിയിലേക്ക് നീങ്ങി. ബോധക്ഷയം ഉണ്ടായിയെന്ന വാർത്തയുമായി പത്രം പുറത്തുവന്നപ്പോൾ എന്റെ വീട്ടിലും പരിഭ്രാന്തി വർധിച്ചു. അവശനായ എ കെ ജിയുടെ ഫോട്ടോ അടങ്ങിയ പത്രം അഞ്ച് വയസുള്ള എന്റെ മകൾ കാണാതെ ചേട്ടനും ചേച്ചിയും മാറ്റിവെച്ചു. എന്തെങ്കിലും സംഭവിക്കുകയാണെങ്കിൽ മോൾ അച്ഛനെ കാണാതെ വരുന്നത് ഒരു വലിയ പാതകമായിരിക്കും. ചേട്ടനും ചേച്ചിയും തീരുമാനമെടുത്തു. കുഞ്ഞിനെ കോട്ടയത്തേക്ക് കൊണ്ടുപോകണം. ചേട്ടൻ ബസിൽ കുഞ്ഞിനെയുംകൊണ്ട് കോട്ടയത്തിന് പുറപ്പെട്ടു. ചങ്ങനാശേരിയിൽ എത്തിയപ്പോൾ വാർത്ത പരന്നു എ കെ ജിയുടെ നിരാഹാരവ്രതം അവസാനിച്ചുവെന്ന്. മോളെ ആളുകൾ തിരിച്ചറിഞ്ഞു. ആളുകൾ ചുറ്റും തടിച്ചുകൂടി. ചങ്ങനാശേരിയിൽ നിന്ന് കോട്ടയത്ത് എത്താൻ കോട്ടയം ബസിൽ കയറാൻ വിഷമമായിരുന്നു.

കൂടിയാലോചനകൾ അവസാനിച്ചു. ആവശ്യങ്ങൾ സാധിച്ചുകൊണ്ട് കരാർ ഒപ്പിട്ടു. അപ്പോഴേക്കും കേളപ്പനും അവിടെ ഓടിയെത്തി. കേളപ്പൻ എ കെ ജിക്ക് നാരങ്ങാനീര് കൊടുത്തു. എം എന്റെ തമാശ പൊട്ടി. അത് ആ നിമിഷത്തിന്റെ മാധുര്യം വർധിപ്പിച്ചു. ഏതാണ്ട് അരമണിക്കൂർ കഴിഞ്ഞപ്പോൾ ഞങ്ങളുടെ പൊന്നുമോളുമായി ചേ

ട്ടൻ എത്തി. അധികം താമസിയാതെ അമ്മയും അമ്മാവനും അണ്ണനും എത്തി. സ്നേഹസമ്പന്നരായ സഖാക്കളും നാട്ടുകാരും ഒന്നൊന്നായി ആശുപത്രിയിലേക്ക് വരാൻ തുടങ്ങി. കുഞ്ഞുമോളുടെ മുത്തം അച്ഛന്റെ തളർച്ചക്ക് ആശ്വാസം പകർന്നു. വികാരതീവ്രതയോടെയല്ലാതെ എന്നും ആ നിമിഷങ്ങളെപ്പറ്റി ഓർക്കാൻ സാധ്യമല്ല.

ഒത്തുതീർപ്പ് സാധ്യമല്ലെന്ന് വാശിപിടിച്ച പട്ടം താണുപിള്ളക്ക് മനുഷ്യമഹാശക്തിയുടെ മുമ്പിൽ കീഴടങ്ങേണ്ടിവന്നു - അമരാവതി കർഷകസമരത്തിലെ ഉജ്ജ്വലചരിത്രങ്ങളിൽ തിളങ്ങുന്ന അധ്യായമായി.

(കർഷകകേരളം, 1989 മാർച്ച്-ഏപ്രിൽ)

എ കെ ജി എതിരാളിയുടെ കാഴ്ചപ്പാടിൽ

പാമ്പൻ മാധവൻ

ഗാന്ധി-ഇർവിൻ ഉടമ്പടിയെത്തുടർന്ന് സിവിൽ നിയമലംഘന സമരം താൽക്കാലികമായി പിൻവലിച്ച കാലഘട്ടം (1931-32). താരതമ്യേന ശാന്തമാണ് രാഷ്ട്രീയാന്തരീക്ഷം. സമരോൽസുകരായ കോൺഗ്രസ് പ്രവർത്തകർ പിക്കറ്റിങ്ങ് പരിപാടിയിൽ മുഴുകിയിരിക്കുകയാണ്. കണ്ണൂർ ടൗണിലെ വിദേശവസ്ത്ര വിൽപ്പനകേന്ദ്രങ്ങൾ സ്ത്രീ വളണ്ടിയർമാരും മദ്യഷാപ്പുകൾ പുരുഷ വളണ്ടിയർമാരുമാണ് പിക്കറ്റ് ചെയ്യുന്നത്. അവർക്കായി രണ്ട് ക്യാമ്പുകളും ഏർപ്പെടുത്തിയിട്ടുണ്ട്. ഹ്രസ്വകായനും മുറിമീശക്കാരനും സൗമ്യനുമായ ഒരു ചെറുപ്പക്കാരൻ ക്യാമ്പുകൾ സന്ദർശിച്ച് വളണ്ടിയർമാർക്ക് ഉപദേശ-നിർദേശങ്ങൾ നൽകുന്നത് കാണാമായിരുന്നു. ആ യുവാവാണ് പിൽക്കാലത്ത് അഖിലേന്ത്യാ നേതാവായി വളർന്ന് പ്രസിദ്ധനായിത്തീർന്ന സാക്ഷാൽ എ കെ ഗോപാലൻ. അന്നത്തെ ഒരു ജൂനിയർ കോൺഗ്രസ് പ്രവർത്തകനായ എനിക്ക് എ കെ ജിയുമായി പരിചയപ്പെടുവാനും ഉറ്റബന്ധം പുലർത്തുവാനും സന്ദർഭം ലഭിച്ചത് അക്കാലത്താണ്.

വളണ്ടിയർ ക്യാമ്പുകളുടെ മാനേജർ എന്റെ ഒരു സഹപ്രവർത്തകനായ മുള്ളങ്കണ്ടി രാഘവനായിരുന്നു. രാഘവൻ ഒരു പ്രസംഗകനല്ലെങ്കിലും കഴിവുറ്റ ഒരു സംഘാടകനായിരുന്നു. രഹസ്യപ്രവർത്തനങ്ങളിൽ അതീവതൽപ്പരനുമായിരുന്നു. അദ്ദേഹത്തിന്റെ ഈ കഴിവുകളെ എ കെ ജി തന്റെ *ജീവിതകഥ*യിൽ പ്രശംസിച്ചതായി കാണാം.

അന്ന് കണ്ണൂർ ടൗണിൽ ക്രിമിനൽ നടപടി നിയമം 144-ാം വകുപ്പനുസരിച്ച് നിരോധന കൽപ്പന നടപ്പിലാക്കിയിരുന്നതിനാൽ കോൺഗ്രസുകാർക്ക് രാഷ്ട്രീയപ്രവർത്തനമോ പ്രസംഗമോ നടത്തുവാൻ നിർവാഹമുണ്ടായിരുന്നില്ല. രാഷ്ട്രീയയോഗങ്ങൾ കോട്ടമൈതാനിയിലെ പ്രസിദ്ധമായ വിളക്കുംതറയിലാണ് സംഘടിപ്പിക്കാറുള്ളത്. എ കെ ജി

ഒരു ദിവസം എന്നോട് ആവശ്യപ്പെടുകയുണ്ടായി, വിളക്കുംതറയിൽ ചെന്ന് രാഷ്ട്രീയപ്രസംഗം നടത്തി നിരോധനാജ്ഞ ലംഘിക്കണമെന്ന്. അതനുസരിച്ച് ഒരു ദിവസം വൈകുന്നേരം പ്രസ്തുത സ്ഥലത്തെത്തിയപ്പോൾ എനിക്ക് അവിടെ കാണാൻ കഴിഞ്ഞത് സബ് ഇൻസ്പെക്ടർ സഞ്ജീവ് മേനോന്റെ നേതൃത്വത്തിൽ ഒരു സംഘം പൊലീസിനെയാണ്. വിളക്കുംതറയിൽ കയറിനിന്ന് പ്രസംഗിക്കുവാൻ മുതിരുന്നതിനുമുമ്പുതന്നെ പൊലീസ് എസ് ഐ എന്നെ പിടിച്ച് വാനിൽ കയറ്റി പൊലീസ് സ്റ്റേഷനിൽ കൊണ്ടുപോകുകയാണ് ചെയ്തത്; പിന്നീട്, എന്നെ അറസ്റ്റ് ചെയ്യാതെ വിട്ടയക്കുകയും ചെയ്തു.

വളണ്ടിയർ ക്യാമ്പിൽ തിരിച്ചെത്തിയപ്പോൾ എ കെ ജി ചോദിച്ചു. "പൊലീസിന്റെ കൈകൊണ്ട് നല്ല അടി കിട്ടിയോ?" "ഇല്ല" എന്ന് മറുപടി പറഞ്ഞപ്പോൾ അദ്ദേഹം നിരാശപ്പെടുകയാണ് ചെയ്തതെന്ന് എനിക്ക് തോന്നി. കോൺഗ്രസുകാരിൽ സ്വാതന്ത്ര്യബോധവും പാർട്ടി സ്പിരിറ്റും വളരണമെങ്കിൽ അവർ പൊലീസ് മർദ്ദനത്തിന് വശംവദരായിത്തീരണമെന്ന സിദ്ധാന്തക്കാരനായിരുന്നു എ കെ ജി. പൊലീസ് മർദ്ദനത്തിന് ഞാൻ ഇരയാകണം. അതിന് അദ്ദേഹം ഒരു മാർഗം കണ്ടുപിടിച്ചു. അന്നൊരു ദിവസം വൈകുന്നേരം നിരോധനകൽപ്പന ലംഘിച്ച് ടൗണിൽ പ്രകടനം നടത്തുവാൻ അദ്ദേഹം രണ്ടുപേരെ തെരഞ്ഞെടുത്തു. ഈ ലേഖകനെയും ചട്ടക്കോരനെയും. മുള്ളങ്കണ്ടി രാഘവന്റെ അയൽവാസിയായിരുന്നു പരേതനായ ചട്ടക്കോരൻ. ഞങ്ങൾ രണ്ടുപേരും ബ്രിട്ടീഷ് വിരുദ്ധ മുദ്രാവാക്യങ്ങൾ വിളിച്ചുപറഞ്ഞ് ടൗണിൽ പ്രകടനം നടത്തി. അപ്പോഴേക്കും സർക്കിൾ ഇൻസ്പെക്ടർ കറുമ്പന്റെ നേതൃത്വത്തിൽ ഒരു സംഘം പൊലീസ് ഓടിയെത്തി ചൂരൽപ്രയോഗം നടത്തി ഞങ്ങളെ വിരട്ടിയോടിച്ചു. പ്രഹരത്തിന് നല്ല ചൂടുണ്ടായിരുന്നു. വിവരം അറിഞ്ഞപ്പോൾ എ കെ ജി 'പരമാനന്ദം' കൊള്ളുകതന്നെ ചെയ്തുവെന്ന് പറയാം.

എ കെ ജി ശ്രദ്ധേയനായത് ഗുരുവായൂർ സത്യഗ്രഹസമരത്തോടുകൂടിയാണ്. ക്ഷേത്രനടയിൽ ഉപവാസമനുഷ്ഠിക്കുന്ന കേളപ്പനെ എ കെ ജിയും ഉണ്ണികൃഷ്ണനും അദ്ദേഹത്തിന്റെ അരികിൽ ഇരുന്ന് പരിചരിക്കുന്ന ഫോട്ടോ *മാതൃഭൂമി*യിൽ പ്രസിദ്ധീകരിച്ചതായിക്കണ്ടപ്പോൾ ചെറുപ്പക്കാരായ ഞങ്ങൾ ആവേശഭരിതരായിത്തീർന്നുവെന്ന് പറയേണ്ടതായിട്ടില്ല. സവർണ്ണക്ഷേത്രങ്ങളിൽ ബലം പ്രയോഗിച്ച് പ്രവേശിക്കുവാനുള്ള തീവ്രമായ അഭിവാഞ്ഛ ഞങ്ങളിലും വളർന്നുവന്നു. ഗുരുവായൂർ സത്യഗ്രഹം ഉയർത്തിവിട്ട ആവേശത്തിന്റെ അലതല്ലലിൽപെട്ട ഈ ലേഖകൻ ഉൾപ്പെടെ ഒരു സംഘം ആളുകൾ 1932-ൽ ചാലാട്ടെ ഒരു സവർണ്ണക്ഷേത്രത്തിൽ പ്രവേശിക്കുകയുണ്ടായി. പൊലീസ് ഞങ്ങളെ അറസ്റ്റ് ചെയ്ത് കണ്ണൂർ സ്റ്റേഷനറി മജിസ്ട്രേട്ട് കോടതിയിൽ ഹാജരാക്കി. മാസങ്ങളോളം നീണ്ടുനിന്ന വിചാരണയ്ക്കുശേഷം കോടതി ഞങ്ങളെ ജയിൽശിക്ഷക്ക് വിധിച്ചു. ഫീസ് വാങ്ങാതെ കോടതിയിൽ ഹാജരായി പ്രതികൾക്കുവേണ്ടി കേസ് വാദിച്ചത്

തലശേരി ബാറിലെ പ്രസിദ്ധ ക്രിമിനൽ അഭിഭാഷകനും കോൺഗ്രസ് നേതാവുമായ എൽ എസ് പ്രഭുവായിരുന്നു. അദ്ദേഹത്തെക്കുറിച്ചും എ കെ ജി തന്റെ *ജീവിതകഥ*യിൽ പരാമർശിച്ചിട്ടുണ്ട്. ജയിൽവാസം വരിച്ച ഞങ്ങളെ എ കെ ജി അഭിനന്ദിക്കുകയുണ്ടായി.

1931-ലെ പിക്കറ്റിങ്ങ് പരിപാടിയിലും 1932-ലെ നിയമലംഘന സമരത്തിലും പങ്കെടുത്ത് ജയിൽവാസം വരിച്ച് പുറത്തുവന്ന എ കെ ജിയെ ഞങ്ങൾക്ക് കാണാൻ കഴിഞ്ഞത് ഒരു കോൺഗ്രസ് സോഷ്യലിസ്റ്റ് പാർട്ടി പ്രവർത്തകനായാണ്. അത് അദ്ദേഹത്തിന്റെ രാഷ്ട്രീയജീവിതത്തിലുണ്ടായ ഒരു വഴിത്തിരിവാണെന്ന് തീർച്ചയായും വിശേഷിപ്പിക്കാം. കാരണം, അതോടുകൂടിയാണ് എ കെ ജി ഊർജസ്വലനായ ഒരു രാഷ്ട്രീയപ്രവർത്തകനായി മാറിയത്. പഴയ ചിറക്കൽ താലൂക്കിലെ കർഷകരെയും വ്യാവസായിക തൊഴിലാളികളെയും കോൺഗ്രസ് സോഷ്യലിസ്റ്റ് പാർട്ടിയുടെ പ്ലാറ്റ്ഫോം ഉപയോഗിച്ച് ത്രിവർണ്ണ പതാകയിൻകീഴിൽ സംഘടിപ്പിക്കുന്നതിൽ എ കെ ജി നടത്തിയ തീവ്രയത്നം അവിസ്മരണീയമാണ്. ജന്മിമാരുടെ മർദ്ദനത്തിൽ നിന്നും ചൂഷണത്തിൽ നിന്നും കർഷകജനതയെ മോചിപ്പിക്കുന്നതിന് എ കെ ജിയും സഹപ്രവർത്തകരും നടത്തിയ നിരന്തരമായ പരിശ്രമത്തിന്റെ പശ്ചാത്തലത്തിലാണ് 'ചിറക്കൽ താലൂക്ക് കർഷകസംഘം' പിറവിയെടുത്തത്. സംഘം രൂപവൽക്കരിച്ചത് 1936-ൽ പറശിനിക്കടവിൽ ബാരിസ്റ്റർ എ കെ പിള്ളയുടെ അധ്യക്ഷതയിൽ ചേർന്ന കിസാൻ സമ്മേളനത്തിൽവെച്ചാണ്. പരേതനായ പി നാരായണൻനായരാണ് സമ്മേളനം ഉദ്ഘാടനം ചെയ്തത്. അന്ന് അദ്ദേഹം *മാതൃഭൂമി*യുടെ സബ് എഡിറ്ററായിരുന്നു. എ കെ ജി സമ്മേളനത്തിൽ പങ്കെടുത്തിരുന്നുവെങ്കിലും പ്രസംഗിക്കുകയുണ്ടായില്ല. രാഷ്ട്രീയപ്രസംഗം ചെയ്യുന്നതിൽനിന്ന് അദ്ദേഹത്തെ തടഞ്ഞുകൊണ്ട് മദ്രാസ് ഗവൺമെന്റ് പുറപ്പെടുവിച്ച ഉത്തരവായിരുന്നു അതിന് കാരണം. കണ്ണൂരിലെ *മാതൃഭൂമി* ലേഖകനായി ഞാൻ നിയമിതനായത് അക്കൊല്ലമാണ്. ഞാനാണ് പറശിനിക്കടവ് സമ്മേളന പരിപാടികൾ റിപ്പോർട്ട് ചെയ്തത്. അത് എന്റെ പൊതുജീവിതത്തിലെ പുതിയ ഒരു അനുഭവമായിരുന്നു.

അന്ന് കോളിളക്കം സൃഷ്ടിച്ച മറ്റൊരു സംഭവംകൂടി നടക്കുകയുണ്ടായി. പറശിനിക്കടവ് ശ്രീ മുത്തപ്പൻ ക്ഷേത്രം വക സമ്മേളനസ്ഥലത്തിന് തൊട്ടടുത്ത് ഒരു വായനശാല ഉണ്ടായിരുന്നു. അതിൽ തീണ്ടൽ ജാതിക്കാർക്ക് പ്രവേശനസ്വാതന്ത്ര്യം ഉണ്ടായിരുന്നില്ല. കിസാൻ സമ്മേളനത്തിൽ പങ്കെടുക്കുവാൻ എത്തിച്ചേർന്ന ഒരു സംഘം ഹരിജനങ്ങൾ വിഷ്ണുഭാരതീയന്റെയും മറ്റും നേതൃത്വത്തിൽ പ്രസ്തുത വായനശാലയിൽ പ്രവേശിക്കുകയുണ്ടായി. അതിന്റെ പിന്നിൽ അയിത്താചാരണത്തിനും ജാതിക്കുമെതിരായി കുരിശുയുദ്ധം നടത്തിയ എ കെ ജിയുടെ മസ്തിഷ്കവും പ്രവർത്തിച്ചിരുന്നു എന്ന് പറയേണ്ടതായിട്ടില്ല. അയിത്തജാതിക്കാരായ പുലയർ പ്രവേശിച്ച് അശുദ്ധമാക്കിയ കാരണത്താൽ പ്രസ്തുത വായനശാല അരിശംപൂണ്ട ക്ഷേത്രഭാരവാഹികൾ പിന്നീട്

നശിപ്പിക്കുകയാണ് ചെയ്തത്.

ധീരനായ ഒരു സാഹസികൻകൂടിയായിരുന്നു എ കെ ജി. പഴയ മലബാർ ഏരിയയിൽ ചെറുകിട കർഷകരുടെയും കാണക്കുടിയാൻമാരുടെയും മറ്റും ദയനീയസ്ഥിതിയിലേക്ക് മദ്രാസ് ഗവൺമെന്റിന്റെ ശ്രദ്ധ ക്ഷണിക്കുന്നതിന് എ കെ ജിയുടെ നേതൃത്വത്തിൽ ഒരു പട്ടിണിജാഥ കണ്ണൂരിൽ നിന്ന് മദ്രാസിലേക്ക് കാൽനടയായി യാത്ര പുറപ്പെട്ടതും ഈ കാലഘട്ടത്തിലാണ്. 1936 ജൂലായ് മാസത്തിൽ. യാത്ര പുറപ്പെടുന്നതിന്റെ തലേദിവസം കഠിനമായ മഴ അനുഭവപ്പെട്ടിരുന്നു. മലബാറിന്റെ വിവിധ ഭാഗങ്ങളിൽനിന്ന് എത്തിച്ചേർന്ന വളണ്ടിയർമാർക്ക് താമസസൗകര്യം ഉണ്ടാക്കുന്നതിന് ചെറിയ ഒരു ശ്രമം നടത്തണമെന്ന് എ കെ ജി ഈ ലേഖകനോട് ആവശ്യപ്പെടുകയുണ്ടായി; അങ്ങനെ ഒരു കെട്ടിടം കിട്ടുകയും ചെയ്തു. ശ്രീനാരായണ പാർക്കിന് സമീപം സ്ഥിതിചെയ്യുന്ന തിയോസഫിക്കൽ സൊസൈറ്റിയുടെ വകയായുള്ള ഗൗതമ ലോഡ്ജ്. കുറെ വളണ്ടിയർമാർ അവിടെയാണ് താമസിച്ചത്.

പിറ്റേദിവസം രാവിലെ കാനത്തൂർ വാർഡിലെ ഒണ്ടേൻപറമ്പിൽ നിന്ന് കാക്കി യൂണിഫോറവും ഹാറ്റും ധരിച്ച എ കെ ജിയുടെ നേതൃത്വത്തിൽ “പട്ടിണിയായ്, പട്ടിണിയായ്, മുറുമുറെ പട്ടിണിയായ് പട്ടണങ്ങളിലുള്ളവരും ഉൾനാട്ടുകാരും” എന്ന ഗാനം ആലപിച്ചുകൊണ്ട് 32 ധർമ വളണ്ടിയർമാർ പട്ടിണിജാഥ അടിവെച്ച് മുന്നോട്ട് നീങ്ങിയപ്പോൾ അവിടെ തടിച്ചുകൂട്ടിയ ജനക്കൂട്ടത്തെ അത് ആവേശം കൊള്ളിക്കുകതന്നെ ചെയ്തു. ഐതിഹാസികമായ ഒരു പദയാത്രയായിരുന്നു അത്. 750 നാഴികയോളം ജാഥക്ക് സഞ്ചരിക്കേണ്ടിവന്നു. രണ്ട് മാസം നീണ്ടുനിന്ന ക്ലേശഭൂയിഷ്ഠമായ യാത്രക്കുശേഷമാണ് ജാഥ മദിരാശി ടൗണിൽ എത്തിയത്. സാഹസിക സ്വഭാവമുള്ള ഏത് ധീരകൃത്യവും ഏറ്റെടുത്ത് നടത്താനുള്ള എ കെ ജിയുടെ സഹനശക്തിക്കും നിശ്ചയദാർഢ്യത്തിനും മകുടോദഹരണമാണ് ആ പട്ടിണിജാഥയെന്ന് നിസംശയം പറയാം.

ഇന്ത്യയുടെ രാഷ്ട്രീയ സ്വാതന്ത്ര്യത്തിനുവേണ്ടി സമരം നടത്തുന്ന നാഷണൽ കോൺഗ്രസിനെ എതിർക്കുന്ന ഒരു സംഘടനയെയും വെച്ചുപൊറുപ്പിക്കാൻ എ കെ ജി ഒരുക്കമുണ്ടായിരുന്നില്ല. അക്കാര്യത്തിൽ അദ്ദേഹം അനിയന്ത്രിതമായി അസഹിഷ്ണുത പ്രകടിപ്പിച്ച ഒരു സംഭവത്തിലേക്കാണ് വായനക്കാരുടെ ശ്രദ്ധ ക്ഷണിക്കുന്നത്.

1935-ലെ ഇന്ത്യാ ഗവൺമെന്റ് ആക്ടനുസരിച്ച്, സാക്ഷരത്വ വോട്ടവകാശത്തിന്റെ അടിസ്ഥാനത്തിൽ, മദ്രാസ് നിയമസഭയിലേക്ക് പൊതുതിരഞ്ഞെടുപ്പ് നടക്കുകയാണ്-1937-ൽ. ചിറക്കൽ താലൂക്ക് നിയോജകമണ്ഡലത്തിൽ നിന്ന് പോത്തേരി മാധവൻ വക്കീലാണ് കോൺഗ്രസ് സ്ഥാനാർഥിയായി മൽസരിക്കുന്നത്. അദ്ദേഹത്തെ എതിർക്കുന്നത് പീപ്പിൾസ് പാർട്ടി സ്ഥാനാർഥി ആച്ചത്ത് അച്യുതൻ വക്കീലും. പിത്താപുരം രാജാവാണ് പീപ്പിൾസ് പാർട്ടിയുടെ സ്ഥാപകൻ. തന്റെ പാർട്ടി സ്ഥാനാർഥിക്കുവേണ്ടി പ്രചാരവേല നടത്തുന്നതിന് പിത്താപുരം രാജാവും അനുചരൻമാരും കണ്ണൂരിൽ എത്തിയിരിക്കുകയാണ്.

മുനിസിപ്പൽ ഹൈസ്കൂളിലാണ് പൊതുയോഗം സംഘടിപ്പിച്ചിട്ടുള്ളത്. യോഗം കലക്കുന്നതിന് കോൺഗ്രസ് പ്രവർത്തകർ മുൻകൂട്ടി പ്ലാൻ ചെയ്തിരുന്നു. അതനുസരിച്ച് എ കെ ജിയുടെ നേതൃത്വത്തിൽ കോൺഗ്രസ് പ്രവർത്തകരായ ഞങ്ങൾ ഹാളിൽ കടന്നുചെല്ലുകയാണ്. പിത്താപുരം രാജാവ് പ്രസംഗിക്കുകയാണിപ്പോൾ. ഞങ്ങൾ അദ്ദേഹത്തെ കൂക്കിവിളിച്ചു. അദ്ദേഹം തന്റെ പ്രസംഗം നിർത്തിയ ഉടൻതന്നെ എ കെ ജി സ്റ്റേജിൽ കയറി സ്വതസിദ്ധമായ പരിഹാസസ്വരത്തിൽ പീപ്പിൾസ് പാർട്ടിയെയും അതിന്റെ നേതാവിനെയും സ്ഥാനാർഥിയെയും അതിനിശിതമായി വിമർശിച്ചുകൊണ്ട് പ്രസംഗമാരംഭിച്ചപ്പോൾ ഞങ്ങൾ ഹർഷാരവം മുഴക്കി. യോഗം കലക്കിയതിൽ സന്തുഷ്ടരായ ഞങ്ങൾ ജയഭേരി മുഴക്കിക്കൊണ്ട് എ കെ ജിയുടെ നേതൃത്വത്തിൽ ഹാൾ വിട്ടിറങ്ങിപ്പോകുകയും ചെയ്തു.

എ കെ ജിക്ക് അഖിലേന്ത്യാ പ്രശസ്തി നേടിക്കൊടുത്ത മറ്റൊരു പ്രധാന സംഭവത്തെക്കുറിച്ചും ഈ സന്ദർഭത്തിൽ അനുസ്മരിച്ചുകൊള്ളട്ടെ. 1950-ൽ പുതിയ ഭരണഘടന നടപ്പിലായ കാലഘട്ടത്തിലാണ് മദ്രാസ് ഗവൺമെന്റ് എ കെ ജിയെ അറസ്റ്റ് ചെയ്ത് വിചാരണ ചെയ്യാതെ തടങ്കലിൽ വെച്ചത്. ആ നടപടിക്കെതിരെ എ കെ ജി മദ്രാസ് ഹൈക്കോടതിയിൽ ഹേബിയസ് കോർപസ് റിട്ട് ഹർജി ബോധിപ്പിക്കുകയുണ്ടായി. തുടക്കത്തിൽ എ കെ ജി തന്റെ കേസ് സ്വയം വാദിക്കുകയാണ് ചെയ്തത്. ഒടുവിൽ കോടതി 1951-ൽ അദ്ദേഹത്തെ വിട്ടയക്കുകയും ചെയ്തു. അഭിഭാഷക ലോകത്തിന് ഉത്തേജനം നൽകിയ ഒരു സവിശേഷ സംഭവമായിരുന്നു അത്. ആ വർഷം വിജയാഹ്ലാദത്തോടെ കണ്ണൂരിൽ തിരിച്ചെത്തിയ എ കെ ജിക്ക് റെയിൽവേ സ്റ്റേഷനിൽവെച്ച് നൽകിയ സ്വീകരണം രാജോചിതമായിരുന്നു. വിളക്കുംതറ മൈതാനിയിൽ ചേർന്ന ഒരു വമ്പിച്ച സ്വീകരണയോഗത്തിൽ അദ്ദേഹം പ്രസംഗിക്കുകയും ചെയ്തു.

കർമനിരതവും ത്യാഗഭൂയിഷ്ഠവും സംഭവബഹുലവുമായിരുന്നു എ കെ ജിയുടെ രാഷ്ട്രീയജീവിതം. എന്തായിരുന്നു അദ്ദേഹത്തിന്റെ ജീവിതാഭിലാഷം? ഈ ചോദ്യത്തിനുള്ള ഉത്തരം എ കെ ജിയുടെ വാക്കുകളിൽതന്നെ ഇവിടെ രേഖപ്പെടുത്തട്ടെ:

ഇന്നല്ലെങ്കിൽ നാളെ ഭാരതത്തിലെ ബഹുഭൂരിപക്ഷം വരുന്ന ദരിദ്ര വിഭാഗങ്ങളുടേതായ ഒരു ലോകം ഉദയം ചെയ്യും. കൃഷിഭൂമി അവരുടേതായിത്തീരുന്ന ഒരു ദിവസം വന്നുചേരും. ആ ദിവസത്തിന്റെ സൂര്യോദയം പ്രതീക്ഷിച്ചുകൊണ്ട് അവിരാമം ഞാൻ പ്രവർത്തിക്കുകയാണ്. ഈ യാത്രയിൽ ഒരുപക്ഷേ, ആ സൂര്യോദയത്തിനുമുമ്പ് ഞാൻ കാലിടറി വീണേക്കാം. ധീരരായ എന്റെ മണ്ണിന്റെ മക്കളേ, നിങ്ങൾക്ക് ആ സൂര്യോദയം കാണാൻ കഴിയും. അത് നിശ്ചയമാണ്. ഭാരതത്തിലെ വിശാലമായ കൃഷിഭൂമി നിങ്ങളുടേതാവുകതന്നെ ചെയ്യും. (എ കെ ജിയുടെ *മണ്ണിനുവേണ്ടി* എന്ന ഗ്രന്ഥത്തിൽ നിന്ന്)

(മാതൃഭൂമി ആഴ്ചപ്പതിപ്പ്, 1977 മെയ് 1)

എ കെ ജിയുടെ മന:സാന്നിധ്യം

മൂർക്കോത്ത് കുഞ്ഞപ്പ

ഈ നൂറ്റാണ്ടിന്റെ നാൽപതുകളിലാണത് സംഭവിച്ചതെന്നാണെന്റെ ഓർമ്മ. എ കെ ഗോപാലൻ ഒളിവിലാണ്-അദ്ദേഹത്തെ കാണുന്ന മാത്രയിൽ അറസ്റ്റ് ചെയ്യുവാൻ സർക്കാരിന്റെ ഉത്തരവ് ഇന്ത്യയിലാകമാനം നടത്തിയിരിക്കയാണ് ബ്രിട്ടീഷ് ഗവൺമെന്റ്. അങ്ങനെയുള്ള പരിതഃസ്ഥിതിയിൽ അദ്ദേഹം കൽക്കത്തയിൽനിന്ന് പത്ത് നാഴിക അകലെയുള്ള ഒരു കമ്പനി ആപ്പീസിൽ എത്തിപ്പെട്ടു-കമ്പനിയിലെ മാനേജർ തലശേരിക്കാരനായ ഒരു എഞ്ചിനീയറാണ് - താടി വളർത്തി, നടത്തംതന്നെ മാറ്റിയ രൂപത്തിലും അദ്ദേഹത്തിന് ഗോപാലനെ മനസിലായി-ഒന്നും പറഞ്ഞില്ല. ഗോപാലൻ നൽകിയ പേരിൽതന്നെ എഞ്ചിനീയർ അദ്ദേഹത്തിന് ജോലി കൊടുത്തു. എഞ്ചിനീയർ പറയുകയാണ്.

"ഓർഡർ വാങ്ങി പിരിയുമ്പോൾ ഞങ്ങൾ രണ്ടുപേരും അന്യോന്യം നോക്കി ഒന്നു മന്ദഹസിച്ചു. ആ ചിരി ഞാൻ ഒരിക്കലും മറന്നിട്ടില്ല. ഏതായാലും അന്യോന്യം അറിഞ്ഞതായി ആരെയും അറിയിക്കാതിരിക്കുകയാണല്ലോ രണ്ടുപേർക്കും രക്ഷ."

ഗോപാലൻ അവിടെ ജോലി ചെയ്തു. അവിടെയുണ്ടായിരുന്ന നാലഞ്ച് മലയാളി ഉദ്യോഗസ്ഥൻമാരുടെ 'ലോഡ്ജിൽ' ഒരു മുറിയെടുത്ത് താമസിച്ചു. മറ്റുള്ളവരൊക്കെ രണ്ടും മൂന്നും പേർ ഓരോ മുറിയിലായിരുന്നുവെങ്കിലും ഗോപാലൻ ഒറ്റയ്ക്ക് ഒരു മുറിയാണ് വാടകക്കെടുത്തത്. കുറച്ച് ദിവസത്തിനകം അവർക്കൊക്കെ ആളാരാണെന്ന് മനസിലായി. അവരിൽ പലരും കണ്ണൂരും തലശേരിയിലും ഉള്ളവരായിരുന്നു. ആരും ചോദിക്കാൻ പോയില്ല. അന്യോന്യം ഈ വിഷയത്തെപ്പറ്റി സംസാരിച്ചതുമില്ല. ചെട്ടിക്ക് കള്ളപ്പണം കിട്ടിയപോലെ ഒരു

'കള്ളക്കളി'. അങ്ങനെയിരിക്കുമ്പോൾ ഒരു സാധുവായ ജോലിക്കാരനെ ഒന്നുരണ്ടു പേർ കൂടി തല്ലി, വല്ലാതെ തല്ലി. ഗോപാലനത് സഹിച്ചില്ല - പൊലീസിൽ പോയി പരാതി പറയാൻ അവന് വല്ലാത്ത ഭയം-ആ സ്ഥലം അന്ന് ഒരു കുഗ്രാമമായിരുന്നു. കൽക്കത്തയിലേക്കുള്ള മെയിൻ റോഡിൽ സ്ഥിതിചെയ്യുന്ന ഒരു പടുക്കൂറ്റൻ കെട്ടിടവും വിശാലമായ തോട്ടവും ചെറിയ വാടകക്ക് കിട്ടിയതുകൊണ്ടാണ് ആ വലിയ കമ്പനി അവിടെ ആരംഭിച്ചത്. ആ നാട്ടുമ്പുറക്കാരനുണ്ടോ പൊലീസ് സ്റ്റേഷനിൽ കയറാൻ ധൈര്യം വരുന്നു.

ഗോപാലൻ സംശയിച്ചില്ല-അവനെയുംകൂട്ടി പൊലീസ് സ്റ്റേഷനിൽ കയറിച്ചെന്നു. താൻ ഒളിവിലാണ്. പൊലീസിന് കണ്ടുകിട്ടിയാൽ താൻ ഉടനെ ജയിലിലാകും. ഇതൊക്കെ ഗോപാലന് നല്ലപോലെ അറിയാം. പക്ഷേ സാധുസംരക്ഷണം തനിക്ക്, മൂക്കിൽ പൊടികയറിയാൽ തുമ്മുന്നതുപോലെ കേവലം അടക്കാൻ കഴിയാത്ത പ്രകൃതിസ്വഭാവമാണ്-പിന്നെ പൊലീസിന്റെ പിടിയിൽ പെടുമെന്ന ഭയമല്ലേ? നരിയുടെ മടയിൽ തലയിടാൻ ഗോപാലനുണ്ടോ വല്ലപ്പോഴും ശങ്കിച്ചിട്ട്? അങ്ങനെ ശങ്കിക്കുന്ന നിമിഷം അദ്ദേഹം ഗോപാലനല്ലാതാകും.

പൊലീസ് സ്റ്റേഷനിലെത്തി-ഇൻസ്പെക്ടർ ഗോപാലന് ഇരിക്കാൻ കസേര കൊടുത്ത് അവിടെവെച്ച് കാര്യങ്ങൾ പറഞ്ഞുകൊണ്ടിരിക്കുമ്പോഴാണ് പൊലീസ് ഇൻസ്പെക്ടറുടെ പുറകിലുള്ള ചിത്രങ്ങൾ ഗോപാലൻ കണ്ടത്. സർക്കാരിന്റെ 'നോട്ടപ്പുള്ളി'കളുടെ ചിത്രങ്ങളാണത്. കൂട്ടത്തിൽ തന്റെ ഫോട്ടോയും സ്പഷ്ടമായി കാണാം.

ഗോപാലന്റെ മുഖത്ത് യാതൊരു ഭാവഭേദവുമുണ്ടായില്ല. കാര്യം പറയുന്നതിൽ അദ്ദേഹം ധൃതികൂട്ടിയില്ല. എന്തിനേറെ പറയുന്നു. കണ്ണിമകൂടി വിറച്ചില്ല. എല്ലാം രജിസ്റ്റർ ചെയ്യാനും മറ്റും അരമുക്കാൽ മണിക്കൂർ വേണ്ടിവന്നു. ഒന്നാലോചിച്ചുനോക്കണം. തന്റെ 'വാറണ്ട് ഫോട്ടോ' നോക്കിയിരുന്നുകൊണ്ടാണ് പറയുന്നതും വാഗ്വാദം നടത്തുന്നതുമൊക്കെ!

എല്ലാം കഴിഞ്ഞ് അദ്ദേഹം ഇറങ്ങിപ്പോന്നു. ഈ സംഭവത്തിനുശേഷം എ കെ ജി ഉടനെ സ്ഥലംവിടും എന്നായിരുന്നു എല്ലാവരും കരുതിയത്. അതും സംഭവിച്ചില്ല. ഒരു മാസമോ മറ്റോ കഴിഞ്ഞപ്പോൾ വേറെ എവിടെയോ പോകാനുണ്ടെന്നും പറഞ്ഞ് ഗോപാലൻ ജോലി രാജിവെച്ചു.

അപ്പോഴും മാനേജരും ഗോപാലനും ചിരിച്ചു. അൽപ്പംകൂടി അർഥവത്തായി ചിരിച്ചു.

(ദേശാഭിമാനി വാരിക, 1977 ഏപ്രിൽ 3)

എ കെ ജി ചെലുത്തിയ സ്വാധീനം

ഇ കെ നായനാർ

എ കെ ജി നന്നേ ചെറുപ്പത്തിലേ എന്നിൽ വലിയ സ്വാധീനം ചെലുത്തി. വിദ്യാർഥിയായിരുന്ന കാലത്ത് അദ്ദേഹം എന്നിൽ പകർന്ന ആവേശം, ജീവിതം മുഴുവൻ അദ്ദേഹത്തിൽ കത്തിനിന്ന മനുഷ്യസ്നേഹം-അതൊന്നും മറക്കാനാവുകയില്ല. തന്റെ സാമീപ്യവും സാന്നിധ്യവും വേണ്ടിടങ്ങളിൽ എ കെ ജിയെ കാണാം. സന്ദർഭം മനസിലാക്കി അവിടെ ഓടിയെത്തുക; കർമനിരതനാകുക, ആശ്വാസം പകരുക, ആവേശം വിതയ്ക്കുക-അതായിരുന്നു എ കെ ജിയുടെ സ്വഭാവം.

1956-ലാണെന്നാണ് എന്റെ ഓർമ്മ. എന്റെ അമ്മയുടെ മരണവാർത്ത ഞാനറിഞ്ഞത് മഞ്ചേരിയിലെ പാർട്ടി യോഗത്തിൽ പങ്കെടുക്കുമ്പോഴാണ്. ഉടനെതന്നെ വീട്ടിലേക്ക് പുറപ്പെട്ടെങ്കിലും വൈകിട്ട് ആറുമണിക്കേ എത്താൻ കഴിഞ്ഞുള്ളൂ. അപ്പോഴേക്കും അമ്മയുടെ ശവസംസ്കാരം കഴിഞ്ഞിരുന്നു. അമ്മയെ അവസാനമായി ഒരു നോക്കു കാണാനാവാത്ത ദുഃഖം കടിച്ചമർത്തി ഞാനെന്റെ മുറിയിൽ കിടന്നു. അപ്പോഴാണ് ഞാനറിയുന്നത്; എ കെ ജി അവിടെയുണ്ടായിരുന്നുവെന്നും ശവസംസ്കാരച്ചടങ്ങിൽ ആദ്യന്തം പങ്കെടുത്തെന്നും. കണ്ണൂർ ജില്ലയിൽ പരിപാടിയിലായിരുന്ന എ കെ ജി അമ്മയുടെ ചരമവാർത്ത അറിഞ്ഞയുടനെ അവിടെയെത്തുകയായിരുന്നു. ഞാൻ സ്ഥലത്തില്ലെന്ന് മനസിലാക്കിയ അദ്ദേഹം എനിക്ക് പകരമെന്നോണം ആ ചടങ്ങുകളിലെല്ലാം പങ്കെടുത്തു. ഇതറിഞ്ഞപ്പോൾ എനിക്കുണ്ടായ ആശ്വാസം കുറച്ചൊന്നുമല്ലായിരുന്നു. അതുകഴിഞ്ഞ് അദ്ദേഹം എന്നെ ആശ്വസിപ്പിക്കാനെത്തിയത് ഇന്നും എനിക്ക് മറക്കാനാവുന്നില്ല.

കണ്ണൂർ ജില്ലയിലെ തീക്ഷ്ണമായ പോരാട്ടങ്ങളിലെല്ലാം-1935 മുതൽ നടന്ന കർഷക തൊഴിലാളി-വിദ്യാർഥിസമരങ്ങളിലെല്ലാം-എ കെ ജിയുടെ പങ്കാളിത്തം മാത്രമല്ല, ധീരമായ നേതൃത്വമാണുണ്ടായിരുന്നത്.

പെരളശേരി ഹൈസ്കൂളിലെ അധ്യാപകനായിരുന്ന എ കെ ജി വിദ്യാർഥികളും രക്ഷിതാക്കളുമായി ഇടപഴകി അവരുടെ ആദരവ് പിടിച്ചുപറ്റി. എ കെ ജി എന്ന അധ്യാപകനെക്കുറിച്ച് നാട്ടുകാർക്ക് ഇന്നും ഓർക്കാൻ ഏറെയുണ്ടാവും. കെ കേളപ്പന്റെ നേതൃത്വത്തിൽ 1930-ൽ നടന്ന ഉപ്പുസത്യഗ്രഹത്തിനുശേഷം അദ്ദേഹത്തിന്റെ അനുയായിയായി രംഗത്തുവന്ന എ കെ ജിയുടെ കൂടെപ്പിറപ്പായിരുന്നു നിയമലംഘനവും ജയിൽവാസവും. 1935 കാലത്ത് എന്റെ ഗ്രാമമായ കല്യാശേരിയിലെ സ്ഥിരം സന്ദർശകരായിരുന്നു കൃഷ്ണപിള്ളയും എ കെ ജിയും കേരളീയനും.

നാടുവാഴിത്തത്തിന്റെയും അയിത്താചരണത്തിന്റെയും കേന്ദ്രമായിരുന്ന കല്യാശേരി നിയമലംഘനത്തിന്റെയും ദേശീയ പ്രസ്ഥാനത്തിന്റെയും ആവേശമുൾക്കൊണ്ട് പിന്നീട് പുരോഗമനാശയങ്ങളുടെ തട്ടകമായി മാറി. ഇതിന്റെയൊക്കെ വക്താവായി അവിടെ ഉയർന്നുവന്നത് കെ പി ആർ ഗോപാലനായിരുന്നു. കല്യാശേരിയിൽ കർഷകപ്രസ്ഥാനം മുതൽ ബാലസംഘം വരെ വളർത്തുന്നതിൽ പ്രധാന പങ്ക് വഹിച്ചയാളായിരുന്നു കേരളീയൻ. പക്ഷേ, ഇതിനെല്ലാം ധീരമായ നേതൃത്വം നൽകിയ എ കെ ജിയുടെ പങ്കാളിത്തം ആ ഗ്രാമം ഇന്നും മറന്നിട്ടില്ല.

കൃഷിക്കാരെയും തൊഴിലാളികളെയും വിദ്യാർഥികളെയും സംഘടിപ്പിക്കുന്നതിൽ മുൻനിന്ന് പ്രവർത്തിച്ച എ കെ ജി സാമ്രാജ്യത്വവിരുദ്ധ പോരാട്ടത്തിലും സോഷ്യലിസ്റ്റ്-കമ്യൂണിസ്റ്റ് പ്രസ്ഥാനം വളർത്തുന്നതിലും നൽകിയ ധീരമായ നേതൃത്വം മാതൃകാപരമാണ്. വഞ്ചനയും കാപട്യവും അഴിമതിയുമില്ലാത്ത രാഷ്ട്രീയത്തിന്റെ ഉടമയാണദ്ദേഹം.

വിദ്യാർഥിരംഗത്ത് അന്ന് എ കെ ജി നൽകിയ നേതൃത്വം എത്ര ശക്തമായിരുന്നുവെന്ന് വ്യക്തമാക്കുന്ന ഒരു സംഭവം. ഞാൻ ചിറക്കൽ രാജാസ് ഹൈസ്കൂളിലെ വിദ്യാർഥിയായിരുന്ന കാലം. ദേശീയ പ്രസ്ഥാനവുമായി ബന്ധപ്പെട്ടതിന് ചില വിദ്യാർഥികളെ ഹെഡ്മാസ്റ്റർ പുറത്താക്കി. ഇതിൽ പ്രതിഷേധിച്ച് ഞങ്ങൾ പഠിപ്പുമുടക്കം പ്രഖ്യാപിച്ചു. ചുറ്റിനുമുള്ളവരുടെ പിന്തുണയും ഞങ്ങൾക്കുണ്ടായിരുന്നു. പക്ഷേ, യാഥാസ്ഥിതികനും രാജഭക്തനുമായ ഹെഡ്മാസ്റ്റർ അടങ്ങിയിരുന്നില്ല. പഠിപ്പുമുടക്ക് പൊളിക്കാൻ തന്നെ ഹെഡ്മാസ്റ്റർ കച്ചകെട്ടി. അപ്പോഴേക്കും ഞങ്ങൾക്ക് പ്രചോദനം നൽകാൻ എ കെ ജി ഓടിയെത്തി. മാർഗനിർദേശവും നേതൃത്വവുമായി അദ്ദേഹം അവിടെത്തന്നെ കഴിഞ്ഞു. ഒരാഴ്ച നീണ്ടുനിന്ന സമരം അവസാനം വിജയം കണ്ടു. പുറത്താക്കിയവരെ തിരിച്ചെടുത്തു. അതുപോലെ തന്നെ കല്യാശേരിയിൽ കോൺഗ്രസ് സംഘടന കെട്ടിപ്പടുക്കാനും യോഗങ്ങൾ സംഘടിപ്പിക്കാനും എ കെ ജി മുടങ്ങാതെ വന്നു. അന്ന് വിദ്യാർഥിയായി ഞാനും ഈ യോഗങ്ങൾക്കെല്ലാം പോകും.

1936-ൽ കണ്ണൂരിൽ നിന്ന് മദിരാശിയിലേക്ക് എ കെ ജിയും ചന്ത്രോത്ത് കുഞ്ഞിരാമൻനായരും നയിച്ച പട്ടിണിജാഥ മറക്കാനാവാത്ത മറ്റൊരു സംഭവമായി ഇന്നും അവശേഷിക്കുന്നു. കെ പി ആർ, കേളു

വേട്ടൻ, പി എം ഗോപാലൻ തുടങ്ങിയവർ ആ ജാഥയിലുണ്ടായിരുന്നു.

കെ പി ആർ എഴുതിയ,

"തൊഴിലില്ലാതുള്ളവരേ, അഴൽ
പെരുകിയവരേ, തുഴയില്ലാ
തോണിപോലെ തുഴയുന്നവരേ..."

എന്ന പാട്ടും പാടിയായിരുന്നു പട്ടിണിജാഥ സഞ്ചരിച്ചത്. സാമ്രാജ്യത്വത്തിനും തൊഴിലില്ലായ്മക്കും ദാരിദ്ര്യത്തിനുമെതിരായി എഴുന്നൂറിലധികം നാഴിക സഞ്ചരിച്ച് ജനഹൃദയങ്ങളെ ഇളക്കിമറിച്ച ആ ജാഥ എ കെ ജിയുടെ ധീരോദാത്തമായ ഒരു കാൽവെപ്പുതന്നെയായിരുന്നു. തമിഴ്, ഇംഗ്ലീഷ്, മലയാളം ഭാഷകളിലായിരുന്നു എ കെ ജിയുടെ അന്നത്തെ പ്രസംഗം. പട്ടിണിജാഥയെ സാമ്രാജ്യത്വ ഭരണാധികാരികൾ മദിരാശിയിൽ നേരിട്ടത് കുതിരപ്പട്ടാളത്തിന്റെ സഹായത്തോടെയായിരുന്നു. രാമമൂർത്തിയും മറ്റ് കോൺഗ്രസ് നേതാക്കളുമായിരുന്നു അന്ന് പട്ടിണിജാഥക്ക് മദിരാശിയിൽ ആവേശവും ചൂടും ചൂരും പകർന്നത്. അന്ന് സാമ്രാജ്യത്വത്തിനെതിരെയാണെങ്കിൽ ഇന്നത്തെ പോരാട്ടം സാമ്രാജ്യത്വത്തിന് വഴങ്ങിക്കൊണ്ടുള്ള സാമ്പത്തികനയങ്ങൾക്കെതിരെയാണെന്ന് മാത്രം.

പിന്നീട് നാളുകൾ കഴിഞ്ഞ് എ കെ ജി കല്യാശേരിയിലെത്തിയത് ശ്രീഹർഷൻ സ്മാരക വായനശാലയുടെ പരിപാടിയുമായി ബന്ധപ്പെട്ടായിരുന്നു. തികഞ്ഞ ദേശസ്നേഹിയായിരുന്ന ശ്രീ ഹർഷൻ ഹരിജന പ്രവർത്തനത്തിനിടയിൽ അയിത്തത്തിനെതിരെ ഐതിഹാസിക പോരാട്ടം തന്നെ നടത്തി. വായനശാലയിൽ പ്രസംഗപരിശീലനം നടത്തുക എന്നത് അന്നൊരു പതിവായിരുന്നു. അന്ന് മൈക്ക് ഉപയോഗിച്ചായിരുന്നില്ല യോഗങ്ങൾ സംഘടിപ്പിച്ചിരുന്നത്. യോഗങ്ങളിൽ ആശാന്റെയും സഹോദരൻ അയ്യപ്പന്റെയും കവിതകൾ ചൊല്ലുകയെന്നത് എ കെ ജിക്ക് പ്രത്യേക താൽപര്യമുള്ള കാര്യമായിരുന്നു. എ കെ ജിയുടെ സരസമായ പ്രസംഗത്തിൽ മുഴുകി ജനങ്ങൾ മണിക്കൂറുകളോളം ഇരിക്കും. ഇന്ന് മൈക്കില്ലാത്ത ഒരു യോഗത്തെപ്പറ്റി ആർക്കാണ് ഓർക്കാനാവുക? അന്ന് എ കെ ജി പങ്കെടുക്കുന്ന ഒട്ടുമുക്കാൽ യോഗങ്ങളിലും ഞാനെത്തുമായിരുന്നു.

ആദ്യഘട്ടത്തിൽ പാർട്ടിയെ വേരുപിടിപ്പിക്കാൻ എ കെ ജി അഹോരാത്രം ഓടിനടന്നെങ്കിൽ പിൽക്കാലത്തെ അനുഭവം അതിനേക്കാൾ മഹത്തരമായിരുന്നു.

ഉൾപ്പാർട്ടി സമരഘട്ടത്തിൽ പാർട്ടിയെ നേരായ പാതയിലേക്ക് നയിക്കുന്നതിൽ എ കെ ജി ധീരമായ നേതൃത്വം നൽകി. 64-ൽ പാർട്ടി രണ്ടായി പിളർന്ന ഘട്ടത്തിലും 67-68 കാലത്ത് തീവ്രവാദം പ്രസ്ഥാനത്തിൽ നുഴഞ്ഞു കയറിയ ഘട്ടത്തിലും പഴയ പല സുഹൃത്തുക്കളെയും കൈവിടാൻ തയ്യാറായിക്കൊണ്ടുതന്നെ സി പി ഐ(എം)ന്റെ നയം ഉയർത്തിപ്പിടിക്കാൻ എ കെ ജിക്ക് കഴിഞ്ഞു.

1967-68-ൽ രണ്ടാമത്തെ ഇടതുമുന്നണി സർക്കാർ അധികാരത്തിൽ വന്ന ഘട്ടത്തിൽ കമ്യൂണിസ്റ്റ് പാർട്ടിക്കകത്ത് തീവ്രവാദത്തിന്റെ

നുഴഞ്ഞുകയറ്റം ശക്തിപ്പെട്ടു. 68-ൽ എറണാകുളത്ത് ഇത് സംബന്ധിച്ച് പ്രത്യേക പ്ലീനം തന്നെ ചേർന്നു. സുന്ദരയ്യയായിരുന്നു അന്ന് പാർട്ടി സെക്രട്ടറി. രാമമൂർത്തിയും ബസവപുന്നയ്യയും ഇ എം എസും എ കെ ജിയും ഞങ്ങളെല്ലാവരും അതിൽ പങ്കെടുത്തു. കെ പി ആർ ഗോപാലനും എൻ സി ശേഖറും അന്ന് തീവ്രവാദി ക്യാമ്പിലായിരുന്നു. ആശയപരവും താത്വികവും രാഷ്ട്രീയവുമായ തീക്ഷ്ണസമരമാണ് സ്പെഷ്യൽ പ്ലീനത്തിൽ നടന്നത്. തീവ്രവാദികൾ ഒടുവിൽ ന്യൂനപക്ഷമായി. ആ സമ്മേളനം എ കെ ജിയെ കേരളാ പാർട്ടി സെക്രട്ടറിയായി തെരഞ്ഞെടുത്തു. പാർട്ടിയെ നേരായ വഴിക്ക് നയിക്കുന്നതിന് എ കെ ജി തന്നെയാണവശ്യമെന്ന് നേതൃത്വം മനസിലാക്കി. ആ ദൗത്യം അദ്ദേഹം ഏറ്റെടുത്തു. അങ്ങനെ കാറുംകോളും പാർട്ടിയെ വലച്ചുവെങ്കിലും അവയെല്ലാം സുധീരം നേരിട്ട് എ കെ ജി രണ്ട് വർഷത്തോളം പാർട്ടിയെ നയിച്ചു.

ഇന്ദിരാഗാന്ധി രാജ്യത്ത് അടിയന്തരാവസ്ഥ പ്രഖ്യാപിച്ചപ്പോൾ എ കെ ജി അതിനെതിരെ ശക്തിയുക്തം പോരാടി. അടിയന്തരാവസ്ഥാ പ്രഖ്യാപനത്തെ എതിർത്തുകൊണ്ട് പാർലമെന്റിൽ അദ്ദേഹം നടത്തിയ പ്രസംഗം പ്രസിദ്ധമാണല്ലോ. ആ പ്രസംഗം ഇന്ത്യയിലെ പല ഭാഷകളിലേക്കും തർജുമ ചെയ്യപ്പെട്ടു. അടിയന്തരാവസ്ഥക്കെതിരായ പോരാട്ടം തുടരുന്നതിനിടയിൽ അദ്ദേഹത്തിന്റെ രോഗം മൂർഛിച്ചു. സുശീലയും കുടുംബാംഗങ്ങളും സഖാക്കളും തിരുവനന്തപുരത്തെ മെഡിക്കൽ കോളെജ് ആശുപത്രിയിൽ അദ്ദേഹത്തെ പരിചരിച്ചു. ആശുപത്രിയിലെ എ കെ ജിയുടെ ആ കിടപ്പ് എത്രയോ വേദനാജനകമായിരുന്നു.

മാർച്ച് 21-ന് അദ്ദേഹത്തിന്റെ രോഗം കുറെക്കൂടി മൂർഛിച്ചു. അന്ന് രാത്രി ഞങ്ങൾ ആശുപത്രിയിലെത്തി. സുന്ദരയ്യയുമുണ്ടായിരുന്നു ഒപ്പം. ഡോ പി കെ ആർ വാരിയർ, ഡോ പൈ, ഡോ ജോസഫ് എന്നിവരും ആശുപത്രിയിൽ തന്നെയുണ്ടായിരുന്നു. പിറ്റേന്ന് (മാർച്ച് 22-ന്) എ കെ ജി നമ്മിൽനിന്നും വിട്ടുപിരിഞ്ഞു. തങ്ങളുടെ പ്രിയപ്പെട്ട ജനനായകനെ ഒരുനോക്ക് കാണാൻ ആയിരക്കണക്കിന് ജനങ്ങൾ ആശുപത്രിയിൽ തടിച്ചുകൂടി. ആ ജഡവുമായാണ് പിറ്റേന്ന് ഞങ്ങൾ കണ്ണൂരിലെത്തിയത്.

രണ്ട് കടമകൾ പൂർത്തിയാക്കിയാണ് എ കെ ജി നമ്മിൽനിന്ന് വിട്ടുപിരിഞ്ഞത്. സാമ്രാജ്യത്വത്തിനെതിരായി താൻ നടത്തിയ ധീര പോരാട്ടം 1947 ആഗസ്ത് 15-ന് പൂർത്തിയാക്കി. എങ്കിലും കണ്ണൂർ ജയിലിൽ എ കെ ജിക്ക് സ്വാതന്ത്ര്യപതാക ഉയർത്തേണ്ടിവന്നു. സ്വാതന്ത്ര്യത്തിനുവേണ്ടി സർവവും മറന്ന് പ്രവർത്തിച്ച ധീരനേതാവായിരുന്നു എ കെ ജി. മുപ്പത് വർഷത്തിനുശേഷം രണ്ടാമത്തെ കടമ പൂർത്തിയാക്കിയത് കോൺഗ്രസ് ഭരണത്തിന്റെ അന്ത്യം കണ്ടുകൊണ്ടാണ്. പിന്നീട് കോൺഗ്രസ് പാർട്ടി അധികാരത്തിൽ വന്നുവെങ്കിലും തന്റെ കടമ പൂർത്തിയാക്കിയ മനഃശാന്തിയോടെ അന്നുതന്നെ അദ്ദേഹം നമ്മിൽ നിന്ന് വേർപിരിയുകയും ചെയ്തു. മഹാനും മനുഷ്യസ്നേഹിയുമായ എ കെ ജി യുടെ ഓർമ്മയ്ക്ക് മുന്നിൽ നമുക്ക് നമോവാകം അർപ്പിക്കാം.

ഓർമ്മകളിൽനിന്ന് ചില ഏടുകൾ

എസ് കെ പൊറ്റക്കാട്

എ കെ ജിയെ ഞാൻ ആദ്യമായി കണ്ടതിന്റെ ഓർമ്മ ഒരു നാൽപ്പത്തഞ്ച് കൊല്ലങ്ങൾക്കപ്പുറത്ത് കിടക്കുന്നു. ഏതോ ഒരു തെരഞ്ഞെടുപ്പിൽ സ്ഥാനാർഥിയായി പോളിങ്ങ് ബൂത്ത് സന്ദർശിക്കാൻ കാക്കി മുറിക്കാലുറയും ഖദർഷർട്ടും കക്ഷത്തിലൊരു തുകൽബാഗുമായി എത്തിയ അരോഗദൃഢഗാത്രനായ വെളുത്ത, കോമളനായ ഒരു യുവാവ്. ആ തെരഞ്ഞെടുപ്പിൽ ഈ സ്ഥാനാർഥിക്ക് കെട്ടിവെച്ച പണംപോലും പോയി എന്ന് പിന്നീട് കേട്ടു. അങ്ങനെയുള്ള പരാജയങ്ങളാണ് എ കെ ജിയുടെ ജീവിതവിജയങ്ങൾക്ക് വളം നൽകിയത്.

ഞാൻ എ കെ ജിയുടെ സ്വഭാവവൈശിഷ്ട്യത്തെക്കുറിച്ച് ചിന്തിക്കുകയാണ്. ഒരു കമ്യൂണിസ്റ്റ് സഹയാത്രികൻ എന്ന നിലയിലല്ലാതെ ഒരു സാഹിത്യകാരൻ എന്ന നിലയിൽതന്നെയുള്ള പ്രത്യേക പരിഗണനയും സ്നേഹവും അടുപ്പവുമാണ് എന്നോട് എ കെ ജി പ്രകടിപ്പിച്ചിരുന്നത്. 1962-ലെ പാർലമെൻറ് തെരഞ്ഞെടുപ്പിൽ ജയിച്ച എന്നെ ആദ്യമായി കണ്ടപ്പോൾ എ കെ ജി പറഞ്ഞ വാക്കുകൾ ഞാൻ ഓർക്കുകയാണ്: "വേഗം എം പി ഫ്ളാറ്റിന് അപേക്ഷ അയക്കൂ-നോർത്ത് അവന്യൂവിലാണ് നല്ലത്-അവിടെ സുഖമായി താമസിച്ച്, ധാരാളം കഥകളെഴുതിക്കോളൂ."

ഗ്രൂപ്പിലെ പാർട്ടി പ്രവർത്തനങ്ങൾക്കോ അതുമായി ബന്ധപ്പെട്ട എന്തെങ്കിലും കാര്യങ്ങൾക്കോ എന്റെ സേവനമോ സമയമോ കമ്യൂണിസ്റ്റ് ഗ്രൂപ്പ് നേതാവായ എ കെ ജി അവകാശപ്പെടുകയോ ആവശ്യപ്പെടുകയോ ചെയ്തിരുന്നില്ല. എന്നാൽ, ലോകസഭയിൽ സാഹിത്യ സാംസ്കാരിക കാര്യങ്ങൾക്ക് ചോദ്യങ്ങൾ ചോദിക്കാനും ബന്ധപ്പെട്ട ബജറ്റ് ചർച്ചയിൽ പ്രതിപക്ഷത്തിന്റെ വാദം ആരംഭിക്കാനും എന്നെയാണ് ചുമ

തലപ്പെടുത്തിയിരുന്നത്. അങ്ങനെ അഞ്ച് വർഷങ്ങളിൽ, വാർത്താവിതരണ പ്രക്ഷേപണ മന്ത്രികാര്യാലയത്തിന്റെയും ബജറ്റ് ചർച്ചയാരംഭിക്കാനുള്ള അവസരമോ ഭാഗ്യമോ സാഹസമോ എനിക്കാണ് ലഭിച്ചത്.

ലോകസഭയിൽ എ കെ ജിയുടെ പ്രസംഗങ്ങൾ ജനകീയമട്ടിൽതന്നെയായിരുന്നു. അവ തീപ്പൊരി പ്രസംഗങ്ങളായിരുന്നില്ല. ഊർജത്തേക്കാൾ ആർജവവും ആത്മാർഥതയുമാണ് ആ വാദങ്ങളിൽ മുറ്റിനിന്നിരുന്നത്. അതുകൊണ്ട് എ കെ ജി പ്രസംഗിക്കുമ്പോൾ സഭയിൽ മെമ്പർമാരാരും ഒരപശബ്ദവും പുറപ്പെടുവിക്കാതെ ശ്രദ്ധിച്ച് കേൾക്കും. പ്രധാനമന്ത്രി ജവഹർലാൽ നെഹ്റുപോലും എ കെ ജിയുടെ പ്രസംഗം ശ്രദ്ധിച്ച് കേൾക്കാറുണ്ടായിരുന്നു. (എ കെ ജിയുടെ പാർലമെന്റ് പ്രസംഗങ്ങൾ മാത്രമല്ല, എ കെ ജിയുടെ ഏത് കത്തുകൾക്കും മറുപടി അയക്കാനും നെഹ്റു പ്രത്യേകം ശ്രദ്ധിക്കാറുണ്ടായിരുന്നു.) എല്ലാവരും ഒരുപോലെ ഇഷ്ടപ്പെട്ടിരുന്ന ഒരു പാർലമെന്റംഗമായിരുന്നു എ കെ ജി. ഒരു ഉത്തർപ്രദേശ് എം പി ഒരിക്കൽ കാര്യമായി പറഞ്ഞ ഒരഭിപ്രായം ഞാൻ ഓർക്കുന്നു. "ലോകസഭയിലെ ഏറ്റവും ജനപ്രീതി നേടിയ അംഗമേതാണെന്നതിൽ ഒരു വോട്ടെടുപ്പ് നടത്തിയാൽ ഒന്നാംസ്ഥാനം എ കെ ഗോപാലന് ലഭിക്കും-രണ്ടാം സ്ഥാനം പണ്ഡിറ്റ്ജിക്കും. പണ്ഡിറ്റ്ജിയെ ഇഷ്ടപ്പെടാത്ത ചിലരെങ്കിലും ഈ സഭയിലുണ്ടാകും. എന്നാൽ ഗോപാലനെ ഇഷ്ടപ്പെടാത്ത ഒരാളെപ്പോലും ഇവിടെ കാണുകയില്ല."

എ കെ ജിയുടെ ശുദ്ധമനസ്കതയും സ്നേഹശീലവും നർമരസം കലർന്ന സംഭാഷണങ്ങളും താൻ സാധാരണക്കാരന്റെ പ്രതിനിധിയാണ് എന്ന മട്ടിൽ സദാ എപ്പോഴുമുള്ള പെരുമാറ്റവുമാണ് അഖിലേന്ത്യാ ജനപ്രതിനിധികളുടെ പന്തിയിൽ അദ്ദേഹത്തിന് അങ്ങനെ അസൂയാവഹമായ ഒരു സ്ഥാനം നേടിക്കൊടുത്തത്.

കാൽ നൂറ്റാണ്ടുകാലം പാർലമെന്റിൽ - ലോകസഭയിൽതന്നെ - അംഗമായിരുന്ന എ കെ ജി പലപ്പോഴും പറയാറുണ്ടായിരുന്നു പാർലമെന്റിന് പുറത്ത് ജനസേവനം നടത്താനാണ് തനിക്ക് കൂടുതൽ താൽപര്യം എന്ന്. എ കെ ജിയുടെ വിശ്വരൂപം കാണുന്നത് പാർലമെന്റിൽ സംസാരിക്കുമ്പോഴല്ല, പാടങ്ങളിലെയും തൊഴിൽശാലകളിലെയും ജനങ്ങളെ അഭിമുഖീകരിക്കുമ്പോഴാണ്. പാർലമെന്റിനെക്കുറിച്ച് തനിക്കുള്ള അഭിപ്രായം എ കെ ജി 1954-ൽ എഴുതിയ ഒരു ലേഖനത്തിൽ പറയുന്നു.

പാർലമെന്റിൽ ഞങ്ങൾക്ക് ഒറ്റയ്ക്ക് ഒന്നും ചെയ്യാൻ സാധിക്കുകയില്ല. നാട്ടിൽ ഓരോ ജനവിഭാഗവും അവരുടെ ജീവിതവും ജനാധിപത്യാവകാശങ്ങളും സംരക്ഷിക്കാൻ സംഘടിച്ച് സമരം നടത്തുകയും ആ സമരത്തെ ഞങ്ങൾക്ക് പാർലമെന്റിൽ പ്രതിഫലിപ്പിക്കാൻ സാധിക്കുകയും ചെയ്താൽ - പാർലമെന്റിനകത്ത് ജനങ്ങളുടെ ആവശ്യങ്ങൾക്കുവേണ്ടി ഞങ്ങൾ നടത്തുന്ന സമരത്തെ ജനങ്ങൾ സംഘടിത പ്രക്ഷോഭംകൊണ്ട് ശക്തിപ്പെടുത്തിയാൽ - ജനാധിപത്യപ്രസ്ഥാന

ത്തെ ശക്തിപ്പെടുത്താനും ജനങ്ങളുടെ ആവശ്യങ്ങളുടെ മുമ്പിൽ തല കുനിക്കാൻ സർക്കാരിനെ നിർബന്ധിക്കാനും വളരെയേറെ സാധിക്കുകയും ചെയ്യും...

അങ്ങനെ വിപുലമായ ജനകീയ പരിപാടികൾ പാർലമെന്റിന്റെ ശ്രദ്ധയിൽപ്പെടുത്താനും അവയ്ക്ക് അംഗീകാരം നേടാനും എ കെ ജിയുടെ നേതൃത്വത്തിൽ പാർലമെന്റിന് പുറത്ത് പല സംരംഭങ്ങളും നടന്നുകൊണ്ടിരുന്നു. എ കെ ജിയുടെ നേതൃത്വവും വ്യക്തിപ്രഭാവവും സംഘടനാപാടവവും നിശ്ചയദാർഢ്യവും അത്തരം പ്രവർത്തനങ്ങളെ വമ്പിച്ച നേട്ടങ്ങളിലെത്തിച്ചിരുന്നു. അക്കൂട്ടത്തിൽ മുന്നിട്ടുനിൽക്കുന്നത് 1963 സെപ്തംബർ 13-ാം തീയതിയിലെ ജനകീയ പ്രകടനമായിരുന്നു.

ഒരു കോടി രണ്ടുലക്ഷം ജനങ്ങൾ ഒപ്പുവെച്ച ഒരു ഭീമഹർജി (Great Petition) പാർലമെന്റിൽ സമർപ്പിച്ചത് എ കെ ജിയുടെ നേതൃത്വത്തിലായിരുന്നു. ആകെ മൂന്ന് ടണ്ണിലേറെ തൂക്കംവരുന്ന ആ ഹർജിക്കടലാസുകൾ ഞങ്ങൾ തൊണ്ണൂറ് കെട്ടുകളാക്കി പത്ത് ടാക്സികളിൽ കയറ്റിയിട്ടാണ് പാർലമെന്റിലെ നോട്ടീസ് ആപ്പീസിൽ എത്തിച്ചത്. സ്പീക്കർ സർദാർ ഹുക്കുംസിങ്ങ് അവിടെവന്ന് നേരിട്ട് ഹർജികൾ സ്വീകരിക്കുകയും പിന്നെ അവ മുഴുവനും സ്പീക്കറുടെ ചേമ്പറിലേക്ക് നീക്കുകയും ചെയ്തു.

അന്ന് വൈകുന്നേരം പാർലമെന്റ് പരിസരത്തുവെച്ച് ലക്ഷക്കണക്കിന് ജനങ്ങൾ പങ്കെടുത്ത ഒരുഗ്രൻ സമ്മേളനവും നടത്തി.

ഭക്ഷണപ്രിയനാണെങ്കിലും സ്ഥിരമായുള്ള ചില രോഗങ്ങൾ കാരണം മൂപ്പർക്ക് പലപ്പോഴും ആഹാരത്തിൽ നിയന്ത്രണം ആവശ്യമായിരുന്നു. പഞ്ചസാരയും കൊഴുപ്പും എണ്ണയും മറ്റും വർജ്യമായിരുന്നു. എന്നാലും എപ്പോഴെങ്കിലും ഒരു നല്ല സദ്യക്ക് ഇഷ്ടജനങ്ങളിലാരുടെയെങ്കിലും ക്ഷണം കിട്ടുമ്പോൾ എ കെ ജി അതൊഴിവാക്കുകയില്ല.

ഞാൻ ഇടയ്ക്ക് എ കെ ജിയെ എന്റെ നോർത്ത് അവന്യൂവിലെ 85-ാം നമ്പർ ഫ്ളാറ്റിലേക്ക് ഊണിന് ക്ഷണിക്കാറുണ്ടായിരുന്നു. ചിലപ്പോൾ ഒന്നുരണ്ട് എം പി സുഹൃത്തുക്കൾ വേറെയും ഉണ്ടായിരിക്കും. ജയ - എന്റെ ശ്രീമതി - മാഹി മട്ടിലും മലയാ മട്ടിലും പാകംചെയ്ത മത്സ്യമാംസങ്ങളും മറ്റ് വിഭവങ്ങളും എ കെ ജി പഥ്യവും നിരോധവുമൊന്നും നോക്കാതെ തട്ടിവിടും. പായസമോ ഫ്രൂട്ട് സലാഡോ മധുരനിരോധം മറന്ന് ആവർത്തിച്ച് അകത്താക്കും. “ഇതൊരു ചാൻസാണ് - ഇതൊരു ചാൻസാണ്” എന്ന് കൂടെക്കൂടെ തലകുലുക്കി തനിയെ പറയുന്നതും കേൾക്കാം.

ഒരിക്കൽ ഊണിന് വിളമ്പിയ വിഭവങ്ങളുടെ കൂട്ടത്തിൽ ഞങ്ങൾ മാഹിയിൽനിന്ന് കൊണ്ടുവന്ന ചെമ്മീൻ അച്ചാറും ഉണ്ടായിരുന്നു. എ കെ ജി ഉച്ചത്തിലുള്ള സീൽക്കാരത്തോടെ ചെമ്മീൻ അച്ചാറ് ആസ്വദിച്ചു. ഊണ് കഴിഞ്ഞ് പുറപ്പെടാറായപ്പോൾ മൂപ്പർ അകത്തേക്ക് ഒരു നടത്തം - നേരെ അടുക്കളയിലേക്ക്. അടുക്കളയിലെ അലമാരയിൽ ചെ

മ്മീനച്ചാറ് നിറച്ച ഗ്ലാസ്ഭരണിയുടെ സ്ഥാനം മൂപ്പർ നേരത്തെതന്നെ കണ്ടുവെച്ചിട്ടുണ്ടായിരുന്നു. ആ അച്ചാർഭരണി കൊള്ളയടിച്ച് ഭദ്രമായി കക്ഷത്തിലിറുക്കിപ്പിടിച്ച് നേതാവ് കാറിനടുക്കലേക്ക് ഓടിയ കാഴ്ചയോർത്ത് പിന്നീട് ഞാൻ പലപ്പോഴും ചിരിക്കാറുണ്ടായിരുന്നു. ഇപ്പോൾ അതോർത്ത് എന്റെ മിഴികൾ നനയുന്നു...

ഞാൻ ഏറ്റവും ഒടുവിൽ എ കെ ജിയെ കണ്ട് സംസാരിച്ചത് കോഴിക്കോട് മെഡിക്കൽ കോളെജ് ഹോസ്പിറ്റലിലെ സ്പെഷ്യൽ പേവാർഡിൽവെച്ചായിരുന്നു. എ കെ ജി ചികിൽസ കഴിഞ്ഞ് മുഹമ്മയിലേക്ക് മടങ്ങാൻ ഒരുങ്ങുകയായിരുന്നു; കൂടെ ശ്രീമതി സുശീലയും ഉണ്ടായിരുന്നു. ഞാൻ എന്റെ പാർലമെന്റ് അനുഭവങ്ങളെ പശ്ചാത്തലമാക്കിക്കൊണ്ട് എഴുതിവരുന്ന *നോർത് അവന്യൂ* എന്ന നോവലിനെക്കുറിച്ച് എ കെ ജി അന്വേഷിച്ചു. അത് തൽക്കാലം പുറത്തിറക്കാവുന്നതല്ലെന്ന് ഞാൻ മറുപടി പറഞ്ഞു. "പണ്ട് ജവാഹർലാൽ നെഹ്റു പറഞ്ഞതുപോലും ഉദ്ധരിക്കാൻ പാടില്ലാത്ത ഒരു കാലമാണല്ലോ ഇപ്പോൾ" (അടിയന്തരാവസ്ഥ മുറുകിനിൽക്കുന്ന കാലഘട്ടം). അപ്പോൾ എ കെ ജി പറഞ്ഞു: "ഞാനും എന്റെ *ജീവിതകഥ*യിലെ ചില പുതിയ അധ്യായങ്ങൾ എഴുതിക്കൊണ്ടിരിക്കുകയാണ്. 1962-67 കാലത്തെ നിങ്ങളുടെ ഡയറിക്കുറിപ്പുകളും മറ്റും എനിക്കൊന്ന് കാണണം. ഒത്തുനോക്കാൻ."

പാർലമെന്റ് പ്രവർത്തനക്കുറിപ്പുകൾ ഒത്തുനോക്കാനും കമ്യൂണിസ്റ്റ് പാർട്ടി പിളർപ്പിനെപ്പറ്റി ചില സംശയങ്ങൾ ചോദിക്കാനും ഞാൻ തിരുവനന്തപുരത്തോ മുഹമ്മയിലോ സൗകര്യംപോലെ ഒരു ദിവസം വരാമെന്ന് വാക്ക് കൊടുത്തിട്ടാണ് അന്ന് ഞാൻ എ കെ ജിയോട് യാത്ര പറഞ്ഞ് പിരിഞ്ഞത്. പിന്നെ ഞാൻ കഴിഞ്ഞ മാസം തിരുവനന്തപുരത്ത് പോയപ്പോൾ എ കെ ജി ആശുപത്രിയിൽ അബോധാവസ്ഥയിൽ കിടക്കുകയാണെന്ന് അറിഞ്ഞതിനാൽ കാണാൻ പോയില്ല... ഇന്നലെ റേഡിയോയിൽ എ കെ ജിയുടെ ചരമവാർത്തയാണ് കേട്ടത്... ഇന്നലെ ... മാർച്ച് 22 - ചരിത്രം കൊടുമ്പിരിക്കൊണ്ട ഒരു ദിവസമായിരുന്നു. തീയതിയുടെ ആദ്യമുഹൂർത്തത്തിൽ എ കെ ജി അന്തരിച്ചു - ഇന്ദിരാഗാന്ധി മന്ത്രിസഭ രാജിവെച്ചു. കേരള മുഖ്യമന്ത്രി അച്യുതമേനോനും രാജി സമർപ്പിച്ചു - കേരള നിയമസഭ പിരിച്ചുവിടുകയും ചെയ്തു.

(മാതൃഭൂമി ആഴ്ചപ്പതിപ്പ്, 1977 മെയ് 1)

എന്റെ എ കെ ജി

വി പി ചിണ്ടൻ

ആയിരത്തി തൊള്ളായിരത്തി മുപ്പത്തിനാലിൽ ആയിരിക്കണം ഒരു ദിവസം രാത്രി പി കൃഷ്ണപിള്ളയും എ കെ ജിയും ഒരുമിച്ച് എന്റെ വീട്ടിൽ വന്നു. കണ്ണൂരിൽ ഏതോ യോഗത്തിൽ പങ്കെടുത്തശേഷം രാത്രി ഭക്ഷണത്തിനും വിശ്രമത്തിനുമായി എത്തിച്ചേർന്നതായിരുന്നു അവർ.

അന്ന് എന്റെ കുടുംബത്തിൽ, വിദ്യാർഥിയായ ഞാനുൾപ്പെടെ എല്ലാവരും കോൺഗ്രസ് ദേശീയബോധത്തിൽ അടിയുറച്ചവരും ഗാന്ധിഭക്തന്മാരും ആയിരുന്നു. രാത്രി ഒന്നര മണിവരെ എ കെ ജിയും കൃഷ്ണപിള്ളയും ഞങ്ങളോട് സംസാരിച്ചു. ഗാന്ധിയൻ ആദർശങ്ങളെ അതിനിശിതമായി വിമർശിച്ചു. സോഷ്യലിസ്റ്റ് ആശയഗതി വിശദീകരിച്ചുതന്നു. സോഷ്യലിസത്തെപ്പറ്റി ഞാനാദ്യമായി കേൾക്കുന്നത് അപ്പോഴായിരുന്നു.

അതൊരു ആരംഭമായിരുന്നു. മഹത്തായ ആരംഭം. ഞാൻ മാത്രമല്ല, എന്റെ കുടുംബാംഗങ്ങൾ മുഴുവനും സോഷ്യലിസത്തിന്റെയും, പിന്നീട് കമ്യൂണിസത്തിന്റെയും പക്ഷത്തിലേക്ക് നീങ്ങി. ഈ മാറ്റത്തിന്റെ പ്രധാന ഉത്തരവാദി എ കെ ജിയായിരുന്നു. അതിപ്രധാനമായ രാഷ്ട്രീയപ്രശ്നങ്ങൾ സരസമായ ഭാഷയിൽ സാധാരണക്കാരിലേക്ക് പകർന്നുകൊടുക്കാനുള്ള എ കെ ജിയുടെ കഴിവ് അപാരം എന്ന് വാഴ്ത്താനേ പറ്റൂ.

പതുക്കെ പതുക്കെ ഞങ്ങളുടെ ഗ്രാമം മുഴുവൻ ചുവന്നു. കണ്ണൂരിനടുത്തുള്ള അതിരകം ഗ്രാമം ഇന്നും ഒരു കമ്യൂണിസ്റ്റ് കോട്ട തന്നെ.

കണ്ണൂരിലും പരിസരങ്ങളിലും അക്കാലത്ത് നടന്ന രാഷ്ട്രീയ ട്രേഡ് യൂണിയൻ പ്രവർത്തനങ്ങളിൽ എ കെ ജി എന്നെ പങ്കെടുപ്പിച്ചു.

കൈത്തറി, ബീഡി, കോമൺവെൽത്ത് ആറോൺ മിൽ തൊഴിലാളി സംഘടനകളിൽ ഞാൻ സജീവമായി പ്രവർത്തിച്ചു. ഞാൻ വളരുകയായിരുന്നു. എ കെ ജിയുടെ നേതൃത്വത്തിൽ.

സർ സി പിയുടെ കിരാതഭരണത്തിൽ വീർപ്പുമുട്ടുന്ന തിരുവിതാംകൂറിലേക്ക് എ കെ ജിയുടെ നേതൃത്വത്തിൽ പുറപ്പെട്ട ജാഥയുടെ പബ്ലിസിറ്റി ആപ്പീസറായി ഞാൻ നിയമിക്കപ്പെട്ടു. തിരുവിതാംകൂറിന്റെ അതിർത്തി സമീപിക്കാറായപ്പോൾ എന്നോട് ഒളിവിൽ പോയി പ്രവർത്തിക്കാൻ എ കെ ജിയും കൃഷ്ണപിള്ളയും ആജ്ഞാപിച്ചു. എ കെ ജിയുടെ ജാഥ തിരുവിതാംകൂറിൽ കടക്കുമ്പോൾ കൃഷ്ണപിള്ളയോടൊപ്പം ഒളിവിൽ പോയ ഞാൻ മുഹമ്മയിൽ എത്തിക്കഴിഞ്ഞിരുന്നു. മുഹമ്മയിൽ സി കെ സുശീലയുടെ വീടായിരുന്നു എന്റെ ആദ്യത്തെ ഷെൽടർ!

ഒളിവിൽ കഴിയുമ്പോൾ എങ്ങനെ പ്രവർത്തിക്കണം എന്ന് എ കെ ജിയും കൃഷ്ണപിള്ളയും എനിക്ക് വ്യക്തമായ ഉപദേശം നൽകിയിരുന്നു. എന്റെ പിൽക്കാല രാഷ്ട്രീയജീവിതത്തിൽ നിർണായകമായിരുന്ന ഈ പ്രവർത്തനരീതിയുടെ ഗുരുനാഥൻമാരും ഈ പ്രഗൽഭൻമാരായിരുന്നു എന്ന സത്യം ഞാൻ അഭിമാനപൂർവം അനുസ്മരിക്കുന്നു.

തിരുവിതാംകൂറിലേക്ക് ജാഥ നയിച്ച എ കെ ജിയുടെ അറസ്റ്റും കേസ് വിചാരണയും പ്രസിദ്ധമായ രാഷ്ട്രീയസംഭവങ്ങളാണ് - ഒളിവിലിരുന്നുകൊണ്ട് ആലപ്പുഴയിൽ രഹസ്യമായി കയർതൊഴിലാളികളെ സംഘടിപ്പിക്കുകയും പാർട്ടി ഗ്രൂപ്പുകൾ രൂപീകരിക്കുകയും ചെയ്യുകയായിരുന്നു ഞാനപ്പോൾ. നേതൃത്വത്തിന് കൃഷ്ണപിള്ളയുമുണ്ടായിരുന്നു. പിന്നീട് കേരളത്തിലെ കമ്യൂണിസ്റ്റ് പ്രസ്ഥാനത്തിന്റെ മുന്നണിനായകൻമാരായി മാറിയ ഒട്ടേറെ സഖാക്കളെ ആലപ്പുഴയിൽ സംഘടിപ്പിക്കപ്പെട്ട ഗ്രൂപ്പുകളിൽവെച്ച് എനിക്ക് പരിചയപ്പെടാൻ കഴിഞ്ഞു.

ആലപ്പുഴയിൽ വെടിവെപ്പ് നടന്നു. നായർപട്ടാളത്തിന്റെ സംഹാരതാണ്ഡവം ആരംഭിച്ചു. നഗരം സ്തംഭിച്ച് പട്ടാളനിയമം നിലവിൽ വന്നു. ജനങ്ങൾ പുറത്തിറങ്ങാൻ ഭയപ്പെട്ടു.

അപ്പോഴാണ് എ കെ ജി പുറത്തിറങ്ങിയത്. അദ്ദേഹം ആലപ്പുഴയിലെത്തി, പട്ടാളനിയമത്തെ വെല്ലുവിളിച്ചുകൊണ്ട് അവിടെ ഒരു പ്രകടനം നടത്താൻ. അങ്ങനെ ജനകീയാവേശത്തെ തട്ടിയുണർത്താൻ ഞങ്ങൾ തീരുമാനിച്ചു. പ്രകടനത്തിന് ആര് നേതൃത്വം നൽകണം എന്ന കാര്യത്തിൽ സംശയമുണ്ടായിരുന്നില്ല. കൃഷ്ണപിള്ള നിർദേശിച്ചു - 'എ കെ ജി'

അങ്ങനെ പട്ടാളഭരണത്തിൽ വീർപ്പുമുട്ടി നിൽക്കുന്ന നഗരത്തിൽ പട്ടാളനിയമത്തെ വെല്ലുവിളിച്ചുകൊണ്ട് എ കെ ജിയുടെ നേതൃത്വത്തിൽ ഒരു ചെറുപ്രകടനം മുന്നോട്ടുനീങ്ങി. നിറതോക്കുകളുടെ അട്ടഹാസനിയമത്തിന്റെ മുമ്പിലേക്ക് നിരായുധരായ ഒരുകൂട്ടം ചെറുപ്പ

ക്കാർ പതറാതെ നീങ്ങി. എ കെ ജി നയിച്ച ആ പ്രകടനത്തിൽ പങ്കെടുക്കാനുള്ള ഭാഗ്യം എനിക്കുമുണ്ടായി.

പ്രകടനത്തെ മുമ്പോട്ട് നീങ്ങാനനുവദിക്കാതെ വഴി തടഞ്ഞു നിന്ന പട്ടാളക്കാരുടെ മുഖത്തേക്ക് നോക്കി "വെക്കെടാ വെടി" എന്ന് ഗർജ്ജിച്ച എ കെ ജിയെ ഞാൻ ഇന്നും ഓർക്കുന്നു.

ആലപ്പുഴയുടെ രാഷ്ട്രീയ ചരിത്രത്തിൽ ഈ കൊച്ചു പ്രകടനത്തിന് പ്രാധാന്യമുണ്ട്. അവിടത്തെ രാഷ്ട്രീയാന്തരീക്ഷത്തിന് ഇന്ന് കാണുന്ന ചുവപ്പ് വർണ്ണം പ്രദാനം ചെയ്യുന്നതിൽ എ കെ ജിക്ക് ഒരു പ്രധാന പങ്കുണ്ട് എന്നാണെന്റെ വിശ്വാസം.

പാർട്ടിയുടെ അഖിലേന്ത്യാ നേതൃത്വത്തിന്റെ നിർദേശപ്രകാരം തമിഴ്നാട്ടിൽ പാർട്ടി കെട്ടിപ്പടുക്കാനായി എ കെ ജി, സി എച്ച് കണാരൻ, എൻ സി ശേഖർ, ശർമാജി, രാമചന്ദ്രൻ നെടുങ്ങാടി എന്നിവർ നിയോഗിക്കപ്പെട്ടു. കരുതൽ തടങ്കൽക്കാരനായി തമിഴ്നാട്ടിലെ ജയിലുകളിൽ കിടന്ന ഞാൻ വിമോചിതനായപ്പോൾ എന്റെ പ്രവർത്തനരംഗവും തമിഴ്നാടായിരിക്കണം എന്ന് തീരുമാനിക്കപ്പെട്ടു. അങ്ങനെ എ കെ ജിയും ഞാനും വീണ്ടും ഒരേ പ്രവർത്തനമേഖലയിൽ എത്തിപ്പെട്ടു.

തൃശിനാപ്പള്ളി ഗോൾഡൻ റോക്കിലെ റെയിൽവെ തൊഴിലാളി സംഘടന കെട്ടിപ്പടുക്കുന്നതിൽ എ കെ ജി മഹത്തായ പങ്കാണ് വഹിച്ചത്. അനന്തൻ നമ്പ്യാർ, കല്യാണസുന്ദരം തുടങ്ങിയ നേതാക്കളെ അന്ന് വളർത്തിയെടുത്തത് മറ്റാരുമല്ല. മധുരയിൽ ശക്തമായ ഒരു പാർട്ടി സംഘടന കെട്ടിപ്പടുക്കുന്നതിൽ എ കെ ജി മുൻനിന്ന് പ്രവർത്തിച്ചു. തഞ്ചാവൂരിൽ കിസാൻ സംഘടന കെട്ടിപ്പടുക്കുന്നതിന് പ്രായോഗിക നിർദേശം നൽകിയതും അദ്ദേഹമായിരുന്നു.

ഈ പ്രവർത്തനങ്ങൾക്കിടയിൽ അറസ്റ്റ് ചെയ്യപ്പെട്ട എ കെ ജി വെല്ലൂർ ജയിലിൽനിന്ന് രക്ഷപ്പെട്ട് കേരളത്തിലേക്ക് പോയി. ഞാനുൾപ്പെടെ കേരളത്തിൽനിന്ന് നിയോഗിക്കപ്പെട്ട മറ്റ് സഖാക്കൾ തമിഴ്നാട്ടിൽ പ്രവർത്തനം തുടർന്നു.

1948-ൽ വെല്ലൂർ ജയിലിൽ തമിഴ്നാട്, കേരളം, കർണാടകം, ആന്ധ്രാപ്രദേശ് തുടങ്ങിയ പ്രദേശങ്ങളിൽ നിന്നുള്ള കമ്യൂണിസ്റ്റ് തടവുകാരുമുണ്ടായിരുന്നു. നേതാക്കൻമാർ മാത്രമല്ല; കിസാൻ ട്രേഡ് യൂണിയൻ രംഗങ്ങളിൽ പ്രവർത്തിക്കുന്ന ഒരുപാട് സഖാക്കളുമുണ്ടായിരുന്നു. ജയിലിനകത്തും പുറത്തും നിലനിന്ന രാഷ്ട്രീയ സമ്മർദത്തിന്റെ രൂക്ഷത കാരണം പല സഖാക്കളും നിരാശരായി മാറി. അനുഭാവികളെ മാത്രമല്ല ചില നേതാക്കളെയും ഈ നിരാശ ബാധിച്ചു. ജയിലിലെ പാർട്ടി കമ്മിറ്റി സെക്രട്ടറി എന്ന നിലയ്ക്ക് ഈ പരിതഃസ്ഥിതി നേരിടുക എന്നത് എന്നെ സംബന്ധിച്ചിടത്തോളം ഒരു വലിയ പ്രശ്നമായി തീർന്നു.

അപ്പോഴാണ് വെല്ലൂർ ജയിലിലേക്ക് എ കെ ജിയുടെ വരവ്. ജയിലിനകത്തെ സ്ഥിതിഗതികൾ ഞാൻ എ കെ ജിക്ക് റിപ്പോർട്ട് ചെയ്തു.

എ കെ ജി രംഗത്തിറങ്ങി. വാദിക്കേണ്ടവരോട് വാദിച്ചു. ഉശിര് പിടിപ്പിക്കേണ്ടവരെ ഉശിര് പിടിപ്പിച്ചു. അത്യാവശ്യം പേടിപ്പിക്കേണ്ടവരെ പേടിപ്പിക്കുകയും ചെയ്തു! എ കെ ജി എം ആർ വിയോടൊപ്പം കോയമ്പത്തൂർ ജയിലിലേക്ക് പോകുന്നതിനിടയിൽ വെല്ലൂർ ജയിലിലെ പാർട്ടി കമ്മിറ്റി ഊർജസ്വലമായി കഴിഞ്ഞിരുന്നു.

പാർട്ടി പിളരുന്നതിന് തൊട്ടുമുമ്പുള്ള കാലം. അഖിലേന്ത്യാ തലത്തിലുള്ള റിവിഷനിസ്റ്റ് നേതൃത്വം എ കെ ജിയെ പ്രതിക്കൂട്ടിൽ കയറ്റി അന്വേഷണ പ്രഹസനം ആരംഭിച്ചു. എ കെ ജി തമിഴ്നാട്ടിൽ പ്രചാരണം നടത്താൻ പാടില്ലെന്ന് റിവഷനിസ്റ്റ് - സംസ്ഥാനനേതൃത്വത്തിന്റെ വിലക്ക്. പക്ഷേ എ കെ ജി വന്നു. മദിരാശി നഗരത്തിൽ പാർട്ടിയുടെ പേരിൽത്തന്നെ ഞങ്ങളൊരു പൊതുയോഗം സംഘടിപ്പിച്ചു. എ കെ ജി പ്രസംഗിച്ചു. ആ പ്രസംഗം തർജുമ ചെയ്തത് ഞാനായിരുന്നു. നേതൃത്വം ഇളകിച്ചാടി. അച്ചടക്ക നടപടികളുടെ ഭീഷണി മുഴക്കി. പക്ഷേ ഞങ്ങൾ കുലുങ്ങിയില്ല. പൊതുയോഗങ്ങളും ചർച്ചായോഗങ്ങളും വീണ്ടും നടന്നു. എല്ലാറ്റിലും എ കെ ജി പങ്കെടുത്തു. മദിരാശി നഗരത്തിൽ മാത്രമല്ല തമിഴ്നാട്ടിലെ പല ജില്ലകളിലും എ കെ ജി പര്യടനം നടത്തി. തമിഴ്നാട്ടിലെ ഭൂരിപക്ഷം ജനങ്ങളെയും അനുയായികളെയും റിവിഷനിസ്റ്റ് വിഷമേഖലയിൽനിന്ന് വിമുക്തമാക്കുന്നതിൽ എ കെ ജി വഹിച്ച പങ്ക് നിസ്തുലമാണ്.

(ചിന്ത വാരിക, 1977 ഏപ്രിൽ 1)

എ കെ ജി

സി അച്യുതമേനോൻ

എ കെ ജിയുമായി കഴിഞ്ഞ പത്തുനാൽപ്പത് വർഷത്തെ പരിചയമുണ്ടെനിക്ക്. അഥവാ എനിക്ക് എ കെ ജിയെ പരിചയമുണ്ടെന്ന് പറയുന്നതാവും കൂടുതൽ ശരി. പക്ഷേ ഈ കാലയളവിനുള്ളിൽ ഒരിക്കലും അത് വളരെ അടുത്ത ഒരു ബന്ധമായിരുന്നില്ല. അകലെ നിന്നുള്ള ആദരവും മതിപ്പും മാത്രമായിരുന്നു. വളരെ ചുരുക്കം സന്ദർഭങ്ങളിൽ മാത്രമേ അടുത്തിടപെട്ടിട്ടുള്ളൂ.

എന്നെ ആദ്യം കോൺഗ്രസിൽ ചേർത്തത് എ കെ ജിയാണ് എന്ന വസ്തുത ഞാനിന്നോർക്കുന്നു; ആ അവസരത്തിൽ തന്നെയാണ് ജീവിതത്തിൽ ആദ്യമായി എ കെ ജിയെ കണ്ടുമുട്ടുന്നതും. 1935-ൽ ഞാൻ തിരുവനന്തപുരത്ത് ഒരു നിയമവിദ്യാർഥിയായിരുന്ന കാലത്ത്, അന്ന് കേരള പ്രദേശ് കോൺഗ്രസ് കമ്മിറ്റിയുടെ സംഘടനാ സെക്രട്ടറിയെന്ന നിലയിലാണെന്ന് തോന്നുന്നു എ കെ ജി മെമ്പർഷിപ്പ് പ്രവർത്തനത്തിനായി തിരുവനന്തപുരത്ത് വന്ന അവസരത്തിൽ കെ എ ദാമോദരമേനോനെയും കൂട്ടി ഞാൻ താമസിച്ചിരുന്ന ലോഡ്ജിൽ വന്നു. ഖദർ ധരിക്കുമെന്നല്ലാതെ എനിക്കന്ന് സജീവ രാഷ്ട്രീയമൊന്നുമുണ്ടായിരുന്നില്ല. പത്ത് മുപ്പതോളം ആളുകൾ, വിദ്യാർഥികളും അധ്യാപകരുമായി ഉണ്ടായിരുന്ന ആ ലോഡ്ജിൽനിന്ന് നാലണ കൊടുത്ത് മെമ്പർഷിപ്പ് എടുക്കാൻ ഞാനുൾപ്പെടെ രണ്ടുപേരെ ഉണ്ടായിരുന്നുള്ളുവെന്നാണോർമ്മ. ഇതൊരു പരിചയമാണെന്ന് പറയാമെങ്കിൽ, ഇതാണ് എ കെ ജിയുമായി എന്റെ ഒന്നാമത്തെ പരിചയം.

പിന്നീടിങ്ങോട്ടുള്ള നാൽപ്പത് വർഷത്തിനിടയിൽ പലപ്പോഴും എ കെ ജിയെ കണ്ടിട്ടുണ്ടെങ്കിലും എല്ലാം അകലെനിന്നുള്ള പരിചയമാണ് - ഒന്നുകിൽ പ്ലാറ്റ്ഫോറത്തിൽനിന്ന് അദ്ദേഹം പ്രസംഗിക്കുന്നത് കേൾ

ക്കുക, ജാഥ നടത്തുന്നത് കാണുക, ഏറിവന്നാൽ അദ്ദേഹംകൂടി പങ്കെടുക്കുന്ന ഏതെങ്കിലും കമ്മിറ്റിയോഗത്തിലോ സമ്മേളനത്തിലോ പങ്കെടുക്കുക-എന്നല്ലാതെ ഒരൊറ്റ ദിവസമെങ്കിലും അദ്ദേഹമൊന്നിച്ച് താമസിക്കുകയോ മറ്റേതെങ്കിലും തരത്തിൽ ഗാഢമായി ബന്ധപ്പെടുകയോ ചെയ്തിട്ടില്ല. അതുകൊണ്ട് അദ്ദേഹത്തെപ്പറ്റി ഓർമ്മിക്കുമ്പോൾ വ്യക്തിപരമായ അനുഭവങ്ങൾ ഏറെയൊന്നും എനിക്ക് എടുത്തുപറയാനില്ല.

എ കെ ജിയുടെ ശക്തിയും ദൗർബല്യവും അദ്ദേഹം ആദ്യം മുതൽ അവസാനം വരെ ഒരു ബഹുജനനേതാവായിരുന്നു എന്നതാണ്. ബഹുജനങ്ങളുടെ നാഡിമിടിപ്പുകൾ ഇത്ര സൂക്ഷ്മമായും ഇത്ര വേഗത്തിലും ഉൾക്കൊള്ളാനും അതനുസരിച്ച് പ്രക്ഷോഭസമരങ്ങൾ ആസൂത്രണം ചെയ്യാനും കഴിവുള്ള ഒരു രാഷ്ട്രീയ നേതാവ് ഇക്കഴിഞ്ഞ അരനൂറ്റാണ്ടിനിടയിൽ കേരളത്തിൽ ഉണ്ടായിട്ടില്ല. ബഹുജനങ്ങളുടെ യാതനകൾ സ്വന്തം യാതനകൾപോലെ അദ്ദേഹത്തിന് അനുഭവപ്പെട്ടു. അവർക്ക് സഹിക്കേണ്ടിവരുന്ന അനീതികൾ അദ്ദേഹത്തെ രോഷാകുലനാക്കി കർമരംഗത്തേക്ക് തള്ളിവിട്ടു. താത്വികമായ പഠനങ്ങളിലോ ചർച്ചകളിലോ അദ്ദേഹത്തിന് വലിയ താൽപര്യമുണ്ടായിരുന്നതായി തോന്നുന്നില്ല. തന്റെ പ്രവർത്തനങ്ങൾക്കാവശ്യമായ അത്രയുംമാത്രം രാഷ്ട്രീയ, താത്വിക സംഹിതകളുമായി പരിചയപ്പെടുക എന്നതായിരുന്നു അദ്ദേഹത്തിന്റെ സമീപനം.

ബഹുജനരംഗത്തുനിന്ന് പാർലമെന്ററി പ്രവർത്തനങ്ങളുടെ രംഗത്തേക്ക് 1952-ൽ അദ്ദേഹം കടന്നുവരികയും ഒന്നാം ലോകസഭയിലേക്ക് തെരഞ്ഞെടുക്കപ്പെടുകയും ചെയ്തപ്പോൾ, ഈ പുതിയ രംഗത്ത് അദ്ദേഹം എത്രത്തോളം ശോഭിക്കുമെന്നതിനെക്കുറിച്ച് ചിലർക്കെങ്കിലും സംശയമുണ്ടായിരുന്നെങ്കിൽ അതിന്റെ അടിസ്ഥാനം മുകളിൽ പറഞ്ഞതായിരുന്നു. പക്ഷേ സംശയാലുക്കളുടെയെല്ലാം ഭീതികൾ തകർത്തുകൊണ്ട് ആ രംഗത്തും അദ്ദേഹം തന്റെ വ്യക്തിമുദ്ര പതിപ്പിക്കുകതന്നെ ചെയ്തു. ആംഗലഭാഷാ വൈഭവംകൊണ്ട് ശ്രോതാക്കളെ വിസ്മയഭരിതമായി പിടിച്ചിരുത്താൻ കഴിയുന്ന പ്രൊഫ. ഹിരൺ മുഖർജിയെപ്പോലെയുള്ളവരുൾപ്പെടുന്ന കമ്യൂണിസ്റ്റ് പാർലമെന്ററി ഗ്രൂപ്പിന്റെ അനിഷേധ്യ നേതാവായി വെറും മെട്രിക്കുലേഷൻ മാത്രം കൈമുതലായുള്ള എ കെ ജി തെരഞ്ഞെടുക്കപ്പെട്ടത് വെറുതെയല്ല. പാർലമെന്റിലെ എല്ലാ വിഭാഗക്കാരുടെയും (പ്രധാനമന്ത്രി നെഹ്റുവിന്റേതുൾപ്പെടെ) ആദരങ്ങൾ പിടിച്ചുപറ്റാൻ സഖാവ് എ കെ ജിക്ക് നിഷ്പ്രയാസം സാധിച്ചു. എ കെ ജി തന്റെ ആദ്യത്തെ പ്രസംഗത്തോടെ രംഗപ്രവേശം ചെയ്ത സംഭവത്തെ ആധാരമാക്കി ആ ആഴ്ചയിലെ *ശങ്കേഴ്സ് വീക്കിലി*യിൽ 'മാൻ ഒഫ് ദി വീക്ക്' (ഈ ആഴ്ചത്തെ പ്രധാന വ്യക്തി) എന്ന പംക്തിയിൽ എഴുതിയിരുന്ന ആസ്വാദനം ശ്രദ്ധേയമായിരുന്നു. തികഞ്ഞ ആത്മവിശ്വാസത്തോടെ അദ്ദേഹം പ്രവർത്തിച്ചു. താൻ ആർക്കുവേണ്ടി അതുവരെ പാർലമെന്റിന് പുറത്ത് പടവെട്ടിയോ, ആ സാധാരണ ജനങ്ങളുടെ യഥാർഥ ശബ്ദം പാർലമെന്റിനകത്ത് മുഴങ്ങി കേൾപ്പിക്കുകയും

പാർലമെന്റ് മന്ദിരത്തിന്റെ ഭിത്തികൾ അവ മാറ്റൊലി കൊള്ളിക്കുകയും ചെയ്യണമെന്നതായിരുന്നു അദ്ദേഹത്തിന്റെ ലക്ഷ്യം. അതിൽ അദ്ദേഹം വിജയിച്ചു. നടപടിക്രമങ്ങളുടെ നൂലാമാലകളോ, ഒരു വിദേശഭാഷയായ ഇംഗ്ലീഷിലുള്ള അപര്യാപ്തമായ ജ്ഞാനമോ അദ്ദേഹത്തെ അലട്ടിയില്ല. അവയൊന്നും അദ്ദേഹത്തിനൊരു പ്രതിബന്ധമായി നിന്നതുമില്ല. അദ്ദേഹത്തിന്റെ ഇംഗ്ലീഷ് പ്രഭാഷണത്തെപ്പറ്റി പരേതനായ സർദാർ കെ എം പണിക്കർ അഭിനന്ദനപൂർവം ഒരിക്കൽ പറഞ്ഞത് ഞാനോർക്കുന്നു. "Cockney English" (കോക്നി ഇംഗ്ലീഷ്). എന്നുവെച്ചാൽ നാടൻശൈലി എന്ന് അർഥം. ആരുടെയും പക്കൽനിന്ന് കടം വാങ്ങിയതല്ല, തനതായുള്ള ഒരു ശൈലി എന്ന് സർദാർ തന്നെ വിശദീകരിച്ചു. മലയാളത്തിലാണെങ്കിലും എ കെ ജിയുടെ പ്രസംഗങ്ങളുടെ, നാടൻ ഫലിതങ്ങളും രസികത്തവും മുറ്റി നിൽക്കുന്ന ശൈലി നമുക്ക് സുപരിചിതമാണല്ലോ. പക്ഷേ പാർലമെന്ററി രംഗം അദ്ദേഹത്തിന് വളരെ വേഗം മടുത്തു. അവിടെ കിടന്ന് എത്ര ബഹളം കൂട്ടിയാലും പ്രയോജനമില്ല. തന്റെ രംഗം പുറത്ത് ബഹുജനങ്ങൾക്കിടയിലാണ് എന്ന വിശ്വാസം അദ്ദേഹത്തിന് കൂടുതൽ കൂടുതൽ ഉറച്ചു. ഒടുവിലത്തെ കാലഘട്ടത്തിൽ അദ്ദേഹം മെമ്പറായി തുടർന്നിരുന്നുവെങ്കിലും ആദ്യകാലത്തെ താൽപര്യം പാർലമെന്ററി പ്രവർത്തനങ്ങളിൽ കാണിച്ചിരുന്നില്ല എന്ന് നമുക്കറിയാം.

എന്നാൽ ബഹുജനപ്രവർത്തനങ്ങളുടെ കാര്യത്തിൽ അങ്ങനെയൊരു മടുപ്പ് അദ്ദേഹത്തിന് ഒരിക്കലും അനുഭവപ്പെട്ടിട്ടില്ല. അവസാന ശ്വാസം വരെ എന്നുപോലും പറയാം അദ്ദേഹം അത്തരം പ്രവർത്തനങ്ങളിൽ ആമഗ്നനായിരുന്നു. എ കെ ജിയുടെ ഹൃദയവിശാലതയും സ്നേഹശീലവും അദ്ദേഹത്തെ അനേകായിരം പേരുടെ ഉറ്റ സുഹൃത്തും ഉപകാരിയും ബന്ധുവുമൊക്കെയാക്കിത്തീർത്തു. ഈ സ്നേഹബന്ധങ്ങൾ പാർട്ടി ചട്ടക്കൂടുകളെ അതിലംഘിച്ചും തഴച്ചുവളർന്നിരുന്നു എന്ന് എല്ലാവർക്കുമറിയാം. "പൂവമ്പഴം പോലെയുള്ള ഒരു നമ്പ്യാർ" എന്ന് പ്രശസ്തമായ സാഹിത്യകാരനായ ഉറൂബ് എ കെ ജിയെ വർണിക്കാനിടയായത് കേവലം രൂപസാദൃശ്യത്തെമാത്രം ആസ്പദമാക്കിയിട്ടാണെങ്കിലും ആന്തരികമായി അദ്ഭുതകരമായൊരു കാന്തശക്തി ആ വ്യക്തിത്വത്തിൽ ഉണ്ടായിരുന്നുവെന്നത് അനിഷേധ്യമാണ്. 1964-ൽ അവിഭക്ത കമ്യൂണിസ്റ്റ് പാർട്ടി (മാർക്സിസ്റ്റ്)യിലേക്ക് ആകർഷിച്ചത് എ കെ ജിയുടെ പ്രകാശമാനവും സ്നേഹോജ്ജ്വലവുമായ വ്യക്തിത്വമായിരുന്നെന്ന് ഈ ലേഖകനെപ്പോലുള്ളവർക്ക് തോന്നിയിട്ടുണ്ട്. വിവാദപരമായ ഒരു പ്രശ്നമാണെന്നതിനാൽ അതേപ്പറ്റി കൂടുതൽ എഴുതുന്നില്ല. എന്നാൽ കേരളത്തിലെങ്കിലും പാർട്ടിയെ ഒന്നിച്ച് നിർത്താൻ കഴിയുമെങ്കിൽ അതിന് ശ്രമിക്കണമെന്ന ആഗ്രഹത്തോടെ - ഒരുപക്ഷേ പ്രസ്തുത ആശ വെറും ഒരു മൂഢചിന്തയായിരുന്നിരിക്കാം - ഈ ലേഖകനും മറ്റൊരു സഖാവുംകൂടി അവസാനത്തെ ഒരു പരിശ്രമമെന്ന നിലയ്ക്ക് സമീപിച്ചത് എ കെ ജിയെയാണ്. ഞങ്ങൾ വളരെനേരം സംസാരിച്ചു.

പരസ്പരം ബോധ്യപ്പെടുത്താൻ സാധിച്ചില്ല എന്നുമാത്രം രേഖപ്പെടുത്തട്ടെ. ഹൃദയസമ്പന്നനായ ആ വലിയ മനുഷ്യന്റെ വ്യക്തിത്വം ഇക്കഴിഞ്ഞ അരനൂറ്റാണ്ടുകാലത്തെ കേരളീയ ജീവിതത്തിൽ നിറഞ്ഞുനിൽക്കും.

(ദേശാഭിമാനി വാരിക, മെയ് 1, 1977)

മർദ്ദിതജനതയുടെ പടത്തലവൻ

വി എസ് അച്യുതാനന്ദൻ

1957 ഏപ്രിൽ അഞ്ചിന് നിലവിൽവന്ന കേരളത്തിലെ ആദ്യത്തെ കമ്യൂണിസ്റ്റ് ഗവൺമെന്റ് ഒരാഴ്ചക്കകം എല്ലാ ഒഴിപ്പിക്കലും തടഞ്ഞുകൊണ്ടുള്ള ഓർഡിനൻസ് പുറപ്പെടുവിച്ചു. അത് വിപുലമാക്കിക്കൊണ്ടും അതിന് സ്ഥിരം സ്വഭാവം നൽകിക്കൊണ്ടുമുള്ള കർഷകബന്ധ ബിൽ 1959 ജൂൺ 19-ാം തീയതി കേരള നിയമസഭ പാസാക്കി. കേരളത്തിലെ ലക്ഷക്കണക്കിന് കൃഷിക്കാർക്ക് സംരക്ഷണവും ആശ്വാസവും പകരുകയും ഭൂപ്രഭുക്കളുടെ അനിയന്ത്രിതാവകാശങ്ങൾക്ക് മൂക്കുകയറിടുകയും ചെയ്ത ആ നിയമം പാസാക്കപ്പെട്ട് 40 ദിവസങ്ങൾക്കകം അതിനുത്തരവാദിയായ മന്ത്രിസഭയെ പിരിച്ചുവിടാൻ പ്രസിഡന്റിന് സന്തോഷം തോന്നി.

അതിനുശേഷം നിലവിൽവന്ന ഭൂവുടമാ-സ്ഥാപിതതാൽപര്യ ഗവൺമെന്റ് കാർഷികബന്ധ നിയമത്തിന്റെ അന്തഃസത്ത പിച്ചിച്ചീന്താൻ കൊണ്ടുപിടിച്ച ശ്രമങ്ങൾ നടത്തുകയാണ് അധികാരത്തിൽ കയറിയ ഉടനെ ചെയ്തത്. അതിലൊന്നായിരുന്നു ആ നിയമത്തിന് പ്രസിഡണ്ടിന്റെ അംഗീകാരം കിട്ടാതിരിക്കാൻവേണ്ടി നടത്തപ്പെട്ട സമ്മർദ്ദ തന്ത്രങ്ങൾ.

കൃഷിക്കാർ നീണ്ടകാലത്തെ സമരങ്ങളുടെ ഫലമായി നേടിയെടുത്ത നിയമത്തെ തകർക്കുന്നതിനുള്ള ഈ നീക്കത്തിനെതിരായി സമരത്തിന് കൃഷിക്കാർക്ക് ഉശിര് കയറ്റുന്നതിനാണ് 1960 ജൂൺ 18-ാം തീയതി കാസർകോഡ് നിന്നൊരു കർഷകജാഥ എ കെ ജിയുടെയും സി എച്ചിന്റെയും നേതൃത്വത്തിൽ തിരുവനന്തപുരത്തേക്ക് യാത്ര തിരിച്ചത്; ആ ജാഥ കേരളത്തിലെ കാർഷികമേഖലയിൽ എന്ത് കോളിളക്കമുണ്ടാക്കി എന്ന് പ്രത്യേകം എടുത്തുപറയേണ്ടതില്ല. എ കെ ജിയായിരുന്നു

ആ ജാഥയുടെ ജീവൻ.

1963-ൽ ചുരുളി-കീരിത്തോട് പ്രദേശത്ത് കുടിയിറക്ക് നടന്നു. പൈശാചികമായിരുന്നു അവിടെ കൃഷിക്കാരോട് അധികൃതർ കൈക്കൊണ്ട സമീപനം. എ കെ ജി അവിടെയും എത്തിയെങ്കിലും അതിനകം കൊടുമ്പിരിക്കൊണ്ട പാർട്ടിയിലെ ഭിന്നിപ്പ് മൂലം ആ സമരം വിജയിപ്പിക്കാൻ കഴിഞ്ഞില്ല. 1967-ലെ ഐക്യമുന്നണി ഗവൺമെന്റാണ്_ഭൂമി നൽകി ആ കൃഷിക്കാരെ പുനരധിവസിപ്പിച്ചത്.

1959-ലെ കർഷകബന്ധനിയമത്തിനെതിരായി നീങ്ങാനും ആ നിയമത്തിന് പ്രസിഡണ്ടിന്റെ അനുമതി നൽകാതെ ഒരു പരിധിയോളം തുരങ്കംവെക്കാനും പിന്നീടത് ഭേദഗതി ചെയ്യാനും 1960-ൽ നിലവിൽ വന്ന സ്ഥാപിതതാൽപര്യക്കാരുടെ മന്ത്രിസഭക്ക് കഴിഞ്ഞെങ്കിൽ 1967-ലെ ഐക്യമുന്നണി മന്ത്രിസഭയെ ഗൂഢാലോചന നടത്തി പൊളിച്ച് അധികാരത്തിലേറിയ അച്യുതമേനോൻ മന്ത്രിസഭക്ക് അത്രയൊന്നും ചെയ്യാൻ കഴിഞ്ഞില്ല. 1960-ലെ ചെറുത്തുനിൽപ്പിനേക്കാൾ എത്രയോ കൂടുതൽ ഉഗ്രമായ ചെറുത്തുനിൽപ്പാണ് കൃഷിക്കാരും കർഷകത്തൊഴിലാളികളും കൂടി 1969 അവസാനം മുതൽ നടത്തിയത്.

ഐക്യമുന്നണി മന്ത്രിസഭ 1969 ഒക്ടോബർ 24-ാം തീയതി നിലംപതിച്ചു. നവംബർ ഒന്നാം തീയതി അച്യുതമേനോൻ മുഖ്യമന്ത്രിയായി കോൺഗ്രസ് പിന്തുണയോടുകൂടിയ കുറുമുന്നണി മന്ത്രിസഭ നിലവിൽ വന്നു. അധ്വാനിക്കുന്ന ജനവിഭാഗങ്ങൾക്കെതിരായ ആക്രമണവും ആരംഭിച്ചു. നവംബറിൽ കേരളത്തിലെ നാല് മേഖലകളിൽ നിന്നാരംഭിച്ച പ്രചാരണജാഥകൾ ആലപ്പുഴക്ക് നീങ്ങി. ഡിസംബർ 13-ാം തീയതി ആലപ്പുഴയിലെത്തി. അന്നും പിറ്റേന്നും കൂടിയ പ്രതിനിധി സമ്മേളനം സുപ്രസിദ്ധമായിത്തീർന്ന ആലപ്പുഴ പ്രഖ്യാപനത്തിന് രൂപം നൽകി. സർക്കാർ എന്തുചെയ്താലും ജനുവരി 1 മുതൽ കൃഷിക്കാർ അവകാശം സ്ഥാപിക്കുമെന്ന ധീരമായ പ്രഖ്യാപനമായിരുന്നു അത്. അന്നവിടെ പ്രകടനത്തിനും റാലിക്കുമായി തടിച്ചുകൂടിയ ജനക്കൂട്ടത്തെ കണ്ട് ഭരണാധികാരികൾ അമ്പരന്നുപോയി.

അവകാശം അനുഭവിക്കേണ്ടവരുടെ ഭാഗത്ത് നിന്നുണ്ടായ ഈ ശക്തമായ ചെറുത്തുനിൽപ്പ് മൂലം 1960-ൽ ചെയ്തപോലെ നിയമം പൊളിക്കാൻ പിന്തിരിപ്പൻമാർക്കും അവരുടെ പിണിയാളുകൾക്കും കഴിഞ്ഞില്ല. ആലപ്പുഴ പ്രഖ്യാപനത്തിന്റെ മൂന്നാം പക്കം ഭൂപരിഷ്കരണ ഭേദഗതി നിയമത്തിന് പ്രസിഡണ്ടിന്റെ അനുമതി കിട്ടി.

ജനുവരി 1 മുതൽക്കുള്ള സമരത്തിൽ പങ്കെടുത്തവർക്കും ജയിലിൽ പോയവർക്കും ഉത്തേജനം നൽകുകയും മർദ്ദനത്തിന് ഇരയായവർക്കും രക്തസാക്ഷികളുടെ കുടുംബങ്ങൾക്കും ആശ്വാസം പകരുകയും ചെയ്യുന്നതിൽ ഏറ്റവും വലിയ പങ്കാണ് എ കെ ജി വഹിച്ചത്.

എ കെ ജി നേരിട്ട് നേതൃത്വം നൽകിയ മറ്റൊരു സമരമാണ് 1972-ലെ മിച്ചഭൂമി സമരം. അതിനെ ചൊല്ലി പാർലമെന്റിനകത്തും എ

കെ ജി ഉഗ്രമായ സമരം നടത്തി. അധ്വാനിക്കുന്ന ജനവിഭാഗങ്ങളുടെ താൽപര്യസംരക്ഷണത്തിനുള്ള സമരവേദിയായി പാർലമെന്റിനെയും എങ്ങനെ മാറ്റാമെന്ന് മറ്റ് എം പി മാരെക്കൂടി പങ്കെടുപ്പിച്ചുകൊണ്ടുള്ള ആ സമരത്തിലൂടെ എ കെ ജി പ്രയോഗത്തിൽ കാണിച്ചു. ആ സമരത്തിന്റെ ഫലമായി പാർലമെന്റിന്റെ ആ സമ്മേളനം രണ്ട് ദിവസത്തേക്ക് നീട്ടി ഭൂപരിഷ്കരണനിയമം 9-ാം ഷെഡ്യൂളിൽ പെടുത്തി.

തിരുവനന്തപുരത്തെ മുടവൻമുഗൾ കൊട്ടാരത്തിലെ മിച്ചഭൂമി കയ്യേറുന്നതിന് എ കെ ജി നേതൃത്വം നൽകി. അതിനെ തുടർന്നുണ്ടായ കേസ്, ആ കേസ് എ കെ ജി തന്നെ കൈകാര്യം ചെയ്ത രീതി, അതിലെ ഓരോ ചുവടുവെപ്പിലും അച്യുതമേനോൻ ഗവൺമെന്റ് പരാജയപ്പെട്ട് പിൻവാങ്ങേണ്ടിവന്നത്-അതെല്ലാം ഇന്ന് കേരളചരിത്രത്തിന്റെ ഭാഗങ്ങളാണ്.

അനീതി എവിടെക്കണ്ടാലും അതിനെതിരായി ഒടുങ്ങാത്ത അസംതൃപ്തിയും അതിനെ നേരിടാൻ ഒരു നിമിഷംപോലും അടങ്ങിയിരിക്കാൻ കഴിയാത്ത പ്രകൃതവും-ഇവ രണ്ടും മനുഷ്യാകാരം പൂണ്ട മർദ്ദിതജനതയുടെ ശക്തനായ പടത്തലവനായിരുന്നു എ കെ ജി. ചെറുത്തുനിൽപ്പിന്റെയും എതിർപ്പിന്റെയും സമരത്തിന്റെയും ഈ മനോഭാവമാകട്ടെ, അഗാധമായ മനുഷ്യസ്നേഹത്തിൽ നിന്ന് പൊട്ടിപ്പുറപ്പെടുന്നതായിരുന്നു.

(ചിന്ത വാരിക, 1993 മാർച്ച് 19)

എ കെ ജി ചില അനുസ്മരണങ്ങൾ

വി ആർ കൃഷ്ണയ്യർ

ഒരു ചെറിയ പള്ളിക്കൂടത്തിലെ വാധ്യാരായിരുന്നു എ കെ ജി. എന്നാൽ പാവങ്ങളായ ജനകോടികളുടെ ദുരിതങ്ങളോട് സഹതാപം കാണിക്കുന്ന ഒരു ഹൃദയം അദ്ദേഹത്തിനുണ്ടായിരുന്നു. അദ്ദേഹം വൈകാരികമായും വൈചാരികമായും പ്രതികരിച്ചിരുന്നു. തൊഴിലാളിവർഗത്തിനുവേണ്ടി അദ്ദേഹത്തിന്റെ ഹൃദയം കേണുകൊണ്ടിരുന്നപ്പോൾതന്നെ, കണ്ണീരുകൊണ്ട് ജനങ്ങളുടെ പ്രശ്നങ്ങൾ പരിഹരിക്കാൻ കഴിയില്ലെന്നും ശാശ്വതമായ പരിഹാരം ഉണ്ടാക്കുന്നതിന് വർഗബോധത്തോടുകൂടിയ ഉശിരൻ സമരങ്ങൾ അനിവാര്യമാണെന്നും അദ്ദേഹത്തിന്റെ ബുദ്ധി ഉറപ്പിച്ച് പറഞ്ഞു. കമ്യൂണിസത്തിൽ അടിയുറച്ച് വിശ്വസിക്കുന്ന ഒരു വ്യക്തിയാണദ്ദേഹം. കേവലമൊരു സൈദ്ധാന്തികനല്ല അദ്ദേഹം. പുസ്തകങ്ങളിൽ നിന്നുള്ള ഉദ്ധരണികളുടെ സഹായത്തോടെയല്ല അദ്ദേഹം വാദിച്ചത്; മറിച്ച്, ജീവിതമാകുന്ന പുസ്തകത്തിന്റെ സഹായത്തോടുകൂടിയാണ്. അടിമുടി അദ്ദേഹം ഒരു കർമയോഗിയായിരുന്നു; ജനനേതാവായിരുന്നു; നിർഭയനായ പോരാളിയായിരുന്നു. സമരത്തെ ഭയപ്പെടാത്ത ഒരു വ്യക്തിയായതുകൊണ്ടല്ല അദ്ദേഹം പാർലമെന്റേറിയനായത്; പാർലമെന്റിനകത്തുള്ള സമരങ്ങൾ, പാർലമെന്റിന് പുറത്തുള്ള സമരങ്ങളുടെ അനുപൂരകമാണ് എന്നതുകൊണ്ടാണ് അദ്ദേഹം പാർലമെന്റേറിയനായത്. എ കെ ജി ഭീകരവാദത്തിനെതിരായിരുന്നു; എന്നാൽ അതേ അവസരത്തിൽതന്നെ, അദ്ദേഹം ഒരു നിയമലംഘകൻ കൂടിയായിരുന്നു. ഗാന്ധിയനും മാർക്സിസ്റ്റും സമ്മേളിക്കുന്ന അത്യപൂർവമായി മാത്രം കാണുന്ന ഒരു സമന്വയമായിരുന്നു അദ്ദേഹം.

തന്നോടൊപ്പം പ്രവർത്തിക്കുന്നവരെ സംബന്ധിച്ചിടത്തോളം മാത്രമല്ല, തന്നോടൊപ്പം തടവിൽ കഴിയുന്നവരെ സംബന്ധിച്ചിടത്തോ

ളവും എ കെ ജി ഊഷ്മളഹൃദയനായ ഒരു സുഹൃത്തായിരുന്നു. അദ്ദേഹം തന്റെ വക്കീൽമാരെ വിശ്വസിച്ചു. പലപ്പോഴും തന്റെ വക്കീൽമാരെക്കാൾ ഫലപ്രദമായി അദ്ദേഹം കേസ് വാദിക്കുകയും ക്രോസ് വിസ്താരം നടത്തുകയും ചെയ്യുമായിരുന്നു.

എ കെ ജിയെ സംബന്ധിച്ചിടത്തോളം എനിക്കറിയാവുന്ന കാര്യങ്ങൾ ആറ്റിക്കുറുക്കിയാൽ മേൽപ്പറഞ്ഞ വാചകങ്ങളിൽ ഒതുക്കാം. മുപ്പത് കൊല്ലമായി എനിക്ക് അദ്ദേഹത്തെ അറിയാം. സുഹൃത്തായും അദ്ദേഹത്തിന്റെ അഭിഭാഷകനായും കുറച്ചുകാലം അദ്ദേഹത്തിന്റെ രാഷ്ട്രീയസഹയാത്രികനായും ഞാൻ പ്രവർത്തിച്ചിട്ടുണ്ട്. മാർക്സിസത്തിന്റെ ചില വശങ്ങളോട്, പ്രത്യേകിച്ചും അദ്ദേഹം അതിന് നൽകിയ ഇന്ത്യൻ ഭാഷ്യത്തോട് എനിക്ക് മൗലികമായിത്തന്നെ വിയോജിപ്പുണ്ട്. അതെന്തായാലും, എ കെ ജിയെപ്പോലുള്ള ഒരു സ്നേഹശീലൻ, ഒരു ആയുഷ്കാല സുഹൃത്തായിത്തന്നെ വർത്തിക്കുന്നു.

1940-കളിലും 1950-കളിലും നിരവധി ക്രിമിനൽ കേസുകളിൽ ഞാൻ അദ്ദേഹത്തിനുവേണ്ടി വാദിച്ചിട്ടുണ്ട്. അദ്ദേഹം ജനനായകനായിരുന്നു; മികച്ച വാഗ്മിയായിരുന്നു. അധഃസ്ഥിതരുടെ രക്ഷകനായിരുന്നു. അനന്തരഫലങ്ങളെക്കുറിച്ച് ഒട്ടും കൂസാതെ, അദ്ദേഹം തൊഴിലാളികളുടെയും കൃഷിക്കാരുടെയും പക്ഷത്ത് ചേർന്ന് സമരം ചെയ്തു. ഇതുമൂലം അദ്ദേഹം എത്രയോ ക്രിമിനൽ കേസുകളിൽ ചെന്ന് കുടുങ്ങിയിട്ടുണ്ട്. പലപ്പോഴും ജാമ്യത്തിന്റെ ഘട്ടംതൊട്ട് അപ്പീൽ തീരുമാനമാകും വരെ, ഞാൻ അദ്ദേഹത്തിനുവേണ്ടി ഹാജരായിട്ടുമുണ്ട്. അദ്ദേഹം എനിക്ക് പൂർണ്ണമായ വ്യവഹാരക്കുറിപ്പുകൾ എഴുതിത്തരും; ക്രോസ് വിസ്താരത്തിൽ ചോദിക്കേണ്ട ചോദ്യങ്ങൾ പോലും തയ്യാറാക്കിത്തരും. കോടതിയിൽ എ കെ ജിയുണ്ടെങ്കിൽ ഒരു വലിയ ജനക്കൂട്ടം സ്വാഭാവികമായും അവിടെ തടിച്ചുകൂടും. അതിനാൽ അതൊരു പ്രമാദമായ കേസായിത്തീരും.

രണ്ട് കേസുകൾ വിശദമായിത്തന്നെ ഞാൻ ഓർത്തുപറയാം. ഗവൺമെന്റു വിരോധം പരത്തുന്നു എന്ന കുറ്റം ആരോപിച്ച് അദ്ദേഹത്തെ ഒരിക്കൽ പ്രോസിക്യൂട്ട് ചെയ്യുകയായിരുന്നു. പ്രധാന സാക്ഷി ഒരു പൊലീസ് സബ് ഇൻസ്പെക്ടറാണ്. ക്രോസ് വിസ്താരത്തിൽ ചോദിക്കേണ്ട കാര്യങ്ങൾ അടങ്ങിയ ചില കടലാസുകൾ എ കെ ജി എന്നെ ഏൽപ്പിച്ചു. അവയിൽ പലതും നല്ല ചോദ്യങ്ങളായിരുന്നു എന്ന് മാത്രമല്ല, പലതും കേട്ടുനിൽക്കുന്നവർക്ക് ഹരം പകരുന്നതുമായിരുന്നു. എന്നാൽ സാക്ഷിനിയമം അനുസരിച്ച് അവയിൽ പലതും അപ്രസക്തങ്ങളായിരുന്നു. പ്രസക്തങ്ങളായ ചോദ്യങ്ങൾ കഴിഞ്ഞപ്പോൾ അപ്രസക്തങ്ങളായി ഞാൻ തള്ളിക്കളഞ്ഞ ചോദ്യങ്ങൾകൂടി ചോദിച്ച് ആ പൊലീസ് ആപ്പീസറെ വിഷമിപ്പിക്കണമെന്ന് എ കെ ജിക്ക് നിർബന്ധമായി. ഞാൻ ആ ചോദ്യങ്ങൾകൂടി ചോദിച്ചിരുന്നുവെങ്കിൽ, ആ പൊലീസ് ആപ്പീസർ തകർന്നുപോകുമായിരുന്നു എന്ന കാര്യത്തിൽ യാതൊ

രു സംശയവുമില്ല. എന്തുവേണ്ടൂ എന്ന് എനിക്ക് നിശ്ചയമില്ലാതായി. ഒടുവിൽ ഞാനൊരു സൂത്രം പ്രയോഗിച്ചു. ജില്ലാ കോടതിയിൽ എന്റെ പ്രധാനപ്പെട്ട ഒരു അപ്പീൽ കേസ് വിചാരണക്കെടുക്കുന്നുണ്ട് (യാദൃച്ഛികമാണെങ്കിലും അത് ശരിയായിരുന്നുതാനും.) അടിയന്തിരമായി എനിക്ക് അങ്ങോട്ട് പോകേണ്ടതുണ്ട് എന്ന് ഞാൻ ഫസ്റ്റ് ക്ലാസ് മജിസ്ട്രേട്ടിനോട് പറഞ്ഞു. കേസ് നീട്ടിവെക്കണമെന്ന് ഞാൻ ആവശ്യപ്പെടുന്നില്ല, ക്രോസ് വിസ്താരം നടത്താൻ എന്റെ കക്ഷിയെ അനുവദിക്കണമെന്ന് കോടതിയോട് അഭ്യർഥിക്കുന്നതേയുള്ളു എന്നും ഞാൻ കൂട്ടിച്ചേർത്തു. ഇത് പറയുന്നതോടെ സാക്ഷി നിർവീര്യനായി തീരുമെന്ന് ഉറപ്പായിരുന്നു. എന്നാൽ അത് മജിസ്ട്രേട്ടിൽ ഉളവാക്കിയേക്കാവുന്ന ഭാവവ്യത്യാസത്തെക്കുറിച്ച് ഞാൻ വിഭാവനം ചെയ്തതേയില്ല. എനിക്ക് പോയേ തീരൂ എന്നുണ്ടെങ്കിൽ താൻ ഈ കേസ് നീട്ടിവെക്കാൻ നിർബന്ധിതനായിത്തീരും എന്ന് അദ്ദേഹം പറഞ്ഞു. അത് അപ്രതീക്ഷിതമായിരുന്നു. എ കെ ജി ക്രോസ് വിസ്താരം നടത്തുന്നതിനെ അദ്ദേഹം ഭയപ്പെട്ടിരുന്നു എന്നതാണതിന് കാരണം (ഞാനങ്ങനെ ഊഹിക്കുന്നു). എ കെ ജി 'ഭയങ്കരനായ' ഒരാളായിരുന്നു. ഈ പ്രതിയെ സംബന്ധിച്ചിടത്തോളം സാക്ഷിനിയമത്തിന്റെ കർത്താവായ സർ ജോസ് സ്റ്റീഫൻ പോലും അപ്രസക്തനായിരുന്നു. എ കെ ജി ക്രോസ് വിസ്താരം തുടർന്നിരുന്നുവെങ്കിൽ കോടതിമുറിയിൽ അണമുറിയാത്ത പൊട്ടിച്ചിരി ഉയരുമായിരുന്നുവെന്നും സാക്ഷിയാകെ പതറിപ്പോകുമായിരുന്നു എന്നും ഉറപ്പായിരുന്നു. ചോദ്യം അനുവദനീയമല്ലാതിരുന്നെങ്കിൽ പോലും അതെല്ലാം നടക്കും. അപ്പോൾ മജിസ്ട്രേട്ടും പ്രതിയും തമ്മിൽ ഒരു യുദ്ധം നടക്കും. അങ്ങനെ വരുമ്പോൾ ശ്രോതാക്കളുടെ അനുതാപം എ കെ ജിക്ക് അനുകൂലമായി തിരിഞ്ഞൊഴുകും. മജിസ്ട്രേട്ട് ആകെ വിഷമത്തിലാകും. ക്രോസ് വിസ്താരം നടത്താൻ പ്രതിയെ അനുവദിക്കാൻ താൻ തയ്യാറില്ല എന്ന കാര്യത്തിൽ മജിസ്ട്രേട്ട് ഉറച്ചുനിൽക്കുകയാണെന്ന് കണ്ടപ്പോൾ, അവിടെത്തന്നെ നിന്ന് ആ കേസിന്റെ വാദം തീർക്കുകയല്ലാതെ എനിക്ക് മറ്റ് പോംവഴിയൊന്നുമില്ലാതായി. എന്റെ അപ്പീൽകേസ് നീട്ടിവെപ്പിച്ച്, എന്റെ കക്ഷിക്ക് തൃപ്തിയാകത്തക്കവിധത്തിൽ ക്രോസ്വിസ്താരം പൂർത്തിയാക്കുകയാണ് യുക്തമായിരിക്കുക എന്ന് ഞാൻ കണ്ടു.

മറ്റൊരു സന്ദർഭത്തിൽ, പോസ്റ്റൽ സമരത്തിന് പിന്തുണ നൽകിക്കൊണ്ട് എ കെ ജി ഒരുഗ്രൻ പ്രസംഗം നടത്തി. ചില പതിറ്റാണ്ടുകൾക്ക് മുമ്പാണത്. പ്രതീക്ഷിച്ചപോലെതന്നെ അദ്ദേഹത്തെ പ്രോസിക്യൂട്ട് ചെയ്ത്, ശിക്ഷിച്ചു; ദീർഘകാലത്തെ ജയിൽശിക്ഷ വിധിച്ചു. ഞാൻ സെഷൻസ് കോടതിയിൽ അപ്പീൽ നൽകി. ഒടുവിൽ കേസിന്റെ വാദം വന്നു. ഞാൻ വാദം തുടങ്ങുമ്പോഴേക്കും സെഷൻസ് ജഡ്ജി എന്റെ മേൽ ചാടിവീണു. ചിന്തിക്കാൻപോലും കഴിയാത്തത്ര കുറ്റകരമായ ഒരു പണിമുടക്കിന് പിന്തുണ നൽകുന്ന പ്രതിക്കുവേണ്ടി വാദിക്കാൻ ഞാൻ ധൈര്യപ്പെട്ടതെങ്ങനെ എന്ന് അദ്ദേഹം ക്ഷോഭത്തോടെ എ

ന്നോട് ചോദിച്ചു. തന്റെ കോടതിയിലെ കീഴ്ജീവനക്കാരിൽ പ്രധാനിക്ക് ലഭിക്കുന്ന ശമ്പളത്തേക്കാൾ കൂടുതൽ ശമ്പളം പറ്റുന്ന പോസ്റ്റുമാൻമാരുടെ പണിമുടക്കിനെ ബുദ്ധിക്ക് സ്ഥിരതയുള്ളവരാരും സഹായിക്കുകയില്ലെന്ന് അദ്ദേഹം കോപത്തോടെ വിശദീകരിച്ചു. അങ്ങനെയാണെങ്കിൽ പോസ്റ്റുമാൻമാർ പണിമുടക്കുംമുമ്പ് ജില്ലാ കോടതികളിലെ ശിരസ്തദാർമാരാണ് പണിമുടക്കിനിറങ്ങേണ്ടിയിരുന്നത്. പോസ്റ്റുമാൻമാർ ഉന്നയിക്കുന്ന ആവശ്യങ്ങളിൽ അന്യായമൊന്നുമില്ല എന്നതുമാത്രമാണ് ഇതിൽ നിന്നെത്തിച്ചേരേണ്ട യുക്തിസഹജമായ നിഗമനം എന്ന് ഞാൻ ശാന്തനായി മറുപടി പറഞ്ഞു. ഈ തടസവാദം ജഡ്ജിയെ നിശബ്ദനാക്കിക്കളഞ്ഞു. ഞാൻ വാദം തുടർന്നു. പിന്നീട് ഏറെനാൾ കഴിഞ്ഞ് ആ ജഡ്ജി സ്ഥലംമാറിപ്പോകുമ്പോൾ അദ്ദേഹത്തിന് വിട പറയാൻ ഞാൻ അദ്ദേഹത്തെ ചെന്ന് കാണുകയുണ്ടായി. വാദം നടത്തുമ്പോൾ കൂടുതൽ പരിസരബോധമുള്ളവനായിരിക്കാൻ അദ്ദേഹം എന്നെ ഓർമ്മിപ്പിച്ചു. എനിക്ക് കാര്യം മനസിലായില്ല. അപ്പോൾ അദ്ദേഹം കാര്യം വിവരിച്ചുതന്നു: ഞാൻ എ കെ ജിയുടെ കേസ് വാദിക്കുമ്പോൾ എന്റെ പിന്നിൽ ഒരു സി ഐ ഡി ആപ്പീസർ വന്നിരിക്കാറുണ്ടായിരുന്നുവത്രെ. ഞാൻ കോടതിയുടെ വേദി രാഷ്ട്രീയപ്രചാരണത്തിനുവേണ്ടി ഉപയോഗിക്കാറുണ്ടെന്ന് ഈ സി ഐ ഡി ആപ്പീസർ ജില്ലാ കളക്ടർക്ക് റിപ്പോർട്ട് ചെയ്തിരുന്നു. അത് ശരിയാണോ എന്ന് ജില്ലാ കളക്ടർ ജഡ്ജിയോട് ചോദിച്ചിട്ടുമുണ്ടായിരുന്നു. കോടതി അഭിഭാഷകനെ പ്രകോപിപ്പിച്ചപ്പോൾ, അഭിഭാഷകനിൽ നിന്നുണ്ടായ ചുട്ട മറുപടി മാത്രമായിരുന്നു അതെന്നും അതിന് പിന്നിൽ രാഷ്ട്രീയ പ്രേരണയൊന്നും ഉണ്ടായിരുന്നില്ലെന്നും ജഡ്ജി കളക്ടർക്ക് മറുപടിയും നൽകിയിരുന്നു. അതെന്തായാലും ചില കൊല്ലങ്ങൾക്കുശേഷം എന്നെ കരുതൽ തടങ്കലിലിട്ടപ്പോൾ, അതിന് പറഞ്ഞ കാരണങ്ങളിൽ ഒന്നിതാണ്: കമ്യൂണിസ്റ്റ് പ്രചാരണത്തിനുവേണ്ടി ഞാൻ കോടതിയിൽ വിസ്താരവേളയെ ഉപയോഗപ്പെടുത്താറുണ്ട്! ഇത് ഞാൻ ഓർമ്മയിൽ നിന്നെഴുതുകയാണ്. വളരെ കൃത്യമാണോ എന്ന കാര്യം ഉറപ്പില്ല.

എ കെ ജിയോടൊപ്പം പല യോഗങ്ങളിലും ഞാൻ പ്രസംഗിച്ചിട്ടുണ്ട്. എന്റെ ചില തെരഞ്ഞെടുപ്പ് യോഗങ്ങളിൽ അദ്ദേഹവും പ്രസംഗിച്ചിട്ടുണ്ട്. എന്റെ എതിരാളി കരുത്തനാണെങ്കിൽ, ശ്രോതാക്കളെ കിട്ടാൻ വിഷമമാണെങ്കിൽ, അങ്ങനെയുള്ള സ്ഥലങ്ങളിലേക്ക് എ കെ ജിയെ വിളിച്ചുവരുത്തും. അപ്പോൾപിന്നെ വലിയ ജനക്കൂട്ടം തടിച്ചുകൂടും എന്നുറപ്പാണ്. തുടർന്ന് എതിരാളികളുടെ പ്രചാരണത്തിന്റെ കാറ്റഴിച്ചുവിടാൻ കഴിയും എന്നും ഉറപ്പാണ്. ഉഗ്രൻ തമാശകളും നാടൻ ശൈലിയും ലളിതമായ ഭാഷയും പ്രാദേശികമായ ഉച്ചാരണവും-അതെല്ലാം കൂടിച്ചേർന്ന് എ കെ ജിയെ ജനങ്ങളുടെ പ്രിയങ്കരനാക്കി മാറ്റി.

അസഭ്യതയോ കാപട്യമോ തൊട്ടുതീണ്ടിയിട്ടില്ലാത്ത ഒരു പാർല

മെന്റേറിയനായിരുന്നു അദ്ദേഹം. അദ്ദേഹത്തിന്റെ പ്രസംഗങ്ങൾ ഫലവത്തായിരുന്നു-കാരണം അദ്ദേഹത്തിന്റെ ഹൃദയത്തിൽ നിന്നാണ് അത് ഒഴുകിവന്നത്. മറ്റുള്ളവരെപ്രതി, അദ്ദേഹം സ്വയം വേദന അനുഭവിക്കുന്നതായി ഞാൻ കണ്ടിട്ടുണ്ട്. സങ്കടകരമായ ഏതെങ്കിലും കാര്യം അദ്ദേഹത്തിന്റെ ശ്രദ്ധയിൽപെട്ടാൽ അദ്ദേഹവും സങ്കടപ്പെടുകയായി. ആർക്കുനേരെയുണ്ടായ തെറ്റും തനിക്കുനേരെയുണ്ടായ തെറ്റാണെന്ന് അദ്ദേഹം കരുതി. എ കെ ജിയുടെ മൊത്തം പ്രവർത്തനത്തിന്റെ ഒരു ഭാഗം മാത്രമായിരുന്നു, അദ്ദേഹത്തിന്റെ പാർലമെന്ററി ജീവിതം. പാർലമെന്റിന് പുറത്തുള്ള പ്രവർത്തനത്തിലാണ് അദ്ദേഹം പൂർണ്ണമായും വിശ്വസിച്ചിരുന്നത് എന്ന കാര്യത്തിൽ സംശയമില്ല. ഒരു ബൂർഷ്വാ പാർലമെന്റ് ജനങ്ങളോടൊപ്പം നിൽക്കുകയില്ലെന്ന് അദ്ദേഹം എന്നോട് പലപ്പോഴും പറഞ്ഞിട്ടുണ്ട്. പൊതുയോഗങ്ങളിൽ അദ്ദേഹം അക്കാര്യം വ്യക്തമാക്കിയിട്ടുമുണ്ട്. എന്നാൽ അതിനർഥം, ജനങ്ങളുടെ നേട്ടത്തിനുവേണ്ടി പാർലമെന്ററി ഉപകരണത്തെ ഉപയോഗിക്കാൻ പാടില്ല എന്നല്ല. പാർലമെന്റിനും സംസ്ഥാന നിയമസഭകൾക്കും പുറത്ത് സംഘടിത തൊഴിലാളി വർഗത്തിന്റെയും കർഷക ജനസാമാന്യത്തിന്റെയും നേതൃത്വത്തിൽ ജനകീയാഭിപ്രായം ഉയർത്തിക്കൊണ്ടു വരേണ്ടതുണ്ട്. പ്രക്ഷോഭങ്ങളിലൂടെ സമ്മർദം ചെലുത്തണം. ദുരിതമനുഭവിക്കുന്ന ദരിദ്രരുടെയും അടിച്ചമർത്തപ്പെട്ട ഇന്ത്യൻ ജനതയുടെയും ആവശ്യങ്ങൾ മനസിലാക്കാൻ പാർലമെന്റേറിയൻമാരെ പ്രാപ്തരാക്കാൻ പാർലമെന്റിന് പുറത്ത് അത്തരം സമ്മർദതന്ത്രങ്ങൾ ആവശ്യമാണ്. അതുകൊണ്ട് ശക്തമായ പൊതുജനാഭിപ്രായം സംഘടിപ്പിച്ചുകൊണ്ടും ജനകീയപ്രശ്നങ്ങൾ ഉയർത്തിപ്പിടിച്ചുകൊണ്ടും അദ്ദേഹം ഗ്രാമങ്ങളിലും പട്ടണങ്ങളിലും ഉഗ്രൻ പ്രക്ഷോഭങ്ങൾ നടത്തി, ജനങ്ങളെ തന്റെ പിന്നിൽ അണിനിരത്തി. അത്തരം ജനകീയശക്തികൊണ്ട് കരുത്തു നേടിയ അദ്ദേഹം, ജനങ്ങളുടെ ദുരിതങ്ങൾക്കുള്ള കാരണമെന്തെന്ന് തന്റെ ലളിതമായ മാർഗത്തിലൂടെ, വിശകലനം ചെയ്ത് മനസിലാക്കി, അവക്ക് പാർലമെന്റിൽ പരിഹാരം തേടി.

അദ്ദേഹമൊരു മാർക്സിസ്റ്റ് ആയിരുന്നു. ഭൗതികവാദിയായിരുന്നു. അതിനാൽ അദ്ദേഹത്തിന്റെ വിശകലനം വൈരുധ്യവാദാത്മകമായിരുന്നു; വെറും വികാരപരമായിരുന്നില്ല. വികാരാവേശത്തോടുകൂടിയല്ല, കാര്യകാരണസഹിതമാണ് അദ്ദേഹം വാദിച്ചത്. നെഹ്റുവിനെപ്പോലെയുള്ള വ്യക്തികളിൽ അദ്ദേഹം ഉണ്ടാക്കിയ സ്വാധീനം അവഗണിക്കത്തക്കതല്ലെന്ന് ഞാൻ കരുതുന്നു, പാർലമെന്റിനുള്ളിലും പുറത്തും ഉള്ളവരുമായും രാഷ്ട്രീയമായി എതിർചേരിയിൽ നിൽക്കുന്നവരുമായും അദ്ദേഹത്തിനുണ്ടായിരുന്ന വ്യക്തിബന്ധങ്ങൾ വളരെ രമ്യതയോടും മനുഷ്യത്വത്തോടും കൂടിയതായിരുന്നു.

മാനവതാവാദിയായ ഈ കമ്യൂണിസ്റ്റുകാരനെ സംബന്ധിച്ച രണ്ട് ദാരുണമായ ഘടകങ്ങൾ, എന്നെ പലപ്പോഴും അഗാധമായി വേദനിപ്പിച്ചിട്ടുണ്ട്. അതിന് രണ്ടിനുമുള്ള യഥാർഥ കാരണം അദ്ദേഹത്തിന്റെ മാ

സ്മരിക വ്യക്തിപ്രഭാവം തന്നെയായിരുന്നു. അതിനുള്ള ശിക്ഷ പൊലീസും അദ്ദേഹത്തിന്റെ പാർട്ടിയും - രണ്ടുകൂട്ടരും അദ്ദേഹത്തിൽ നിന്ന് ഈടാക്കി. അദ്ദേഹത്തിന്റെ സാന്നിധ്യം ജനങ്ങളെ സംബന്ധിച്ചിടത്തോളം വലിയ ആവേശമായിരുന്നതുകൊണ്ട്, ഉദ്യോഗസ്ഥ ദുഷ്പ്രഭുത്വത്തിന്റെ എല്ലാ മർദ്ദനങ്ങൾക്കും എതിരായുള്ള ചെറുത്തുനിൽപ്പിന് അദ്ദേഹം നേതൃത്വം നൽകിയിരുന്നതുകൊണ്ട് ഏത് കുഗ്രാമത്തിലായാലും എപ്പോഴും പൊലീസ് അദ്ദേഹത്തിന്റെ പിറകെ ഉണ്ടാവും. അദ്ദേഹം പൊലീസിനെ ഒഴിവാക്കിയില്ല; അവർ അദ്ദേഹത്തെയും ഒഴിവാക്കിയില്ല. ജീവിതത്തിന്റെ അധികഭാഗവും അദ്ദേഹത്തിന് ജയിലിലും പുറത്തുമായി കഴിച്ചുകൂട്ടേണ്ടിവന്നു എന്നതാണ് അതിന്റെ അനന്തരഫലം. 1950-കളിൽ ഒരിക്കൽ തലശേരി സബ് ജയിലിൽവെച്ച് അദ്ദേഹത്തെ ഞാൻ കണ്ടുമുട്ടിയപ്പോൾ ജയിൽ ജീവിതത്തെപ്പറ്റി കടുത്ത ഭാഷയിൽ തന്നെ അദ്ദേഹം സംസാരിക്കുകയുണ്ടായി. 'ഇസ'ത്തെ ഒരു ലക്ഷ്യമായിട്ടല്ലാതെ, ഒരു ഉപകരണമായി കാണുന്ന ഇദ്ദേഹത്തെ സംബന്ധിച്ചിടത്തോളം, മറ്റൊരു ദൗർഭാഗ്യമുണ്ട്. അദ്ദേഹം രോഗിയാണെങ്കിലും ശരി അല്ലെങ്കിലും ശരി, ആശുപത്രിയിലാണെങ്കിലും ശരി, വീട്ടിൽ ആരോഗ്യം വീണ്ടെടുക്കുകയാണെങ്കിലും ശരി, പ്രാദേശികനേതാക്കൾ അദ്ദേഹത്തെ വിശ്രമിക്കാൻ അനുവദിക്കുകയില്ല. ആരോഗ്യസംബന്ധമായ ഒഴികഴിവുകളൊക്കെ അവർ തള്ളിക്കളയും. യോഗത്തിന് എ കെ ജി വന്നേതീരൂ എന്ന ആവശ്യം എപ്പോഴും കേൾക്കാം. ജനങ്ങളുടെ ഈ നേതാവ് ഇന്ന് ഒരു പ്രസ്ഥാനം നടത്തിയാൽ, ജനങ്ങളുടെയൊക്കെ അനുഭാവം തങ്ങൾക്ക് ലഭിക്കും എന്ന് പ്രാദേശികനേതാക്കൻമാർക്കറിയാം. ഹൃദയസംബന്ധമായ അസുഖം ബാധിച്ച് അദ്ദേഹം ദൽഹിയിലെ ഒരു ആശുപത്രിയിൽ കഴിയുമ്പോഴത്തെ ഒരു സംഭവം ഞാൻ ഇപ്പോഴും ഓർക്കുന്നു. ആശുപത്രി വിട്ടാലുടൻ പ്രചാരണത്തിന് കേരളത്തിൽ എത്താൻ അവിടെനിന്ന് സമ്മർദം വന്നുകൊണ്ടിരുന്നതിനാൽ അദ്ദേഹം ഖിന്നനായി കാണപ്പെട്ടു. തെരഞ്ഞെടുപ്പ് കാലത്ത് അദ്ദേഹം എപ്പോഴും ഓട്ടംതന്നെയായിരിക്കും. നേരം പുലരുംവരെ യോഗങ്ങളിൽ അദ്ദേഹം പ്രസംഗിക്കുന്നത് ഞാൻ കണ്ടിട്ടുണ്ട്. വേണ്ടത്ര ചോരയോട്ടമില്ലാത്തതിനാൽ അപ്പോഴേക്ക് കാലുകൾ വീങ്ങി വീർത്തിരിക്കും. എന്നാലും റാലികളിൽ പ്രസംഗിക്കാൻ അദ്ദേഹം ബാധ്യസ്ഥനായിരുന്നു. അതൊരു സമരജീവിതമായിരുന്നു - ജനങ്ങൾക്ക് വേണ്ടിയുള്ള സമരം. ചിലപ്പോൾ അദ്ദേഹത്തിന് അത്ര അടുത്ത ബന്ധുക്കളോടുപോലും സമരം ചെയ്യേണ്ടിവന്നിട്ടുണ്ട്. അതിലൊരാൾ അദ്ദേഹത്തിനെതിരെ കടുത്ത അപവാദപ്രചാരണം നടത്തുന്നതിന് പ്രത്യേക വൈദഗ്ധ്യം തന്നെയുള്ള ഒരു മച്ചുനനായിരുന്നു.

എ കെ ജിയെക്കുറിച്ച് മറ്റ് പലർക്കുമെന്നപോലെ എനിക്കും അവിസ്മരണീയങ്ങളായ സ്മരണകൾ നിരവധിയുണ്ട്. എന്നോടും എന്റെ ഭാര്യയോടും അദ്ദേഹം അവസാനംവരെ അടുപ്പം കാണിച്ചിരുന്നു. ഞങ്ങൾ അത് തിരിച്ചുനൽകിയിട്ടുമുണ്ട്. അതൊക്കെ വിവരിക്കുക എന്നത്

സാഹസമായിരിക്കും. ഞാനതിന് മുതിരുന്നില്ല.

ഒരു മനുഷ്യൻ എന്നതിലധികം എ കെ ജി ഒരു പ്രസ്ഥാനമായിരുന്നു. ദയാശീലനായിരുന്നുവെങ്കിലും അദ്ദേഹം ഒരുഗ്രൻ കമ്യൂണിസ്റ്റ് പ്രസ്ഥാനമായിരുന്നു. ദൈവത്തിന്റെ ആ മഹനീയ സന്തതിക്ക് ഞാൻ ആദരാഞ്ജലികൾ അർപ്പിക്കുന്നു.

(1978-ൽ തിരുവനന്തപുരം ഗവൺമെന്റ് ലോ കോളെജിലെ വിദ്യാർഥികൾ പുറത്തിറക്കിയ എ കെ ജി സ്മരണികയിൽ നിന്ന്. വിവർത്തനം നാരായണൻ ചെമ്മലശേരി)

എ കെ ജിയോടൊപ്പം കോടതിയിലും ജയിലിലും

എം എം ചെറിയാൻ

സുപ്രീം കോടതിയുടെ ഒരു അഞ്ചംഗ ഭരണഘടനാബഞ്ചിന്റെ വിധിയെക്കുറിച്ചുള്ള ഒരു റിപ്പോർട്ട് 1965 കെ എൽ ടി 1229ലുണ്ട്. "എ കെ ഗോപാലനും എം എം ചെറിയാനും വാദികളും ഇന്ത്യാ ഗവൺമെന്റ് എതിർകക്ഷിയുമായുള്ള കേസ്" എന്നാണ് അതിന് പേരിട്ടിരിക്കുന്നത്. ഇന്ത്യൻ സുപ്രീം കോടതിയിലെ 61/65-ാം നമ്പർ റിട്ട് പെറ്റീഷൻ ഫയൽ ചെയ്തത് എ കെ ഗോപാലനാണ്. 62/65-ാം നമ്പർ റിട്ട് പെറ്റീഷൻ ഫയൽ ചെയ്തത് ഞാനും. 1962-ലെ ഇന്ത്യൻ രാജ്യരക്ഷാ നിയമത്തിലെ 30 (1) (ബി) നിയമം അനുസരിച്ച് 140 സി പി ഐ (എം) നേതാക്കളോടൊപ്പം ഞങ്ങളെയും കരുതൽ തടങ്കലിൽ വെച്ചതിനെ ചോദ്യം ചെയ്തുകൊണ്ട്, ഭരണഘടനയിലെ 32-ാം വകുപ്പനുസരിച്ചാണ് ഹേബിയസ് കോർപസ് റിട്ടിനുവേണ്ടി ഈ പെറ്റീഷനുകൾ ഫയൽ ചെയ്തിരുന്നത്. 1964 ഡിസംബർ 29-ന് കേരളാ ഗവർണർ ഇറക്കിയ കൽപ്പന അനുസരിച്ചാണ് ആദ്യം ഞങ്ങളെ കരുതൽ തടങ്കലിലാക്കിയത്; പിന്നീട് 1965 മാർച്ച് 4-ന് കേന്ദ്രഗവൺമെന്റ് ഇറക്കിയ കൽപ്പനയനുസരിച്ചുള്ള തടങ്കലിലാക്കി. കരുതൽ തടങ്കൽ കൽപ്പനയിറക്കിയത് ഉത്തമവിശ്വാസത്തോടെയല്ല എന്നാണ്, ഈ രണ്ടു പെറ്റീഷനുകളിലും തടങ്കലിനെതിരായി ഞങ്ങൾ ഉന്നയിച്ചിരുന്ന വാദം. 1965 മാർച്ചിൽ നടക്കാനിരിക്കുന്ന നിയമസഭാ തെരഞ്ഞെടുപ്പിൽ 'ഇടത് കമ്യൂണിസ്റ്റ് പാർട്ടി'യുടെ വിജയസാധ്യത ഇല്ലാതാക്കുകയും കോൺഗ്രസ് പാർട്ടിയുടെ സ്ഥിതി മെച്ചപ്പെടുത്തുകയും ചെയ്യുക എന്ന ദുരുദ്ദേശം വച്ചുകൊണ്ടാണ് 1964 ഡിസംബർ 29-ന് ഗവൺമെന്റ് ഉത്തരവ് ഇറക്കിയത് എന്ന് ഞങ്ങൾ വാദിച്ചു. ആ തെരഞ്ഞെടുപ്പ് കഴിഞ്ഞപ്പോൾ കേരളത്തിലെ ഏറ്റവും വലിയ ഒറ്റക്കക്ഷിയായി 'ഇടത്

കമ്യൂണിസ്റ്റ് പാർട്ടി' ഉയർന്നുവന്നു. സംസ്ഥാനത്ത് പാർട്ടിയുടെ നേതൃത്വത്തിലുള്ള ഒരു ഗവൺമെന്റ് ഉണ്ടാവുകയാണെങ്കിൽ, വാദികളും അവരെപ്പോലെതന്നെ തടങ്കലിലുള്ള മറ്റുള്ളവരും വിട്ടയക്കപ്പെട്ടേക്കും എന്ന ഒരു ധാരണ അന്ന് പരക്കെയുണ്ടായിരുന്നു. അതിനെ തുടർന്ന് (തെരഞ്ഞെടുപ്പിൽ 'ഇടത് കമ്യൂണിസ്റ്റ് പാർട്ടി' ഏറ്റവും വലിയ ഒറ്റ കക്ഷിയായി ഉയർന്നുവന്നതിനു ശേഷം) 1964 ഡിസംബർ 29-ന്റെ ഗവർണറുടെ ഉത്തരവ് 1965 മാർച്ച് 4-ന് റദ്ദാക്കി. അതിനുപകരം, അതേദിവസം തന്നെ കേന്ദ്ര ഗവൺമെന്റ് പ്രസിഡണ്ടിന്റെ പേരിൽ മറ്റൊരു ഉത്തരവിറക്കി. ഇന്ത്യൻ രാജ്യരക്ഷാനിയമം അനുസരിച്ച് വാദികളെയും മറ്റ് 140 പേരെയും കരുതൽ തടങ്കലിൽ വെക്കാനായിരുന്നു അതിലെ കൽപ്പന. തെരഞ്ഞെടുപ്പിനുശേഷം കേരള സംസ്ഥാനത്തിൽ ഒരു പാർട്ടി ഗവൺമെന്റ് നിലവിൽ വരികയാണെങ്കിൽ ഞങ്ങളെ വിട്ടയക്കാനിടയുള്ളതുകൊണ്ട് ആ സാധ്യത ഒഴിവാക്കാനുള്ള ഒരു തന്ത്രമായിരുന്നു അതെന്നായിരുന്നു ഞങ്ങളുടെ വാദം.

ഇവിടെ ഒരു കാര്യം പ്രത്യേകം ശ്രദ്ധിക്കേണ്ടതുണ്ട്. അതാത് സംസ്ഥാന ഗവൺമെന്റുകളുടെ ഉത്തരവുകളനുസരിച്ച് രാജ്യത്തെ എല്ലാ ഭാഗങ്ങളിൽ നിന്നുമായി ആയിരത്തിലധികം 'ഇടത് കമ്യൂണിസ്റ്റുകാരെ' കരുതൽ തടങ്കലിൽ പാർപ്പിക്കുന്നുണ്ടായിരുന്നു. 1964 ഡിസംബർ 29-ന്റെ ഉത്തരവ് അനുസരിച്ചായിരുന്നു അതെല്ലാം. കേരളത്തിൽ നിന്നുള്ള 140 പേരെ മാത്രം, 1965 മാർച്ച് 4-ന്റെ കൽപ്പന അനുസരിച്ച് കേന്ദ്രഗവൺമെന്റ് തടവുകാരാക്കി മാറ്റി. മറ്റ് സംസ്ഥാനങ്ങളിലെ മറ്റ് കരുതൽ തടങ്കൽക്കാരെ ആരെയുംതന്നെ കേന്ദ്രഗവൺമെന്റ് തടവുകാരാക്കി മാറ്റിയതുമില്ല. കേരളത്തിൽ ഒരു പുതിയ ഗവൺമെന്റ് വരികയാണെങ്കിൽ കേരളത്തിലെ കരുതൽ തടവുകാരെ വിട്ടയക്കുന്നതിനുള്ള സാധ്യത ഒഴിവാക്കുന്നതിനുവേണ്ടിയാണ് കേരളത്തിൽ നിന്നുള്ള കരുതൽ തടങ്കലുകാരെ കേന്ദ്രഗവൺമെന്റിന്റെ തടവുകാരാക്കി മാറ്റിയത് എന്നതിനുള്ള മതിയായ തെളിവാണല്ലോ ഇത്. 1964 ഡിസംബർ 29-ന് കൽപ്പന പുറപ്പെടുവിക്കുമ്പോൾ ഗവൺമെന്റ് അധികൃതർ വേണ്ടത്ര ശ്രദ്ധ ചെലുത്തിയിരുന്നില്ല, 1965 മാർച്ച് 4-ന്റെ കൽപ്പന പുറപ്പെടുവിക്കുമ്പോഴാകട്ടെ കേന്ദ്രഗവൺമെന്റ് ഒട്ടുംതന്നെ ശ്രദ്ധിച്ചിരുന്നില്ല എന്നും ഞങ്ങൾ മേൽപ്പറഞ്ഞ പെറ്റീഷനിൽ ചൂണ്ടിക്കാണിച്ചിരുന്നു. ഞങ്ങളുടെ അഭിപ്രായത്തിൽ, കേന്ദ്രഗവൺമെന്റിനു മുന്നിൽ 1965 മാർച്ച് നാലിന് ഞങ്ങളെ സംബന്ധിച്ച വസ്തുതകളൊന്നുമുണ്ടായിരുന്നില്ല; (ഒരു ഫയൽ പോലുമുണ്ടായിരുന്നില്ല); അങ്ങനെ എന്തിന്റെയെങ്കിലും അടിസ്ഥാനത്തിലല്ല അന്നത്തെ ഉത്തരവ് പുറപ്പെടുവിച്ചിട്ടുള്ളത്; അതിനാൽ ആ കൽപ്പന നിയമവിരുദ്ധമാണ്.

എ കെ ജി ഫയൽചെയ്ത 61/65-ാം നമ്പർ റിട്ട് പെറ്റീഷനിൽ, ഈ രണ്ട് പെറ്റീഷനുകളിലും ഉണ്ടായിരുന്ന പൊതുവായ വാദമുഖങ്ങൾക്കു പുറമെ പ്രധാനപ്പെട്ട മറ്റ് ചില ഭരണഘടനാ പ്രശ്നങ്ങളും ഉന്നയിക്കപ്പെട്ടിട്ടുണ്ടായിരുന്നു. എ ഐ ആർ 1966 എസ് സി 657-ൽ ഈ

പ്രശ്നങ്ങൾ സുപ്രീം കോടതി പരിഗണിക്കുകയുണ്ടായി. എ കെ ജിക്കു പുറമെ മറ്റ് ചില പാർലമെന്റ് അംഗങ്ങളും പെറ്റീഷൻ ഫയൽ ചെയ്തിരുന്നു-കെ അനന്തൻ നമ്പ്യാരും ആർ ഉമാനാഥും മറ്റും. ഈ പെറ്റീഷനുകൾ എല്ലാം ഒന്നിച്ചാണ് കോടതി പരിഗണിച്ചത്. ഇന്ത്യൻ നിയമനിർമാണസഭകളിലെ അംഗങ്ങളെ കരുതൽ തടങ്കലിൽ വെക്കാൻ 1962-ലെ ഇന്ത്യൻ രാജ്യരക്ഷാ നിയമത്തിലെ 30 (1) (ബി) വകുപ്പ് അനുവദിക്കുന്നുണ്ടെങ്കിലും, പാർലമെന്റിന്റെ നടപടിക്രമങ്ങളിൽ പങ്കെടുക്കുന്നതിൽനിന്ന് അത് എം പിമാരെ തടയുന്നുവെന്നതിനാൽ, ഇന്ത്യൻ ഭരണഘടനയുടെ നിബന്ധനകൾക്കനുസരിച്ച് അത് പാർലമെന്റ് അംഗങ്ങളുടെ ഭരണഘടനാപരമായ അവകാശങ്ങളെ ഉല്ലംഘിക്കുന്നു; അതിനാൽ രാജ്യരക്ഷാനിയമത്തിലെ 30 (1) (ബി) വകുപ്പ് അസാധുവാണ് എന്ന് ആ പെറ്റീഷനുകളിൽ വാദിച്ചിരുന്നു. സുപ്രസിദ്ധ ഭരണഘടനാ അഭിഭാഷകനും ഇന്ത്യയുടെ ഒന്നാമത്തെ സോളിസിറ്റർ ജനറലുമായ എം സി സെത്തൽവാദ് ആണ് എ കെ ജിക്കും മറ്റ് എം പിമാർക്കും വേണ്ടി ഹാജരായി, മേൽപ്പറഞ്ഞ ഭരണഘടനാപ്രശ്നം ഉന്നയിച്ചത്. അന്നദ്ദേഹത്തിന് 80 വയസായിരുന്നു. ഞങ്ങളിൽ നിന്ന് വക്കീൽഫീസ് ഒന്നും വാങ്ങാതെയാണ് അദ്ദേഹം ഞങ്ങൾക്കുവേണ്ടി ഹാജരായത്. കാരണം ഇന്ത്യൻ ജനാധിപത്യത്തിന്റെ ഭാവിയോടും ഭരണഘടനാവിധാതാക്കളോടും തനിക്ക് കടപ്പാടുണ്ട് എന്നദ്ദേഹം കരുതിയിരുന്നു.

വാദിക്കാൻവേണ്ടി എഴുന്നേറ്റ സെത്തൽവാദ്, തുടക്കത്തിൽതന്നെ ഒരു കാര്യം വ്യക്തമാക്കി: എം പിമാർ ഫയൽ ചെയ്തിട്ടുള്ള റിട്ട് പെറ്റീഷനുകളിൽ ഉന്നയിച്ചിട്ടുള്ള ഭരണഘടനാപരമായ വശങ്ങൾ മാത്രമേ താൻ വാദിക്കുന്നുള്ളൂ; അവയിൽ ഉന്നയിച്ചിട്ടുള്ള 'ഉത്തമ വിശ്വാസ'ത്തിന്റെയും മറ്റും പ്രശ്നങ്ങൾ താൻ കൈകാര്യം ചെയ്യുന്നില്ല; അത്തരം കാര്യങ്ങൾ എൻ സി ചാറ്റർജി ഉന്നയിക്കും. ജസ്റ്റിസ്മാരായ കെ എൻ വാഞ്ചു, എം ഹിദായത്തുള്ള, ബച്ചാവത്ത്, വി രാമസ്വാമി എന്നിവർ ആ ബഞ്ചിലുണ്ടായിരുന്നുവെങ്കിലും ചീഫ് ജസ്റ്റിസ് പി ബി ഗജേന്ദ്ര ഗാഡ്കർ തന്നെയാണ് രംഗത്ത് മേധാവിത്വം വഹിച്ചിരുന്നത്. അദ്ദേഹം സെത്തൽവാദിനോട് പറഞ്ഞു: ഇങ്ങനെ ഓരോരോ ഭാഗമായി വാദിക്കുന്നതിന് കോടതി അനുവദിക്കുകയില്ല. പെറ്റീഷനിൽ ഉന്നയിച്ചിട്ടുള്ള എല്ലാ പോയിന്റുകളും വാദിക്കാൻ നിങ്ങൾ തയ്യാറാവണം. ഇത് സെത്തൽവാദിനെ കുപിതനാക്കുകതന്നെ ചെയ്തു. "കോടതിയുടെ സമീപനം എനിക്ക് മനസിലാകുന്നുണ്ട്. പക്ഷേ ഭരണഘടനാപരമായ വശം ഒഴിച്ച് മറ്റൊരു പോയിന്റും വാദിക്കാൻ ഞാൻ തയ്യാറല്ല. അതിനാൽ ഞാൻ വാദിക്കുന്നതേയില്ല" എന്നുപറഞ്ഞ് സെത്തൽവാദ് ഇരുന്നുകഴിഞ്ഞു. ഇത് ജഡ്ജിമാരെ അമ്പരപ്പിച്ചു. അവർ ഉടൻതന്നെ തമ്മിൽ തമ്മിൽ ചർച്ചനടത്തി. പിന്നീട്, സെത്തൽവാദിന്റെ ഇഷ്ടംപോലെ വാദിച്ചുകൊള്ളാൻ അദ്ദേഹത്തോട് അഭ്യർഥിച്ചു. എന്നിട്ടും എണീറ്റുനിന്ന്

വാദം ആരംഭിക്കാൻ സെത്തൽവാദിനെ ഏറെ നിർബന്ധിക്കേണ്ടിവന്നു.

മൂന്ന് പോയിന്റുകളാണ് സെത്തൽവാദ് ഉന്നയിച്ചത്.

1. പാർലമെന്റ് അംഗങ്ങളെ കരുതൽ തടങ്കലിൽ വെക്കാൻ അനുവദിക്കുന്ന ഡി ഐ ആറിന്റെ 30 (ബി) വകുപ്പ് നിയമവിരുദ്ധമാണ്.

2. അഥവാ അതിനി നിയമവിധേയമാണെങ്കിൽതന്നെ, പാർലമെന്റംഗങ്ങൾക്കെതിരായി അത് ഉപയോഗിക്കാൻ കഴിയില്ല.

3. എന്തുതന്നെയായാലും ശരി ഡി ഐ ആറിലെ 44-ാംവകുപ്പ് അനുസരിച്ച് പാർലമെന്റ് കൂടിക്കൊണ്ടിരിക്കുമ്പോൾ അംഗങ്ങളെ പൊലീസ് സംരക്ഷണത്തോടുകൂടി പാർലമെന്റിൽ ഹാജരാക്കിയേപറ്റൂ. കരുതൽ തടങ്കലിൽ ആണെങ്കിൽതന്നെ അവർക്ക് പാർലമെന്റിലെ തങ്ങളുടെ ജോലി നിറവേറ്റാൻ കഴിയുമല്ലോ.

ഒരു പാർലമെന്റംഗത്തിന്റെ അംഗത്വം നഷ്ടപ്പെടുന്നില്ലെങ്കിൽ, അംഗത്വം നഷ്ടപ്പെടുന്നതുവരെ, തനിക്കുള്ള ഭരണഘടനാപരമായ അവകാശങ്ങൾ നിറവേറ്റുവാൻ ആ പാർലമെന്റംഗത്തിന് അവകാശമുണ്ടായിരിക്കുന്നതാണ്. ഭരണഘടനയിലെ 102-ാം വകുപ്പും ജനപ്രാതിനിധ്യനിയമത്തിലെ 7-ാം വകുപ്പും ആണ് അംഗത്വം നഷ്ടപ്പെടുന്നതിനെ സംബന്ധിച്ചിടത്തോളം പ്രസക്തമായിട്ടുള്ളത്. ഇന്ത്യൻ രാജ്യരക്ഷാ നിയമത്തിലെ 3 (2) (15) വകുപ്പനുസരിച്ചാണ് ഡി ഐ ആർ ഉണ്ടാക്കിയിട്ടുള്ളത്. ഒരു പാർലമെന്റ് അംഗത്തെ കരുതൽ തടങ്കലിൽ വെക്കാൻ ആ നിയമം അനുവദിക്കുകയാണെങ്കിൽ, പാർലമെന്റ് അംഗം എന്ന നിലയ്ക്കുള്ള അദ്ദേഹത്തിന്റെ അവകാശങ്ങളെ അത് ലംഘിക്കുന്നുവെന്നതിനാൽ അത് റദ്ദാക്കപ്പെടേണ്ടതാണ് എന്ന് സെത്തൽവാദ് വാദിച്ചു. ഒരു പാർലമെന്റ് അംഗത്തിന്, അഥവാ സംസ്ഥാന നിയമനിർമാണസഭയിലെ ഒരംഗത്തിന്, താൻ അംഗമായിട്ടുള്ള സഭയിലെ നടപടികളിൽ പങ്കെടുക്കുന്നതിനും അതിലെ ഒരംഗമെന്ന നിലയിൽ പ്രവർത്തിക്കുന്നതിനും ഭരണഘടനാപരമായ അവകാശമുണ്ട്. പാർലമെന്റിന്റെ ഓരോ സമ്മേളനത്തിലും ഹാജരാവുന്നതിനും ചർച്ചകളിൽ പങ്കെടുക്കുന്നതിനും വോട്ട് രേഖപ്പെടുത്തുന്നതിനും ഉള്ള അവകാശം അദ്ദേഹത്തിനുണ്ട്. ഒരു പാർലമെന്റ് അംഗം, പാർലമെന്റ് അംഗമായിരിക്കുന്നിടത്തോളം കാലം, അങ്ങനെയൊരു അംഗമായി പ്രവർത്തിക്കാനുള്ള അദ്ദേഹത്തിന്റെ അവകാശത്തെ, അതായത് നിയമനിർമ്മാണസഭയുടെ നടപടികളിൽ പങ്കെടുക്കാനും മറ്റുമുള്ള അവകാശത്തെ, ഒരു നിയമത്തിനും നിഷേധിക്കാൻ കഴിയില്ല. അത് അദ്ദേഹത്തിന്റെ 'ഭരണഘടനാപര'മായ അവകാശമാണെന്ന് സെത്തൽവാദ് വിശേഷിപ്പിച്ചു. ഒരു നിയമനിർമാണസഭാംഗത്തിന്റെ 'ഭരണഘടനാപര'മായ ഈ അവകാശം അയാളുടെ 'മൗലികാവകാശ'മാണെന്ന് അദ്ദേഹം വാദിച്ചു. ഒരു നിയമനിർമാണസഭാംഗത്തിന്റെ അത്തരം അവകാശങ്ങളെ നിഷേധിക്കത്തക്കവിധത്തിൽ, അയാളെ തടങ്കലിൽവെക്കാൻ, ഇവിടെ പ്രസക്തമായ നിയമം അനുവദിക്കുന്നുവെന്നതിനാൽ അത് അസാധുവാണെന്ന്

അദ്ദേഹം പ്രസ്താവിച്ചു.

മറ്റൊരു വിധത്തിൽ പറഞ്ഞാൽ, നിയമനിർമാണസഭകളിലെ അംഗങ്ങളല്ലാത്ത വ്യക്തികളെ സംബന്ധിച്ചിടത്തോളം മാത്രമേ ഈ നിയമം സാധുവായി കണക്കാക്കേണ്ടതുള്ളൂ എന്ന് സെത്തൽവാദ് വാദിച്ചു. മാത്രമല്ല, ആ നിയമത്തിൽ നിയമനിർമാണസഭയിലെ അംഗങ്ങളെ ബാധിക്കുന്നതായിട്ടുള്ള ഭാഗം, മറ്റ് പൗരൻമാരെ ബാധിക്കുന്നതും സാധുവായ ഭാഗത്തിൽനിന്ന് വേർപെടുത്തേണ്ടതും റദ്ദാക്കപ്പെടേണ്ടതുമാണെന്ന് അദ്ദേഹം വാദിച്ചു. ഈ വാദമുഖത്തെ ഇതേ അടിസ്ഥാനത്തിൽ മുന്നോട്ടുകൊണ്ടുപോയ അദ്ദേഹം ഇങ്ങനെ പ്രസ്താവിച്ചു: നിയമനിർമാണസഭ കൂടിക്കൊണ്ടിരിക്കുമ്പോൾ, ആ സഭയിൽ അംഗമായിട്ടുള്ള വ്യക്തികളെ, നിയമനിർമാണസഭാംഗം എന്ന നിലയിൽ അവർക്കുള്ള അവകാശങ്ങൾ അനുഭവിക്കുന്നതിൽനിന്ന് അവരെ തടയത്തക്കവിധത്തിൽ, കരുതൽ തടങ്കലിൽ വെച്ചുകൂടാ. അദ്ദേഹത്തിന്റെ അഭിപ്രായത്തിൽ നിയമനിർമാണസഭാംഗങ്ങൾക്ക് 'ഭരണഘടനാപര'മായ ചില അവകാശങ്ങളുണ്ട്; അത്തരം അവകാശങ്ങളെ യാതൊരു നിയമംകൊണ്ടും ചട്ടംകൊണ്ടും നിഷേധിക്കാൻ പാടുള്ളതല്ല.

തന്റെ വാദമുഖത്തിന് ഉപോൽബലകമായി ചില ഭരണഘടനാവകുപ്പുകളെ കുറിച്ച് സെത്തൽവാദ് പരാമർശിക്കുകയുണ്ടായി. ഉദാഹരണത്തിന് 245 (1) വകുപ്പ്. ഇന്ത്യക്ക് ആകെ ബാധകമായതോ അഥവാ ഇന്ത്യയിലെ ഏതെങ്കിലും ഭാഗത്തിന് ബാധകമായതോ ആയ നിയമം പാർലമെന്റിനും, ഒരു സംസ്ഥാനത്തിന് ബാധകമായതോ അഥവാ ആ സംസ്ഥാനത്തിലെ ഏതെങ്കിലും ഭാഗത്തിന് ബാധകമായതോ ആയ നിയമം ആ സംസ്ഥാനത്തിലെ നിയമനിർമാണസഭക്കും ഉണ്ടാക്കാവുന്നതാണ് എന്ന് ആ വകുപ്പ് അനുശാസിക്കുന്നു. അദ്ദേഹത്തിന്റെ വാദം ഇതായിരുന്നു: നിയമങ്ങൾ നിർമിക്കാനുള്ള അധികാരം ഭരണഘടനയിലെ വകുപ്പുകൾക്ക് വിധേയമാണ്. അതങ്ങനെയായതുകൊണ്ട് നിയമനിർമാണസഭാംഗങ്ങൾക്ക് അവകാശപ്പെടാവുന്ന ഭരണഘടനാപരമായ അവകാശങ്ങൾ വല്ലതുമുണ്ടെങ്കിൽ, അത്തരം അവകാശങ്ങൾ എടുത്തുകളയുന്ന നിയമങ്ങളൊന്നുംതന്നെ സാധുവായി പാസാക്കാൻ പാടില്ലാത്തതാകുന്നു. മറ്റൊരുവിധത്തിൽ പറഞ്ഞാൽ ഭരണഘടനയുടെ 19-ാം വകുപ്പിലൂടെ ഉറപ്പുവരുത്തിയിട്ടുള്ള മൗലികാവകാശങ്ങളെ അതിലംഘിക്കുന്നുവെന്നതിനാൽ ഒരു നിയമത്തിന്റെ സാധുതയെ കോടതിയിൽ ചോദ്യം ചെയ്യാം എന്നതുപോലെതന്നെ, നിയമനിർമാണസഭാംഗങ്ങളുടെ ഭരണഘടനാപരവും മൗലികവുമായ അവകാശങ്ങളെ ഉല്ലംഘിക്കുന്നുവെന്നതിനാൽ മേൽപ്പറഞ്ഞ ഭീഷണമായ നിയമത്തിന്റെ സാധുതയെയും ചോദ്യം ചെയ്യാവുന്നതാണ്.

ഭരണഘടനാപരമായ ഈ അവകാശങ്ങളെക്കുറിച്ചുള്ള പരാമർശം ഭരണഘടനയുടെ നിരവധി വകുപ്പുകളിൽ കാണാൻകഴിയും എ

ന്നാണ് സെത്തൽവാദിന്റെ അഭിപ്രായം. 79-ാം വകുപ്പ് തൊട്ട് അത് ആരംഭിക്കുന്നു. പാർലമെന്റിന്റെ ഘടനയെക്കുറിച്ച് പ്രതിപാദിക്കുന്ന വകുപ്പാണിത്. പ്രസിഡണ്ടും രണ്ട് സഭകളും (ജനപ്രതിനിധികളുടെ സഭയും സംസ്ഥാനങ്ങളെ പ്രതിനിധീകരിക്കുന്ന സഭയും അടങ്ങിയതായിരിക്കും ഇന്ത്യൻ യൂണിയൻ പാർലമെന്റ് എന്ന് ആ വകുപ്പ് അനുശാസിക്കുന്നു. പാർലമെന്റിന്റെ ഓരോ സഭയും കാലാകാലങ്ങളിൽ, തനിക്ക് യുക്തമെന്നു തോന്നുന്ന സ്ഥലത്തും സമയത്തും, പ്രസിഡണ്ട് വിളിച്ചു കൂട്ടേണ്ടുന്നതാണ് എന്ന് മറ്റ് പലതിന്റെയും കൂട്ടത്തിൽ 85 (1)-ാം വകുപ്പ് അനുശാസിക്കുന്നു. ആ വകുപ്പിലെ വ്യവസ്ഥകൾക്കനുസരിച്ച് പാർലമെന്റിന്റെ സമ്മേളനം ചേരണമെന്ന് പ്രസിഡണ്ട് തീരുമാനിക്കുമ്പോൾ, കൂടാൻ പോകുന്ന ആ സമ്മേളനത്തിൽ സംബന്ധിക്കണമെന്ന് ആവശ്യപ്പെട്ടുകൊണ്ടുള്ള സന്ദേശം എല്ലാ പാർലമെന്റ് അംഗങ്ങൾക്കും (പ്രസിഡണ്ടിന്റെ നിർദേശപ്രകാരം) അയക്കുന്നതാണ്. പാർലമെന്റിലെ രണ്ട് സഭകളിൽ ഏതെങ്കിലും ഒന്നിനെയോ അഥവാ രണ്ടിന്റെയും സംയുക്ത സഭയെയോ അഭിസംബോധന ചെയ്യാനുള്ള അവകാശം 86 (1)-ാം വകുപ്പ് പ്രസിഡണ്ടിന് നൽകുന്നുണ്ട്. ആ യോഗത്തിൽ ഹാജരാവാൻ അംഗങ്ങളോട് പ്രസിഡണ്ടിന് ആവശ്യപ്പെടാം എന്നും അതേ വകുപ്പ് അനുശാസിക്കുന്നു. ചേരാൻ പോകുന്ന പാർലമെന്റ് സമ്മേളനത്തിൽ ഹാജരാവാൻ പാർലമെന്റ് അംഗങ്ങളോട് ആവശ്യപ്പെട്ടുകൊണ്ട് പ്രസിഡണ്ട് സന്ദേശം അയച്ചാൽ, ആ സമ്മേളനത്തിൽ ഹാജരാവുകയും പ്രസിഡണ്ടിന്റെ പ്രസംഗം കേൾക്കുകയും ചെയ്യുക എന്നത് അംഗങ്ങളുടെ അവകാശം മാത്രമല്ല, ഭരണഘടനാപരമായ കടമകൂടിയാണ്. സഭകളിലെ വോട്ടിങ്ങിനെക്കുറിച്ചാണ് 100 (1)-ാം വകുപ്പ് പരാമർശിക്കുന്നത്. ഈ രണ്ട് സഭകളിൽ ഓരോന്നിന്റെയും ഓരോ സമ്മേളനത്തിലും അഥവാ ഇരുസഭകളുടെയും സംയുക്ത സമ്മേളനത്തിൽ, ഓരോ പ്രശ്നത്തിലും തീരുമാനമെടുക്കുന്നത്, ഈ ഭരണഘടനയിൽ മറ്റ് വിധത്തിൽ പറഞ്ഞിട്ടില്ലെങ്കിൽ സഭയിൽ ഹാജരായി വോട്ട് ചെയ്യുന്നവരിൽ ഭൂരിപക്ഷത്തിന്റെ വോട്ടനുസരിച്ചായിരിക്കും എന്ന് ആ വകുപ്പിൽ പറയുന്നുണ്ട്. പാർലമെന്റിന്റെ ഏതെങ്കി ലും ഒരു മണ്ഡലത്തിലെ ഒരംഗം, സഭ കൂടിക്കൊണ്ടിരിക്കുമ്പോൾ തുടർച്ചയായി 60 ദിവസം സഭയുടെ അനുവാദമില്ലാതെ, സഭയിൽ ഹാജരാകാതിരുന്നാൽ, അയാളുടെ അംഗത്വം റദ്ദായതായി, സഭ പ്രഖ്യാപിക്കേണ്ടതാണ് എന്ന് 101 (4)-ാം വകുപ്പ് വ്യവസ്ഥ ചെയ്യുന്നു. പാർലമെന്റിന്റെയും അതിലെ അംഗങ്ങളുടെയും അധികാരങ്ങളെയും അവകാശങ്ങളെയും പരിരക്ഷാവകാശങ്ങളെയും കുറിച്ചാണ് 105-ാം വകുപ്പ് പരാമർശിക്കുന്നത്. സഭയ്ക്കുള്ളിലെ പ്രസംഗസ്വാതന്ത്ര്യത്തെക്കുറിച്ചും പാർലമെന്റ് അംഗങ്ങൾ സഭയ്ക്കുള്ളിൽ നടത്തുന്ന പ്രസംഗത്തെയും രേഖപ്പെടുത്തുന്ന വോട്ടിനെയും സംബന്ധിച്ചിടത്തോളം അവർക്കുള്ള പരിരക്ഷാവകാശത്തെക്കുറിച്ചും പറയുന്ന 105 (1) 105 (2) എന്നീ വകുപ്പുകളെയാണ് സെത്തൽവാദ് ശക്തിയായി ആശ്രയിച്ചത്. പാർലമെന്റിന്റെ

സമ്മേളനത്തിൽ ഹാജരാകുന്നതിൽ നിന്നോ ചർച്ചകളിൽ പങ്കെടുക്കുന്നതിൽ നിന്നോ വോട്ട് രേഖപ്പെടുത്തുന്നതിൽ നിന്നോ കരുതൽ തടങ്കൽ ഉത്തരവ് ഒരു പാർലമെന്റ് അംഗത്തെ വിലക്കുന്നുണ്ടെങ്കിൽ, അത് അദ്ദേഹത്തിന്റെ ഭരണഘടനാപരമായ അവകാശങ്ങളെ നിഷേധിക്കുന്നതിന് തുല്യമാണ്. സെത്തൽവാദിന്റെ വാദത്തിന്റെ രത്നച്ചുരുക്കം അതായിരുന്നു.

സുപ്രീം കോടതിയുടെ ഭരണഘടനാ ബഞ്ചിനോട്, തന്റെ ആവേശോജ്ജ്വലമായ പ്രസംഗത്തിൽ, ഇന്ത്യൻ ബാറിലെ ഈ കുലപതി ഇങ്ങനെ പറഞ്ഞു:

ഇങ്ങനെ പാർലമെന്റംഗങ്ങളെ ജയിലിലിടാൻ അനുവദിക്കുകയാണെങ്കിൽ, ഇന്ത്യയിൽ ജനാധിപത്യത്തിന് പ്രവർത്തിക്കാൻ കഴിയില്ല.

കേന്ദ്രഗവൺമെന്റിനുവേണ്ടി ഹാജരായിരുന്ന അന്നത്തെ അഡീഷണൽ സോളിസിറ്റർ ജനറൽ ഹിരൺ ഡെയോട് ഈ സന്ദർഭത്തിൽ ജസ്റ്റിസ് ഹിദായത്തുള്ള ഒരു ചോദ്യം ചോദിച്ചു:

"ഒരു പ്രധാനമന്ത്രിക്ക് എല്ലാ എം പിമാരെയും അറസ്റ്റ് ചെയ്യിക്കാനും എന്നിട്ട് ഭരണം നടത്തുവാനും കഴിയുമോ?"

ഡെ: *''ജനങ്ങൾ അത് അനുവദിക്കുകയില്ല."*

ചോദ്യം: *"ഭരണഘടനപരമായി അത് സാധ്യമാണോ എന്നാണ് എന്റെ ചോദ്യം."*

ഡെ: *അതെ.*

അപ്പോൾ ചീഫ് ജസ്റ്റിസ് ഇങ്ങനെ പറഞ്ഞു: *"അത്തരമൊരു സന്ദിഗ്ധഘട്ടത്തിൽ കോടതി രംഗത്ത് വരികയും അത് തടയുകയും ചെയ്യണം."*

ജസ്റ്റിസ് വാഞ്ചു അതിനുത്തരം പറഞ്ഞതിങ്ങനെയാണ്: *"എന്നാൽ അതിൽ ഇടപെടാൻ ഒരു കോടതിയും ഉണ്ടാവാതിരിക്കാനാണ് സാധ്യത. കാരണം ജഡ്ജിമാരെയും കരുതൽ തടങ്കലിലിടാമല്ലോ."*

അദ്ദേഹത്തിന്റെ ഈ അഭിപ്രായം കോടതിമുറിയിൽ ചിരിയുയർത്തി. അപ്പോൾ ജസ്റ്റിസ് ബച്ചാവത്തിന്റെ ഊഴമായി. അദ്ദേഹം ഇങ്ങനെ അഭിപ്രായപ്പെട്ടു: *"അപ്പോഴിത് പാർലമെന്ററി ജനാധിപത്യമല്ല; നിയന്ത്രിത ജനാധിപത്യമാണ്."*

ഈ സന്ദർഭത്തിൽ ചീഫ് ജസ്റ്റിസ് ഗജേന്ദ്ര ഗാഡ്കർ ഇടപെട്ട് ചർച്ച അവസാനിപ്പിച്ചുകൊണ്ട് ഇങ്ങനെ പറഞ്ഞു: *''വേണ്ട. നമുക്ക് രാഷ്ട്രീയത്തിലേക്ക് പോകണ്ട. ഭരണഘടനാപരമായ വശങ്ങൾ മാത്രമേ നാം നോക്കേണ്ടതുള്ളൂ."*

പാർലമെന്റിലെ ഭൂരിപക്ഷം അംഗങ്ങളെ, അഥവാ പ്രതിപക്ഷത്തെ മിക്ക അംഗങ്ങളെയും ഒരു പ്രധാനമന്ത്രി അറസ്റ്റ് ചെയ്യിക്കുക; എന്നിട്ടും രാജ്യഭരണം തുടരുക; എന്നിട്ടും അത് 'പാർലമെന്ററി ജനാധിപത്യ'മാണെന്ന് അവകാശപ്പെടുക-അത്തരമൊരവസ്ഥ വെറുമൊരു വന്യഭാവനയും മിക്കവാറും ഒരു അസംഭാവ്യതയും ആണെന്നേ 1965-ൽ ആ

സുപ്രീംകോടതി ജഡ്ജിമാർ കരുതിയിരുന്നുള്ളൂ.

എം സി സെത്തൽവാദ് ഉന്നയിച്ച ന്യായമായ വാദമുഖങ്ങൾ അന്ന് അംഗീകരിച്ചിരുന്നുവെങ്കിൽ, പാർലമെന്റ് സമ്മേളിച്ചുകൊണ്ടിരിക്കുമ്പോഴെങ്കിലും കരുതൽ തടങ്കലിൽ വെക്കപ്പെടാതിരിക്കാനുള്ള അവകാശം പാർലമെന്റ് അംഗങ്ങൾക്ക് ഉണ്ടെന്ന് കോടതി വിധിച്ചിരുന്നുവെങ്കിൽ, ജനങ്ങളുടെ തെരഞ്ഞെടുക്കപ്പെട്ട പ്രതിനിധികൾ എന്ന നിലയിൽ മൗലികമോ അല്ലാത്തതോ ആയ ഭരണഘടനാപരമായ അവകാശങ്ങളും ബാധ്യതകളും നിറവേറ്റുന്നതിൽനിന്ന് പാർലമെന്റ് അംഗങ്ങളെ തടയുന്നതിന് എക്സിക്യൂട്ടീവിന് അധികാരം നൽകുന്ന ഏതൊരു നിയമവും അസാധുവാണെന്ന് അന്ന് വിധിച്ചിരുന്നുവെങ്കിൽ, എങ്കിൽ 1975-ലെ സംഭവവികാസങ്ങൾ ഉണ്ടാകുന്നത് തടയാൻ ഇന്ത്യൻ നീതിന്യായവ്യവസ്ഥക്ക് കഴിയുമായിരുന്നു എന്നാണ് എന്റെ അഭിപ്രായം.

സെത്തൽവാദിന്റെ വാദം സുപ്രീംകോടതി ഐകകണ്ഠേന തള്ളിക്കളഞ്ഞു എന്ന് പറയേണ്ടതില്ലല്ലോ. പാർലമെന്റ് അംഗങ്ങൾക്ക് പ്രത്യേക അവകാശങ്ങളൊന്നുമില്ല. പാർലമെന്റ് അംഗങ്ങളെ അറസ്റ്റ് ചെയ്യാൻ അനുമതി നൽകുന്ന നിയമം സാധുവാണ്. ഒരു പാർലമെന്റ് അംഗം കരുതൽ തടവുകാരനായി ജയിലിൽ കഴിയുമ്പോൾ അദ്ദേഹത്തിന് സഭയിൽ ഹാജരാവാനുള്ള അവകാശമില്ല, ഇക്കാര്യത്തിൽ ഒരു സാധാരണ പൗരനുള്ള അവകാശത്തേക്കാൾ കവിഞ്ഞ അവകാശമൊന്നും ഒരു എം പിക്കില്ല എന്നിങ്ങനെ കേന്ദ്രഗവൺമെന്റിനുവേണ്ടി മുന്നോട്ടുവെച്ച വാദമുഖങ്ങൾ എല്ലാംതന്നെ സുപ്രീംകോടതി സ്വീകരിക്കുകയാണുണ്ടായത് എന്നും പറയേണ്ടതില്ലല്ലോ.

സെത്തൽവാദിനെ തുടർന്ന് വാദിച്ച എൻ സി ചാറ്റർജി എ കെ ജിയുടെ കേസിൽ ഉന്നയിക്കപ്പെട്ട 'ഉത്തമവിശ്വാസ'ത്തെ സംബന്ധിച്ച വശമാണ് ഏറ്റെടുത്തത്. ചാറ്റർജിക്ക് ശേഷം എന്റെ കേസ് വാദിക്കാൻ എനിക്ക് അനുവാദം ലഭിച്ചു. ഈ വാദങ്ങൾക്കെല്ലാംകൂടി മൂന്ന് ദിവസമെടുത്തു. ഈ ദിവസങ്ങളിലെല്ലാം കോടതിമുറി നിറഞ്ഞുകവിഞ്ഞിരുന്നു. എന്റെ വാദം അവസാനിപ്പിച്ചപ്പോൾ, എന്നെ ഇങ്ങനെ അനുമോദിക്കാനുള്ള സൗമനസ്യം ചീഫ് ജസ്റ്റിസ് പ്രദർശിപ്പിക്കുകയുണ്ടായി: "ചെറിയാൻ, നിങ്ങൾ നിങ്ങളുടെ കേസ് നന്നായി അവതരിപ്പിച്ചിരിക്കുന്നു."

പക്ഷേ ഞങ്ങളുടെ വാദം സ്വീകരിക്കാൻ കോടതി തയ്യാറായിരുന്നില്ല. കരുതൽ തടങ്കൽ ഉത്തമവിശ്വാസത്തോടെതന്നെയാണെന്ന് കോടതി വിധിച്ചു. ഗവൺമെന്റിനുവേണ്ടി പറഞ്ഞതെല്ലാം അവിതർക്കിതമായ പരമാർഥങ്ങളാണെന്ന് അംഗീകരിക്കാൻ കോടതി തയ്യാറായിരുന്നു. ഗവൺമെന്റിൽനിന്ന് ഫയലുകൾ വരുത്താൻ കോടതി തയാറായിരുന്നില്ല. സംസ്ഥാന ഗവൺമെന്റിന്റെ ഉത്തരവ് റദ്ദാക്കി, ഞങ്ങളെ വീണ്ടും തടങ്കലിൽ വെക്കാനുള്ള ഉത്തരവ് കേന്ദ്രഗവൺമെന്റ് ഇറക്കുമ്പോൾ, കേന്ദ്രഗവൺമെന്റിനുമുന്നിൽ അതിനാസ്പദമായ വസ്തുത

കൾ പോകട്ടെ, ഒരു ഫയലെങ്കിലും ഉണ്ടായിരുന്നോ എന്ന് അന്വേഷിക്കാൻപോലും കോടതി തയ്യാറായിരുന്നില്ല. എക്സിക്യൂട്ടീവിനോട് അത്രയും സമാനമനസ്കതയാണ് കോടതി കാണിച്ചത്. (196-ലെ കെ എൽ ടി 1232-ൽ 1229 കാണുക)

1975 ഒക്ടോബർ 14-ന്റെ *ഇന്ത്യൻ എക്സ്പ്രസിൽ* (ദൽഹി പതിപ്പ്) താഴെ പറയുന്ന പി ടി ഐ റിപ്പോർട്ട് വന്നു:

"ഇടത് കമ്യൂണിസ്റ്റ് എം പിമാരുടെ പെറ്റീഷൻ വിധി പറയാൻ മാറ്റിവെച്ചു"

ന്യൂദൽഹി, ഒക്ടോബർ13, (പി ടി ഐ) - ഇന്ത്യൻ രാജ്യരക്ഷാ നിയമം അനുസരിച്ച് തങ്ങളെ കരുതൽ തടങ്കലിൽ വെച്ചതിനെ ചോദ്യംചെയ്തുകൊണ്ട് ഇടത് കമ്യൂണിസ്റ്റ് എം പിമാരായ എ കെ ഗോപാലനും അനന്തൻനമ്പ്യാരും ഉമാനാഥും മറ്റ് പലരും സമർപ്പിച്ചിരുന്ന ഹേബിയസ് കോർപസ് പെറ്റീഷനുകളിൽ വാദം കേട്ട സുപ്രീംകോടതിയുടെ ഭരണഘടനാബഞ്ച്, വിധി പറയാൻ മാറ്റിവെച്ചു.

എ കെ ഗോപാലന്റെ പെറ്റീഷനുമേൽ വാദം നടത്തിയ എൻ സി ചാറ്റർജി, തന്റെ വാദം സമാഹരിച്ചുകൊണ്ട് കോടതിയിൽ ഇങ്ങനെ പറഞ്ഞു: "ഗോപാലനെ കരുതൽ തടങ്കലിലിടാൻ കേരള ഗവൺമെന്റ് പുറപ്പെടുവിച്ച കൽപ്പന കേന്ദ്ര ഗവൺമെന്റ് റദ്ദാക്കിയതും പുതിയതായി കരുതൽ തടങ്കൽ കൽപ്പന പുറപ്പെടുവിച്ചതും, ഗോപാലൻ അപ്പോൾതന്നെ കരുതൽ തടങ്കലിൽ ആയിരുന്നതിനാൽ അസാധുവാണ്. ഗോപാലന്റെ കരുതൽ തടവുകൊണ്ട് രാഷ്ട്രീയ നേട്ടം ഉണ്ടാക്കാൻ കേന്ദ്ര ഗവൺമെന്റ് ഉദ്ദേശിച്ചിരുന്നതിനാൽ, ഗവൺമെന്റിന്റെ ഈ പ്രവൃത്തി ഉത്തമവിശ്വാസത്തോടുകൂടിയതായിരുന്നില്ല" എന്ന് ചാറ്റർജി പറഞ്ഞു.

"തന്നെ കരുതൽ തടങ്കലിൽ വെക്കാൻ ഉത്തരവിടുമ്പോൾ, ഉത്തരവിടുന്ന അധികാരികളുടെ കൈവശം അവശ്യം ആവശ്യമായ തൃപ്തികരമായ രേഖകൾ ഉണ്ടായിരുന്നില്ലെന്ന് കേരളത്തിൽ നിന്നുള്ള കരുതൽ തടവുകാരിലൊരാളായ എം എം ചെറിയാൻ (അദ്ദേഹം ഒരു അഭിഭാഷകനാണ്) വാദിച്ചു."

"കേരള ഗവൺമെന്റ് എന്നെ ആദ്യം കരുതൽ തടവിലിട്ടപ്പോൾ ജയിലർ വഴി, കേരള ഹൈക്കോടതിക്ക് താനൊരു റിട്ട് പെറ്റീഷൻ അയക്കുകയുണ്ടായി എന്ന് ചെറിയാൻ കോടതിയിൽ പഞ്ഞു. എന്നാൽ കേന്ദ്ര ഗവൺമെന്റ് തന്നെ തടങ്കലിൽ വെച്ചതിനെ ചോദ്യംചെയ്തുകൊണ്ട് അദ്ദേഹം സുപ്രീംകോടതിയിൽ പെറ്റീഷൻ ഫയൽ ചെയ്യുംവരെ ആ പെറ്റീഷൻ ഹൈക്കോടതിയിൽ എത്തിയിട്ടില്ല. സുപ്രീംകോടതിക്കുള്ള എന്റെ പെറ്റീഷൻതന്നെ, ഞാനത് ജയിലറുടെ കയ്യിൽകൊടുത്ത് ഒരു മാസം കഴിഞ്ഞിട്ടാണ് കോടതിയിൽ എത്തിയത്. സുപ്രീം കോടതിക്ക് ആ പെറ്റീഷൻ ലഭിച്ചത് ആഭ്യന്തരമന്ത്രിയിൽ നിന്നാണ്."

"ഹേബിയസ് കോർപസ് ഹർജികളെല്ലാം, ഗവൺമെന്റിലൂടെയല്ലാതെ കോടതിക്ക് നേരിട്ട് അയക്കാൻ ജയിൽ അധികൃതരോട് ആവശ്യപ്പെട്ടിട്ടുണ്ടോ" എന്ന് അഡീഷണൽ സോളിസിറ്റർ ജനറലിനോട് കോടതി അന്വേഷിച്ചു.

കേരളത്തിലെ ജയിൽ അധികൃതരോട് അങ്ങനെ നിർദേശിച്ചിട്ടുണ്ട് എന്ന് ഡെ ഉത്തരം പറഞ്ഞു:

ഇക്കാര്യത്തെ സംബന്ധിച്ച് കോടതിക്കുള്ള 'ശക്തമായ വികാരം' അധികൃതരെ അറിയിക്കാൻ ഡെയോട് ചീഫ് ജസ്റ്റിസ് ആവശ്യപ്പെട്ടു.

'രണ്ടാമത്തെ എ കെ ഗോപാലൻ കേസ്' എന്ന പേരിലാണ് ഈ കേസ് അറിയപ്പെടുന്നത്. ഒന്നാമത്തെ എ കെ ഗോപാലൻ കേസിനെക്കുറിച്ച് നിയമവിദ്യാർഥികൾക്ക് നല്ല പരിചയമുണ്ടാവും. എ കെ ഗോപാലനും മദിരാശി സംസ്ഥാനവും തമ്മിലുള്ള ആ കേസ് എ ഐ ആർ 1950 എസ് സി 27-ൽ റിപ്പോർട്ട് ചെയ്യപ്പെട്ടിട്ടുണ്ട്. ഭരണഘടനയിലെ മൗലികാവകാശങ്ങൾ സംബന്ധിച്ച വകുപ്പുകൾ പരീക്ഷണത്തിന് വിധേയമാക്കപ്പെട്ട ആദ്യകേസുകളിൽ ഒന്നാണിത്. ഈ കേസിൽ എ കെ ഗോപാലനുവേണ്ടി ഹാജരായ ബാരിസ്റ്റർ എം കെ നമ്പ്യാർ, കരുതൽ തടങ്കൽ നിയമങ്ങൾ മൗലികാവകാശങ്ങളെ ഹനിക്കുന്നുവെന്ന് വാദിച്ചു. കാരണം, ആ നിയമങ്ങൾ പ്രായോഗികമാക്കുന്നതിനുമുമ്പ്, 'ശരിയായ നടപടിക്രമങ്ങൾ' പാലിക്കുന്നില്ല; അതായത് വ്യക്തിയുടെ സ്വാതന്ത്ര്യം എടുത്തുകളയുന്നതിനുമുമ്പ് അയാൾക്ക് പറയാനുള്ളത് പറയാനുള്ള അവകാശം നൽകുന്നില്ല. ഭരണഘടനയിലെ 21-ാം വകുപ്പിൽ "നിയമപ്രകാരം വ്യവസ്ഥാപിതമായ നടപടിക്രമം' എന്ന പ്രയോഗംകൊണ്ട് അർഥമാക്കുന്നത് ഇങ്ങനെയുള്ള വാദം കേൾക്കപ്പെടുന്നതിനും മറ്റുമുള്ള അവകാശം തന്നെയാണ്.

1950-ലെ കരുതൽ തടങ്കൽ നിയമത്തിലെ വ്യവസ്ഥകൾ അനുസരിച്ചാണ് (പിന്നീട് ആ നിയമം കാലഹരണപ്പെട്ടുപോയി) അന്ന് എ കെ ഗോപാലനെ മദിരാശി ഗവൺമെന്റ് തടങ്കലിലിട്ടത്. ഏതൊരു വ്യക്തിയെയും തങ്ങളുടെ വെറും തൃപ്തിക്കനുസരിച്ച് തടങ്കലിൽ വെക്കാനുള്ള അധികാരം ആ നിയമത്തിലെ 3-ാം വകുപ്പ് എക്സിക്യൂട്ടീവിന് നൽകുന്നുണ്ട്. അതിന്റെ അടിസ്ഥാനത്തിലാണ് ആ നിയമത്തിന്റെ സാധുത കോടതിയിൽ ചോദ്യം ചെയ്യപ്പെട്ടത്. എങ്ങനെയുള്ള വസ്തുനിഷ്ഠമായ പെരുമാറ്റംകൊണ്ടാണ് നിയമത്തിന്റെ പിടിയിൽ പെടാതിരിക്കാൻ കഴിയുക എന്ന് അതിൽ പറഞ്ഞിരുന്നില്ല. എക്സിക്യൂട്ടീവിന് നിയമനിർമാണത്തിനുള്ള അധികാരം കൊടുക്കുന്നതിന് തുല്യമാണ് ആ വകുപ്പ് എന്ന വാദവും ഉയർത്തപ്പെട്ടു. ഭരണഘടനയിലെ 21-ാം വകുപ്പനുസരിച്ച്, ഏതൊരു നിയമത്തിന്റെ അടിസ്ഥാനത്തിലാണോ ഒരാളുടെ വ്യക്തിപരമായ സ്വാതന്ത്ര്യം എടുത്തുകളയപ്പെടുന്നത്, ആ നിയമം സാധുവായ ഒരു നിയമമായിരിക്കണം. നിയമനിർമാണമേഖലയ്ക്ക് പുറത്താണ് അത് എന്നതിന്റെ അടിസ്ഥാനത്തിൽ മാത്രമല്ല, ഭരണഘടനാപ്രകാരം ഉറപ്പ് വരുത്തിയിട്ടുള്ള

ഏതെങ്കിലും മൗലികാവകാശത്തിന് വിരുദ്ധമാണ് അതെന്ന കാരണത്താലും അതിന്റെ സാധുത ചോദ്യം ചെയ്യപ്പെടാവുന്നതാണ്. 1950-ലെ കരുതൽ തടങ്കൽ നിയമത്തെ മേൽപ്പറഞ്ഞ എല്ലാ കാരണങ്ങളുടെയും അടിസ്ഥാനത്തിൽ എ കെ ജി ചോദ്യം ചെയ്തു. പക്ഷേ അദ്ദേഹത്തിന് വിജയിക്കാൻ കഴിഞ്ഞില്ല. എന്നാൽ ചീഫ് ജസ്റ്റിസ് കെനിയ ചൂണ്ടിക്കാണിച്ചപോലെ, "ഭരണഘടനയിലെ മൗലികാവകാശങ്ങളെ സംബന്ധിക്കുന്ന അധ്യായത്തിലെ വ്യത്യസ്ത വകുപ്പുകൾ ചർച്ചക്ക് വിധേയമായിത്തീരുന്നത് ഇതാദ്യമായാണ്." (എ ഐ ആർ 1950 എസ് സി 33-ൽ 27).

കേസിൽ തോറ്റെങ്കിലും അത് എ കെ ഗോപാലനെ പ്രസിദ്ധനാക്കിത്തീർത്തു. സുപ്രീംകോടതിയിൽ തോറ്റെങ്കിലും അദ്ദേഹത്തിന് യാതൊരു കൂസലുമുണ്ടായില്ല. തന്റെ നിയമയുദ്ധവുമായി അദ്ദേഹം മുമ്പോട്ടുപോയി. അദ്ദേഹത്തിന്റെ കരുതൽ തടങ്കലിന്റെ കാലാവധി ദീർഘിപ്പിച്ചത് ചില സാങ്കേതിക കാരണങ്ങളാൽ മദിരാശി ഹൈക്കോടതി റദ്ദാക്കി. അദ്ദേഹത്തെ മോചിപ്പിക്കാൻ ഹൈക്കോടതി കൽപ്പിച്ചു. എന്നാൽ കോടതിക്ക് പുറത്തുവന്ന അദ്ദേഹത്തെ പൊലീസ് വീണ്ടും അറസ്റ്റ് ചെയ്തു. തന്നെ വീണ്ടും അറസ്റ്റ് ചെയ്തതിനെ എ കെ ജി ചോദ്യം ചെയ്തു. അദ്ദേഹത്തെ വിട്ടയക്കാൻ ജസ്റ്റിസ് സുബ്ബറാവു ഉത്തരവിട്ടു. 1947 തൊട്ടുള്ള ദീർഘകാലത്തെ തടവ് കഴിഞ്ഞ് 1951-ൽ എ കെ ജി സ്വതന്ത്രനായത് അങ്ങനെയാണ്.

ഏറെ താമസിയാതെ ഒരു അഖിലേന്ത്യാ നേതാവായി എ കെ ജി അംഗീകരിക്കപ്പെട്ടു. അദ്ദേഹത്തെ സി പി ഐയുടെ കേന്ദ്രകമ്മിറ്റിയിലേക്ക് എടുത്തു. 1952-ലെ പൊതുതെരഞ്ഞെടുപ്പിൽ വമ്പിച്ച ഭൂരിപക്ഷത്തോടെ അദ്ദേഹം ലോകസഭയിലേക്ക് തെരഞ്ഞെടുക്കപ്പെട്ടു. അദ്ദേഹം തോൽപ്പിച്ചത് മറ്റാരെയുമല്ല, സി കെ ഗോവിന്ദൻനായരെത്തന്നെയാണ്. പ്രതിപക്ഷനേതാവായി അദ്ദേഹം തെരഞ്ഞെടുക്കപ്പെട്ടു. വടക്കേ മലബാറിൽനിന്നുവന്ന ബിരുദധാരിയല്ലാത്ത പ്രൈമറി സ്കൂൾ അധ്യാപകൻ നിയമപണ്ഡിതൻമാരോട് എതിരിട്ടു; കാൽനൂറ്റാണ്ട് കാലം അദ്ദേഹം ഈ സഭയുടെ വേദി കയ്യടക്കി.

1942-ൽ ഞാൻ കമ്യൂണിസ്റ്റ് പാർട്ടിയിൽ ചേരുമ്പോഴും അത് നിയമവിധേയ പാർട്ടിയായി കഴിഞ്ഞിട്ടില്ല. (അന്ന് ഞാൻ ആലുവ യു സി കോളെജിലെ ഒരു വിദ്യാർഥിയായിരുന്നു). എ കെ ജിയുടെ വീരശൂരപരാക്രമങ്ങളെപ്പറ്റി ഞാൻ കേട്ടിട്ടേ ഉണ്ടായിരുന്നുള്ളൂ - ജയിൽ ചാട്ടത്തിന്റെ കഥകൾ, പൊലീസിനെ വിജയകരമായി വെട്ടിച്ച്, ഒരു പിടികിട്ടാപ്പുള്ളിയായി സ്വന്തം ആൾക്കാർക്കിടയിൽ ഒളിവുജീവിതം നയിക്കുന്നതിന്റെ കഥകൾ... 1944 തൊട്ട് ബോംബെയിലുള്ള പാർട്ടി ആസ്ഥാനത്ത് ഞാനൊരു മുഴുവൻ സമയ പാർട്ടി പ്രവർത്തകനായി താമസം തുടങ്ങി. എ കെ ജിയെ ഞാൻ ആദ്യമായി കണ്ടത് 1945-ൽ എറണാകുളത്ത് വെച്ചാണ്. അദ്ദേഹം ഒരു യോഗത്തിൽ പ്രസംഗിച്ചുകൊണ്ടിരിക്കുകയായിരുന്നു. കൽക്കത്താ സമ്മേളനത്തിനുശേഷം 1948-ൽ ഞാൻ ബോം

ബെയിൽ നിന്ന് കേരളത്തിലേക്ക് മടങ്ങി. എന്നാൽ പാർട്ടിയുടെ ഇംഗ്ലീഷ് വാരികയായ *പീപ്പിൾസ് ഏജി*ലെ പ്രവർത്തകരായ സഖാക്കൾ അറസ്റ്റ് ചെയ്യപ്പെട്ടതുകാരണം എന്നെ ബോംബെയിലേക്കുതന്നെ തിരിച്ചുവിളിച്ചു. പാർട്ടി വാരിക കണ്ടുകെട്ടിയപ്പോൾ എന്നെ ആൾ ഇന്ത്യാ ട്രേഡ് യൂണിയൻ കോൺഗ്രസിന്റെ ഓഫീസ് സെക്രട്ടറിയാക്കി. ജനറൽ സെക്രട്ടറി എസ് എ ഡാങ്കെ അന്ന് ജയിലിലായിരുന്നു. പിന്നീട് അദ്ദേഹത്തെ വിട്ടയച്ചു. ഞാൻ അദ്ദേഹത്തോടൊപ്പം പ്രവർത്തിക്കുകയുണ്ടായി. മദിരാശി ഹൈക്കോടതിയുടെ ഉത്തരവ് പ്രകാരം 1951-ൽ ജയിൽമോചിതനായ എ കെ ജി, വിജയശ്രീലാളിതനായി ബോംബെയിൽ പാർട്ടി ആസ്ഥാനത്തെത്തി. അവിടെവെച്ച് ഞങ്ങൾ കണ്ടുമുട്ടി. ഞാൻ കേരളത്തിലുണ്ടാകുന്നത് ഉപകാരപ്രദമായിരിക്കും എന്നദ്ദേഹം നിർദേശിച്ചു - പ്രത്യേകിച്ചും വരാൻപോകുന്ന ഒന്നാം പൊതുതെരഞ്ഞെടുപ്പിന്റെ കാലത്ത്. തിരിച്ചുവരാൻ എനിക്ക് സന്തോഷമേ ഉണ്ടായിരുന്നുള്ളൂ. 1951 നവംബറിൽ ഞാൻ തിരിച്ചെത്തി. കോഴിക്കോട് ചെന്ന് എ കെ ജിയെ കണ്ടു. ഓരോ സഖാവിന്റെ കാര്യത്തിലും എ കെ ജി വ്യക്തിപരമായി പ്രകടിപ്പിച്ച താൽപര്യം, അദ്ദേഹം വെറുമൊരു നേതാവ് മാത്രമല്ല, അടുത്ത ഒരു സുഹൃത്ത് കൂടിയാണെന്ന ചിന്ത സ്വാഭാവികമായും എന്നിലുണർത്തി. എന്നാൽ 1964-65ൽ കരുതൽ തടവുകാരനായി അദ്ദേഹത്തോടൊപ്പം കഴിഞ്ഞ 16 മാസക്കാലത്താണ്, വ്യക്തിപരമായ അടുപ്പം ദൃഢമായി വളർന്നുവന്നത്. ജ്യേഷ്ഠസഹോദരനെപ്പോലെയാണ് ഞാൻ അദ്ദേഹത്തെ കണ്ടത്. ഓരോ സഖാവിലും ഉള്ള പ്രത്യേക കഴിവുകൾ കണ്ടെത്താനുള്ള വൈഭവം അദ്ദേഹത്തിനുണ്ടായിരുന്നു. ആളുകളെക്കൊണ്ട് പണിയെടുപ്പിക്കുന്ന കാര്യത്തിൽ അദ്ദേഹം വളരെ കണിശക്കാരനായിരുന്നു. ജയിലിൽ ആയിരിക്കുമ്പോൾ പ്രസിഡണ്ട്, ഗവർണർ, പ്രധാനമന്ത്രി തുടങ്ങി പലർക്കുമുള്ള പ്രധാനപ്പെട്ട നിരവധി കത്തുകളും നിവേദനങ്ങളും തയ്യാറാക്കാൻ അദ്ദേഹം എന്നോട് ആവശ്യപ്പെടുമായിരുന്നു. ഞാനൊരു അഭിഭാഷകനായതിനാൽ ജയിലിൽനിന്ന് ഹൈക്കോടതിയിലേക്കും സുപ്രീം കോടതിയിലേക്കും അയക്കുന്ന പെറ്റീഷനുകളെല്ലാം തയ്യാറാക്കുന്നത്, സ്വാഭാവികമായും ഞാൻ തന്നെയായിരുന്നു. മാസത്തിലൊരിക്കലെങ്കിലും കേരള ഹൈക്കോടതിയിലേക്ക് ഞങ്ങളെ കൊണ്ടുപോകേണ്ടിവന്നു. ഞങ്ങളെ സഹായിക്കാൻ സമർഥരായ അഭിഭാഷകരുണ്ടായിരുന്നു. (വ്യക്തമായ കാരണങ്ങളാൽ ഞാനവരുടെ പേരുകൾ ഒഴിവാക്കുന്നു). എന്നാൽ ഈ കേസുകളിൽ പലതും എ കെ ജി സ്വയം വാദിച്ചു. ഞങ്ങളുടെ അതേ ജയിലിൽതന്നെ, മറ്റൊരു ബ്ലോക്കിൽ കരുതൽ തടവുകാരിയായി പാർപ്പിക്കപ്പെട്ടിരുന്ന തന്റെ ഭാര്യയെ പകൽസമയത്ത് തന്റെ അടുത്തുവരാൻ അനുവദിക്കണം എന്ന് ആവശ്യപ്പെട്ടുകൊണ്ട് എ കെ ജി സമർപ്പിച്ച ഒരു മാൻഡാമസ് റിട്ട് ആയിരുന്നു അതിൽ ഒന്ന്. അത്തരമൊരു ഹരജി നൽകാൻ ഭാര്യക്കേ അർഹതയുള്ളൂ എന്ന ബാലിശമായ കാരണം പറഞ്ഞ് ആ പെറ്റീഷൻ കോടതി തള്ളി. ഭാര്യ ഒറ്റപ്പെട്ട് താമസിക്കേ

ണ്ടിവന്നാൽ ഭർത്താവ് അതിൽ സങ്കടക്കാരനാവാൻ പാടില്ലത്രെ! ആശ്ചര്യകരമെന്ന് പറയട്ടെ, ഈ വിധി പ്രസ്താവിച്ചവരിൽ ഒരാൾ ശ്രീമതി അന്നാ ചാണ്ടിയായിരുന്നു!

ഹേബിയസ് കോർപസ് പെറ്റീഷനുമായി ബന്ധപ്പെട്ട് ഞങ്ങളെ അഞ്ചുതവണ ദൽഹിക്ക് കൊണ്ടുപോവുകയുണ്ടായി - അഞ്ചു തവണയും വിമാനത്തിൽ സർക്കാർ ചെലവിലാണ് കൊണ്ടുപോയത്. ദൽഹിയിലെ തീഹാർ സെൻട്രൽ ജയിലിലാണ് ഞങ്ങളെ പാർപ്പിച്ചിരുന്നത്. 'സർക്കാരിന്റെ അതിഥി'കളായി, സീനിയർ പൊലീസ് ഓഫീസർമാരുടെ അകമ്പടിയോടെയുള്ള വിമാനയാത്ര, വിമാനത്താവളത്തിൽ സുശക്തമായ പൊലീസ് സന്നാഹം ഞങ്ങളെ സ്വീകരിക്കാനെത്തും... അഞ്ച് ദൽഹി യാത്രകൾ, തീഹാർ സെൻട്രൽ ജയിലിലെ താമസം, മറ്റ് സംസ്ഥാനങ്ങളിൽ നിന്നുള്ള സഖാക്കളുമായുള്ള പരിചയം (പഞ്ചാബിൽ നിന്നുള്ള ഇതിഹാസനായകൻമാരായ ബാബമാരും അവരിൽ ഉൾപ്പെടും)... അതൊക്കെ ഒരു വലിയ അനുഭവം തന്നെയായിരുന്നു. തീഹാർ സെൻട്രൽ ജയിലിൽതന്നെ മറ്റൊരു ബ്ലോക്കിൽ കരുതൽ തടവുകാരനായി കിടന്നിരുന്ന ഡോക്ടർ റാം മനോഹർ ലോഹ്യയുമായി ഒരവസരത്തിൽ എ കെ ജി എന്നെ പരിചയപ്പെടുത്തുകയുണ്ടായി.

സ്ഥിരം ജയിലിൽ പോകുന്ന ആൾ എന്ന നിലയിൽ (അദ്ദേഹം 15 തവണ ജയിലിൽ പോയിട്ടുണ്ട്) ജയിൽ ജീവിതം ചിട്ടയായി സംഘടിപ്പിക്കാൻ എ കെ ജിക്ക് നല്ല കഴിവുണ്ടായിരുന്നു. അദ്ദേഹം കമ്യൂണിന്റെ മേയറായിരുന്നു. ജയിൽ അധികൃതരെ സംബന്ധിച്ചിടത്തോളം അദ്ദേഹം ഒരു ഭീകരനാണ്. എന്നാൽ അതേ അവസരത്തിൽതന്നെ ജയിൽ വാർഡൻമാരും ശിക്ഷിക്കപ്പെട്ട തടവുകാരും അദ്ദേഹത്തെ സ്നേഹിക്കുകയും ചെയ്തു. അദ്ദേഹം എല്ലാവർക്കും ആഹ്ലാദവും ആത്മവിശ്വാസവും പകർന്നു നൽകി. ലക്ഷ്യപ്രാപ്തിയെക്കുറിച്ചുള്ള അദ്ദേഹത്തിന്റെ വിശ്വാസം അചഞ്ചലമായതുകൊണ്ട് മറ്റുള്ളവരുടെ ചാഞ്ചാട്ടങ്ങളും അഭിപ്രായവ്യത്യാസങ്ങളും അകറ്റാൻ അദ്ദേഹത്തിന്റെ സാന്നിധ്യം മാത്രം മതിയായിരുന്നു. മറ്റുള്ളവരോടൊപ്പം ഇരുന്ന് അദ്ദേഹം വായിക്കും; മറ്റുള്ളവരോടൊപ്പം അദ്ദേഹം കളിക്കും; തന്റെ അനുഭവസമ്പത്ത് അദ്ദേഹം മറ്റുള്ളവരുമായി പങ്കുവെക്കും. എന്റെ ജയിൽ ഡയറിയിലെ ഓരോ താളിലും എ കെ ജി നിറഞ്ഞു നിൽക്കുന്നു. നേതാക്കൻമാർക്കിടയിലെ നേതാവായിരുന്നു അദ്ദേഹം. നേതാവായിത്തന്നെ നിലനിൽക്കാനുള്ള അദ്ദേഹത്തിന്റെ കഴിവ്, അനന്യസാധാരണമായിരുന്നു.

വിട്ടുവീഴ്ചയില്ലാത്ത ഒരു പോരാളിയായിരുന്നു എ കെ ജി. ജനങ്ങളുടെയും വിപ്ലവത്തിന്റെയും ലക്ഷ്യത്തിലേക്ക് മുന്നേറാൻ അദ്ദേഹം എല്ലാ വേദികളും ഉപയോഗിച്ചു. കോടതികളെക്കുറിച്ചോ നിയമയുദ്ധങ്ങളെക്കുറിച്ചോ അദ്ദേഹത്തിന് യാതൊരു വ്യാമോഹവും ഇല്ലായിരുന്നു. എന്നാൽ അത്തരം അടവുകളിൽ മുറുകെ പിടിച്ചു നിൽക്കാൻ മാത്രം വിഭാഗീയ ചിന്താഗതിക്കാരനായിരുന്നില്ല, അദ്ദേഹം. 1952 തൊട്ട് മരിക്കുന്നതുവരെ അദ്ദേഹം പാർലമെന്റ് അംഗമായിരുന്നു. പക്ഷേ പാർല

മെന്റിന്റെ പങ്കിനെക്കുറിച്ച് അദ്ദേഹത്തിന് യാതൊരു വ്യാമോഹവും ഉണ്ടായിരുന്നില്ല. പാർലമെന്റിന് പുറത്തുള്ള ജനകീയ പ്രക്ഷോഭങ്ങളെ ശക്തിപ്പെടുത്തുന്നതിനുവേണ്ടിയാണ് അദ്ദേഹം പാർലമെന്റിനെ ഉപയോഗപ്പെടുത്തിയത്. പാർലമെന്റ് ജീവിതം എ കെ ജിയെ ഒരിക്കലും ദുഷിപ്പിക്കുകയുണ്ടായില്ല. ജനങ്ങളുടെ ആളായിത്തന്നെ അദ്ദേഹം എന്നെന്നും നിലനിന്നു. പാർലമെന്റ് മന്ദിരത്തിന്റെ രാജകീയതയിൽ നിന്ന് അദ്ദേഹം തെരുവിലേക്ക്, തങ്ങളുടെ അവകാശങ്ങൾക്കുവേണ്ടി സമരം ചെയ്തുകൊണ്ടിരിക്കുന്ന തൊഴിലാളികളുടെയും കൃഷിക്കാരുടെയും അടുത്തേക്ക്, ഇറങ്ങിവന്നു. ആ സമരങ്ങൾക്ക് ശക്തിപകരുന്നതിനുവേണ്ടി, അവരുടെ ദുരിതങ്ങൾ പാർലമെന്റിൽ അവതരിപ്പിക്കുന്നതിനു വേണ്ടി, അദ്ദേഹം വീണ്ടും പാർലമെന്റിൽ കയറിച്ചെന്നു. ജനകീയ ജനാധിപത്യവും സോഷ്യലിസവും സ്ഥാപിക്കുന്നതിനുള്ള ജനകീയ പ്രക്ഷോഭങ്ങളിൽ പാർലമെന്റിനും നിയമക്കോടതികൾക്കും ഉള്ള പങ്കെന്ത് എന്നതിനെക്കുറിച്ച് അദ്ദേഹം തികച്ചും ബോധവാനായിരുന്നു. ഒരു മാർക്സിസ്റ്റ് - ലെനിനിസ്റ്റുകാരന്റെ ശരിയായ മേന്മ അതാണ്. ഭൂമിയോളം താഴ്ന്ന് സാധാരണ ജനങ്ങളോടൊപ്പം, തൊഴിലാളി വർഗത്തോടൊപ്പം നിൽക്കുന്നതിലാണ് ശക്തി കുടികൊള്ളുന്നതെന്ന് അദ്ദേഹത്തിനറിയാമായിരുന്നു. അതിനാൽ അദ്ദേഹം അധ്യക്ഷനായി നിലകൊണ്ടു. അടിച്ചമർത്തപ്പെടുന്നവരുടെയും ചൂഷണം ചെയ്യപ്പെടുന്നവരുടെയും ദുരിതങ്ങളുമായി താദാത്മ്യം പ്രാപിക്കുക എന്നതായിരുന്നു എ കെ ഗോപാലൻ എന്ന വ്യക്തിയുടെ ജീവിതാഭിലാഷം. അവർക്കുവേണ്ടി എന്ത് ത്യാഗവും സഹിക്കാൻ അദ്ദേഹം സന്നദ്ധനായിരുന്നു.

എ കെ ജിയുടെ ജീവിതത്തിന്റെ വിജയം കുടികൊള്ളുന്നത് അദ്ദേഹത്തിന്റെ ആത്മാർഥതയിലാണ്. കമ്യൂണിസത്തിന്റെ ലക്ഷ്യത്തോട് അദ്ദേഹം ആത്മാർഥത പുലർത്തി; അതിൽ അദ്ദേഹം അടിയുറച്ച് നിന്നു. ശാരീരികമായ പീഡനം അനുഭവിക്കുന്നതിനുള്ള സന്നദ്ധതയിലും നിർഭയത്വത്തിലും ആണ് അദ്ദേഹത്തിന്റെ നേതൃത്വഗുണം കുടികൊള്ളുന്നത്. മറ്റ് പലരെയും ഭയചകിതരാക്കുന്ന നിരാഹാരസമരം, അദ്ദേഹത്തിന്റെ കുട്ടിക്കളിയായിരുന്നു. പൊലീസ് മർദ്ദനം ഒട്ടുമിക്കവരിലും ഉൾക്കിടിലമുണ്ടാക്കുമ്പോൾ, അതദ്ദേഹത്തിന് ഒട്ടും ഭീകരമായി തോന്നിയില്ല. പട്ടിണി, മർദ്ദനം, ഭീകരത എന്നിവയൊന്നുംതന്നെ അദ്ദേഹത്തിൽ ഒട്ടും ചാഞ്ചല്യമുണ്ടാക്കിയില്ല; അദ്ദേഹം അവയൊന്നും കൂസിയില്ല. ഭയത്തെ കീഴടക്കുകയും മരണത്തെ തൃണവൽഗണിക്കുകയും ചെയ്ത ആളാണ്, യഥാർഥത്തിൽ അദ്ദേഹം. അതുകൊണ്ടാണ് മരണത്തിനുശേഷവും ജീവിക്കുന്നത്.

(1978-ൽ തിരുവനന്തപുരം ഗവൺമെന്റ് ലോ കോളെജിലെ വിദ്യാർഥികൾ പുറത്തിറക്കിയ എ കെ ജി സ്മരണികയിൽനിന്ന്. വിവർത്തനം: നാരായണൻ ചെമ്മലശേരി)

മനുഷ്യസ്നേഹിയായ എ കെ ജി

ഡോ പി കെ ആർ വാരിയർ

"ഈ ഡോക്ടർ മാർക്സിസ്റ്റ് ആണത്രെ! ജനങ്ങൾ പട്ടിണിയിലാണ്. ഗവൺമെന്റ് തോന്ന്യാസം കാണിക്കുന്നു. ഈ സമയത്ത് എന്നെ ഇവിടെ പിടിച്ചു കിടത്തിയതിന് പാർട്ടി ഇയാളുടെ പേരിൽ നടപടി എടുക്കണം."

ഭയങ്കരമായ ഹൃദ്രോഗം മൂലം എറണാകുളത്ത് 'ശുശ്രൂഷാ' ആശുപത്രിയിൽ കിടക്കുകയായിരുന്ന എ കെ ജി എന്നോട് പറഞ്ഞതാണ് ഇത്. പരുഷമായ വാക്കുകൾ. എന്നാൽ ആ കണ്ണുകളിൽ കണ്ടത് അതിയായ വാൽസല്യമായിരുന്നു.

എ കെ ജിയുടെ വാൽസല്യം എന്തെന്നറിഞ്ഞവർക്ക്, അത് വിലമതിക്കാനാവില്ല. ഞാൻ എങ്ങനെ ഇതിനർഹനായി? മുപ്പത് കൊല്ലമായിട്ട് ഞാൻ ഒരു സമരരംഗത്തും ഉണ്ടായിട്ടില്ല. ഞാൻ ഒരു സ്വയംവിമർശനം നടത്തി. തൊഴിലാളി വർഗ ആശയം ഉൾക്കൊള്ളാൻ ശ്രമിക്കുന്ന (അതെത്രകണ്ട് വിജയിച്ചിട്ടുണ്ട് എന്നെനിക്കറിയില്ല) ഒരു പാർട്ടി മെമ്പർ എന്നതാണ് എ കെ ജിക്ക് എന്നോടുള്ള സ്നേഹത്തിന്റെ നിദാനം എന്നും, എന്റെ ശ്രമം വിജയിക്കുന്തോറും ഈ അമൂല്യസ്നേഹം കൂടുമെന്നും ഞാൻ മനസിലാക്കി.

പിന്നെയും എന്തൊക്കെയോ ആ കണ്ണുകളിൽ ഞാൻ കണ്ടു. ജനങ്ങളുടെ കഷ്ടപ്പാടുകളിൽ അതിയായ വേദന; ഗവൺമെന്റിനോടും ഭരണാധികാരി വർഗങ്ങളോടും അടക്കാനാവാത്ത അമർഷം; തന്റെ ശാരീരികമായ തളർച്ചയോട് ഒരു വെല്ലുവിളി; വെല്ലൂർ ജയിൽ ഭിത്തിയിൽ തുരങ്കംവെച്ച് ഭൗതിക തടങ്കലിൽനിന്ന് ആരെയും കൂസാതെ പുറത്തു ചാടിയ ആ സാഹസികൻ ശാരീരികമായ പാരതന്ത്ര്യത്തിൽനിന്നും

(ആര് എന്തു പറഞ്ഞാലും ശരി), പുറത്തുചാടി ജനമധ്യത്തിൽ എത്തും എന്ന ആത്മധൈര്യമാണ് ഒരു വെല്ലുവിളിയായി ആ മുഖത്ത് - വൈദ്യശാസ്ത്രത്തോടുതന്നെ ഒരു വെല്ലുവിളിയായി-ഞാനന്ന് കണ്ടത്.

ആ മുഖഭാവം, വാൽസല്യം നിറഞ്ഞ ചീത്ത പറച്ചിൽ, എന്റെ മുമ്പിൽ ഒരു ചിത്രം വരച്ചു. 35ലേറെ കൊല്ലം മുമ്പ് ഞാൻ ആദ്യമായി കണ്ട എ കെ ജിയുടെ ചിത്രം.

1935-ൽ ആയിരുന്നു അത്. ഞാനന്ന് കോഴിക്കോട് സാമൂതിരി കോളെജ് ഹൈസ്കൂളിൽ പഠിക്കുകയായിരുന്നു. സൈക്കിൾ ചവിട്ടുവാൻ പഠിച്ച കാലം. വൈകുന്നേരം സ്കൂളിൽനിന്ന് വന്നാൽ ഉടൻ ഒരു സൈക്കിൾ വാടകക്കെടുത്ത് എവിടെയെങ്കിലും പോവുക ഒരു പതിവായിരുന്നു. കൂട്ടിനെന്റെ സഹപാഠി പുളിയശേരി ബാലകൃഷ്ണനനും ഉണ്ടാകും.

അങ്ങനെ ഒരു ദിവസം ഞങ്ങൾ തിരുവണ്ണൂർ കോട്ടൺമില്ലിന്റെ സമീപത്തെത്തി. അവിടെ ആദ്യത്തെ തൊഴിലാളി സമരം കൊടുമ്പിരിക്കൊണ്ടിരിക്കുന്ന കാലമായിരുന്നു അത്. മിൽ ഗേറ്റിനടുത്ത് ഒരു പൊതുയോഗം നടക്കുന്നു. ഒരു മുറിമീശക്കാരൻ യുവാവ് പ്രസംഗിക്കുന്നു.

ഞാൻ സൈക്കിളിൽ നിന്നിറങ്ങി. കാരണം ഈ സമരത്തെപ്പറ്റി എന്റെ ജ്യേഷ്ഠത്തി-ജാനകി ഏടത്തി-വളരെ ആവേശത്തോടുകൂടി പറയാറുണ്ടായിരുന്നു. പണിമുടക്ക് കാരണം പട്ടിണിയിലായ തൊഴിലാളികളെ സഹായിക്കുവാൻ നാട്ടുകാരോട് അഭ്യർഥിച്ചുകൊണ്ട് ഒരു ജാഥ പന്നിയങ്കരയിലെ ഞങ്ങളുടെ വീടിന് മുമ്പിൽകൂടി പോയിരുന്നുവത്രെ. ഞാനപ്പോൾ സ്കൂളിലായിരുന്നു. അവർ പാടിയിരുന്ന പാട്ട് ജാനകി ഏടത്തി പിന്നീട് പാടിത്തന്നു.

"പട്ടിണിയായ് ഞങ്ങൾ പട്ടിണിയായ് ഞങ്ങൾ
കഷ്ടപ്പെടും ഞങ്ങൾ നാട്ടുകാരെ..."

എന്നായിരുന്നു അതിലെ ആദ്യവരികൾ എന്ന് തോന്നുന്നു. ഈ പാട്ടുപാടി കൊടുത്തത് ജാഥയുടെ മുമ്പിൽ നടന്ന എ കെ ഗോപാലൻ എന്ന കോൺഗ്രസുകാരനായിരുന്നെന്നും മറ്റും ജാനകി ഏടത്തി പറഞ്ഞു.

"അവർ പണിയെടുക്കാത്തതുകൊണ്ടല്ലേ പട്ടിണിയായത്?" എന്ന് ചോദിക്കുവാനുള്ള വിഡ്ഢിത്തം എനിക്കുണ്ടായി. അതിന് ജാനകി ഏടത്തിയുടെ ഒരു ശകാരവർഷംതന്നെ കേൾക്കേണ്ടിവന്നു.

അപ്പോൾ ഈ പ്രസംഗിക്കുന്നത് കോൺഗ്രസുകാരൻ എ കെ ഗോപാലൻ തന്നെയായിരിക്കും. എന്നാൽ അയാളെയൊന്ന് കണ്ടുകളയാം എന്ന് വിചാരിച്ചാണ് ഞാൻ സൈക്കിളിൽ നിന്നിറങ്ങിയത്.

ആ ഖദർ വസ്ത്രധാരി മുറിമീശക്കാരൻ എ കെ ഗോപാലൻ തന്നെയായിരുന്നു. അദ്ദേഹം ചുറ്റും കൂടിയിരുന്ന തൊഴിലാളികളെ എ

ന്തോ കാര്യമായി പഠിപ്പിച്ചുകൊടുക്കുന്ന മാതിരിയാണ് തോന്നിയത്. എന്റെ കണക്കിൽ ആ കാലത്തെ ഏറ്റവും ഉഗ്രൻ പ്രാസംഗികൻ എം പി ദാമോദരനായിരുന്നു. ഈ ചെറുപ്പക്കാരനിൽ ഞാൻ ആ രൗദ്രഭാവമൊന്നും കണ്ടില്ല. ജാനകി ഏടത്തിയുടെ കണ്ണിൽ എ കെ ഗോപാലൻ ഒരു സിംഹക്കുട്ടിയായിരുന്നു.

ഞാനവിടെ കണ്ടത്, സ്നേഹാർദ്രമായ മുഖഭാവത്തോടുകൂടിയ എ കെ ജിയെയാണ്. അദ്ദേഹം എന്താണ് പറഞ്ഞത് എന്നൊന്നും എനിക്ക് കേൾക്കാൻ കഴിഞ്ഞില്ല. കാരണം ഉയർന്ന ജീവിത നിലവാരത്തിൽ കഴിഞ്ഞിരുന്ന ഞാൻ എങ്ങനെ സാധാരണ തൊഴിലാളികളുടെ ഇടയിൽ പോയിനിൽക്കും! എ കെ ജിക്ക് അവരുടെ നടുവിൽ നിൽക്കാൻ അറപ്പ് തോന്നുന്നില്ലേ എന്നുപോലും എനിക്ക് തോന്നി.

വീട്ടിൽചെന്ന് ജാനകി ഏടത്തിയോട് ഇത് പറഞ്ഞപ്പോൾ അവർ പൊട്ടിത്തെറിക്കുകതന്നെ ചെയ്തു. ഞാൻ ഒരു സുവർണ്ണാവസരം പാഴാക്കിയെന്നായി എന്റെ പേരിൽ കുറ്റം.

ഈ ബാല്യകാലചിത്രമാണ്, ഒരു തിരക്കഥയിലെന്നോണം അന്ന് ഞാൻ 'ശുശ്രൂഷാ' ആശുപത്രിയിൽവെച്ച് കണ്ടത്. ഞാൻ ഉറ്റുനോക്കിക്കൊണ്ടിരുന്ന ആ മുഖത്ത് ഇപ്പോൾ മുറിമീശയില്ല, ഖദർ അല്ല ധരിച്ചിരിക്കുന്നത്. ദേഹം അന്നത്തേക്കാൾ വണ്ണിച്ചിരിക്കുന്നു. എന്നാൽ ആ കണ്ണുകളിലെ സ്ഥായിയായ ഭാവം അന്നും ഇന്നും എന്നും സ്നേഹം തന്നെ.

'എന്നും' എന്ന് വെറുതെ പറഞ്ഞതല്ല. എ കെ ജിയെ കുറച്ചെങ്കിലും അടുത്തറിഞ്ഞിട്ടുള്ള ആർക്കുംതന്നെ ഒരിക്കലും മറക്കാൻ കഴിയാത്തതാണ് ആ അകമഴിഞ്ഞ സ്നേഹം. അതുകൊണ്ടാണ് എന്നും എന്ന് പറഞ്ഞത്. കറകളഞ്ഞ മനുഷ്യസ്നേഹം, തൊഴിലാളി കർഷക വർഗങ്ങളോടുള്ള സ്നേഹം. ആ സ്നേഹമാണ് എ കെ ജിയെ മനുഷ്യദ്രോഹികളുടെ ഏറ്റവും വലിയ ശത്രുവാക്കിത്തീർത്തത്. ആ സ്നേഹം അടുത്തറിഞ്ഞതുകൊണ്ടാണ് വർഗവഞ്ചകർക്ക് എ കെ ജി പേടിസ്വപ്നമായത്.

വെല്ലൂർ ജയിൽ അധികൃതരെ, എന്നുവേണ്ട ബ്രിട്ടീഷ് സാമ്രാജ്യത്വത്തിന്റെ വിപുലമായ രഹസ്യപൊലീസ് സംവിധാനത്തെപ്പോലും കബളിപ്പിച്ചതുപോലെ എ കെ ജി വൈദ്യവിചക്ഷണൻമാരെയും വൈദ്യശാസ്ത്രത്തെപ്പോലും കബളിപ്പിച്ചു.

എ കെ ജിക്കുണ്ടായമാതിരി ഭയങ്കരമായ ഹൃദ്രോഗം പിടിപെട്ടാൽ രക്ഷപ്പെടുകതന്നെ പ്രയാസമാണ്. രക്ഷപ്പെട്ടാൽ പിന്നെ ബാക്കിയുള്ള ജീവിതം അടങ്ങിയൊതുങ്ങി കഴിയുക എന്നേ ആരും കരുതുകയുള്ളൂ. ഇതിനെല്ലാം പുറമെ എ കെ ജിക്ക് മൂത്രാശയ സംബന്ധമായി മാരകമായ വേറൊരു രോഗവും ഉണ്ടായിരുന്നു.

ഞാൻ അക്കാലത്ത് ഇ എം എസിനോട് പറഞ്ഞു: "ഇനി എ കെ ജിക്ക് ഓടി നടക്കുവാനൊന്നും കഴിയില്ല. എവിടെയെങ്കിലും ഒതുങ്ങി താമസിച്ച് പാർട്ടിപ്രവർത്തനം നടത്തുവാനേ കഴിയൂ.'

പക്ഷേ റെയിൽവേ സമരം വന്നതോടെ, അതിന്റെ മുൻപന്തിയിലുണ്ട് ആ പടനായകൻ; കൂടെ സുശീലയും. പൊരിവെയിലത്ത് റെയിലിന്റെ മുകളിൽക്കൂടി ജാഥ നയിക്കുവാൻ എ കെ ജി മടിച്ചില്ല. രണ്ടോ മൂന്നോ മാസങ്ങൾക്ക് മുമ്പ് ഞാൻ ഇ എം എസിനോട് എ കെ ജിയുടെ ആരോഗ്യസ്ഥിതിയെപ്പറ്റി പ്രവചിച്ചത് എന്തൊരബദ്ധമായിപ്പോയി! എ കെ ജിയെ ഒരു സാധാരണ മനുഷ്യനായി കണക്കാക്കിയതുകൊണ്ടായിരുന്നു എനിക്ക് പിശക് പറ്റിയത്.

എ കെ ജി ഒരു അമാനുഷികനായിരുന്നോ? ഒരിക്കലുമല്ല. ഒരു സാധാരണ മനുഷ്യൻ തന്നെ. പക്ഷേ എന്തിനെയും കൂസാത്ത ഒരു ആത്മധൈര്യം, ഏത് പ്രതിസന്ധിയെയും ചൂളാത്ത മനോഭാവം ഒരിക്കലും അടങ്ങാത്ത സമരവീര്യം. താൻകൂടി നയിക്കുന്ന വിപ്ലവപ്രസ്ഥാനത്തിന്റെ അന്തിമവിജയത്തിലുള്ള ഉറച്ച വിശ്വാസം, ആ പ്രസ്ഥാനത്തെ തന്റെ ശാരീരികവും മാനസികവുമായുള്ള അസ്വസ്ഥതകളേക്കാൾ-തന്നേക്കാളും-ഉപരിയായി സദാ കാണാനുള്ള കഴിവ്, ആ പ്രസ്ഥാനത്തിനുവേണ്ടി ആത്മാഹുതിപോലും ചെയ്യാനുള്ള സന്നദ്ധത ഇവയെല്ലാം ഒരാളിൽ ഉണ്ടാവുക സാധാരണമല്ല. അതാണ് ഈ സാധാരണ മനുഷ്യനെ അസാധാരണനാക്കിയത്. അത് വേണ്ടത്ര മനസിലാക്കുവാൻ ഞങ്ങൾക്ക്-ഡോക്ടർമാർക്ക്-കഴിഞ്ഞില്ല. എ കെ ജിയുടെ വലിയ 'ഡോക്ടർക്ക്' മാത്രമെ അത് മനസിലാക്കാൻ കഴിയുമായിരുന്നുള്ളൂ. എ കെ ജി പലപ്പോഴും സുശീലയെപ്പറ്റി 'വലിയ ഡോക്ടർ' എന്നാണ് പറഞ്ഞിരുന്നത്. "നിങ്ങളൊക്കെ എഴുന്നേൽക്കാൻ സമ്മതിച്ചാലും വലിയ ഡോക്ടർ സമ്മതിക്കണ്ടേ" എന്ന് പറയുമായിരുന്നു.

ആ സുഖക്കേടുകാരനാണ് പാർലമെന്റിൽ ജഗ്ജീവൻ റാമിന്റെ മുഖത്ത് നോക്കി പറഞ്ഞത്, "നിങ്ങളോട് എനിക്ക് അനുകമ്പയേ ഉള്ളൂ" എന്ന്. രോഗത്തിന് കീഴടങ്ങാത്ത, ഡോക്ടർമാരോട് വഴങ്ങാത്ത, ആ മനുഷ്യനാണ് ഇന്ദിരാഗാന്ധിയുടെ മുഖത്ത് നോക്കി ജനാധിപത്യത്തിന്റേതായ ചരിത്രപ്രധാനമായ വെല്ലുവിളി നടത്തിയത്. ആ ഗർജ്ജനം ഇന്ത്യയിൽ മാത്രമല്ല, ലോകത്തൊട്ടാകെ മാറ്റൊലിക്കൊണ്ടു. ഇന്ത്യയിലെ ഭരണാധികാരികൾ അത് കേട്ട് കിടിലംകൊണ്ടു. ലോകത്തെമ്പാടുമുള്ള സാമ്രാജ്യവാദികൾ ഞെട്ടിവിറച്ചു. ലോക തൊഴിലാളിവർഗ സമരചരിത്രത്തിൽ അതൊരധ്യായം കുറിച്ചു. താൻ ചെയ്തുതീർക്കേണ്ടിയിരുന്ന ഈ കർത്തവ്യത്തിൽനിന്ന് മൂഢൻമാരായ കുറച്ച് ഡോക്ടർമാർക്ക് എ കെ ജിയെ പിന്തിരിപ്പിക്കുവാൻ കഴിഞ്ഞില്ല.

എന്നാൽ ഭരണാധികാരിവർഗങ്ങൾ പകവീട്ടി. എ കെ ജിയെ ഒരു രക്തസാക്ഷിയാക്കി!

(കേരള കർഷകസംഘം പ്രസിദ്ധീകരിച്ച എ കെ ജി സ്മാരക സുവനീറിൽ എഴുതിയ ലേഖനം, 1978)

എ കെ ജി : ജീവിതത്തിന്റെ ഒരു രൂപരേഖ

സി ഭാസ്കരൻ

പഴയ ചിറക്കൽ താലൂക്കിൽപെട്ട മാവിലായിയിലെ മക്രേരി ഗ്രാമത്തിൽ ആയില്യത്ത് കുറ്റിയേരി എന്ന പേരുകേട്ട ഒരു തറവാട്ടിൽ വള്ളുവക്കണ്ടോത്ത് റൈരുനമ്പ്യാരുടെയും മാധവിയമ്മയുടെയും മകനായി 1902 ജൂലായ് മാസത്തിൽ എ കെ ജി ജനിച്ചു. പിതാവ് ഒരു ഉൽപ്പതിഷ്ണുവും സാമൂഹ്യപരിഷ്കർത്താവും കലാ-വിദ്യാഭ്യാസാദി കാര്യങ്ങളിൽ അത്യന്തം തൽപരനുമായിരുന്നു.

കാടാച്ചിറ എന്ന സ്ഥലത്ത് എ കെ ജിയുടെ പിതാവ് ഒരു ഇംഗ്ലീഷ് മിഡിൽ സ്കൂൾ നടത്തിയിരുന്നു. എ കെ ജി അവിടെ പഠിച്ചു. പഠിക്കുന്ന കാലത്തുതന്നെ ഒരു ബഹുജനനേതാവിന്റെ ചൈതന്യം അദ്ദേഹത്തിൽ പ്രസരിച്ചിരുന്നു. ചെല്ലുന്നേടങ്ങളിലൊക്കെ സാഹിത്യസമാജങ്ങളും വാർഷികങ്ങളും സംഘടിപ്പിക്കുകയും കയ്യെഴുത്ത് മാസികകൾ നടത്തുകയും വിദ്യാർഥികൾ തമ്മിലുള്ള വഴക്കുകൾ തീർക്കുകയും ചെയ്യുക അദ്ദേഹത്തിന്റെ പ്രത്യേകതയായിരുന്നു. ദേശീയബോധം അക്കാലത്തുതന്നെ അദ്ദേഹത്തിൽ നാമ്പെടുത്തിരുന്നു. ജയിൽമോചിതനായ യാക്കൂബ് ഹസനും ഗോപാലമേനോനും തലശേരിയിൽ സ്വീകരണം നൽകിയപ്പോൾ ചില കൂട്ടുകാരോടൊപ്പം എ കെ ജി ക്ലാസ് ബഹിഷ്കരിച്ച് അതിൽ പങ്കെടുക്കുകയും അതിന്റെ പേരിൽ അധ്യാപകരിൽനിന്ന് ശിക്ഷ ഏറ്റുവാങ്ങുകയും ചെയ്തു.

എ കെ ജി പൊതുപ്രവർത്തനത്തിന്റെ ആദ്യപാഠങ്ങൾ പഠിച്ചത് സ്വന്തം പിതാവിൽനിന്നു തന്നെയാണ്. വടക്കേ മലബാർ നായർ സൊസൈറ്റിയുടെ ആരംഭം മുതൽ എ കെ ജിയുടെ പിതാവ് അതിന്റെ സെക്രട്ടറിയായിരുന്നു. നായൻമാരുടെ ഇടയിലെ ഉപജാതികൾ ഇല്ലാതാക്കലും തളി-വിചാരണ തുടങ്ങിയ ദുരാചാരങ്ങൾ അവസാനിപ്പിക്കലുമായിരുന്നു

ഈ സംഘടനയുടെ പ്രധാന ലക്ഷ്യം. സൊസൈറ്റി യോഗങ്ങളിൽ അച്ഛനോടൊപ്പം എ കെ ജിയും പങ്കെടുക്കും. ചിലപ്പോൾ എ കെ ജിയും പ്രസംഗിക്കും. ഇപ്രകാരം അച്ഛനിൽ നിന്നാണ് പൊതുപ്രവർത്തനത്തിന് പ്രചോദനം കിട്ടിയതെങ്കിൽ വാത്സല്യനിധിയായ അമ്മ അദ്ദേഹത്തിൽ വലിയ സ്വാധീനം ചെലുത്തി. "ആറുമാസം ജയിലിൽ കിടന്നാൽ പിന്നെ രണ്ടു ദിവസം എന്റെ ഒപ്പംവന്ന് താമസിച്ചിട്ട് വീണ്ടും വേണമെങ്കിൽ ജയലിൽപോകട്ടെ" എന്ന് പറയാറുണ്ടായിരുന്ന അമ്മ എ കെ ജിയുടെ സാമൂഹ്യ-രാഷ്ട്രീയ പ്രവർത്തനങ്ങളിൽ എപ്പോഴും അദ്ദേഹത്തിന് താങ്ങും തണലുമായിരുന്നു.

വിദ്യാഭ്യാസാനന്തരം ഒരു അധ്യാപകനായി ജീവിതമാരംഭിച്ചു. ഏഴുവർഷം അധ്യാപനവൃത്തിയിലേർപ്പെട്ടു. പെരളശേരി ബോഡ് ഹൈസ്കൂൾ, ചൊവ്വ ഹൈസ്കൂൾ, കോഴിക്കോട് മദ്രസത്തുൽ മുഹമ്മദീയ സ്കൂൾ (എം എം ഹൈസ്കൂൾ) എന്നിവിടങ്ങളിൽ അധ്യാപകനായി ജോലി നോക്കി. ഒരു മാതൃകാ അധ്യാപകനായിരുന്നു എ കെ ജി. തന്റെ വിദ്യാർഥികളോട് അതിരറ്റ വാത്സല്യം പ്രകടിപ്പിച്ച എ കെ ജിയെ വിദ്യാർഥികൾക്ക് വലിയ ഇഷ്ടമായിരുന്നു. അധ്യാപകനായിരിക്കുമ്പോൾ നിശാപാഠശാലകൾ നടത്തുക, വായനശാലകൾ സംഘടിപ്പിക്കുക തുടങ്ങിയ പ്രവർത്തനങ്ങളിൽ ആണ്ടിറങ്ങി.

രാജ്യത്താകെ ദേശീയപ്രസ്ഥാനം ശക്തിപ്രാപിക്കുകയായിരുന്നു. അത് അദ്ദേഹത്തെയും അഗാധമായി സ്വാധീനിച്ചു. 1928 മുതൽ വിദേശവസ്ത്ര ബഹിഷ്കരണം, ഖാദി പ്രചാരണം എന്നിവയിൽ താൽപര്യം ജനിച്ചു. 1930 ആയപ്പോഴേക്ക് അടങ്ങിയിരിക്കാൻ കഴിയാതായി. കേളപ്പന്റെ നേതൃത്വത്തിൽ കോഴിക്കോട്ടുനിന്ന് പയ്യന്നൂരിലേക്ക് പോയ സത്യഗ്രഹജാഥക്ക് ചൊവ്വയിൽ സ്വീകരണം നൽകിയത് എ കെ ജിയുടെ നേതൃത്വത്തിലായിരുന്നു. കേളപ്പന്റെ പ്രസംഗം അദ്ദേഹത്തിന്റെ ഉള്ളിൽ തട്ടി. പിന്നെ രണ്ടാമതൊന്ന് ആലോചിച്ചില്ല, സത്യഗ്രഹത്തിൽ ചേരാൻ തീരുമാനിച്ചു. അങ്ങനെ ജോലി രാജിവെച്ചു. കണ്ണൂരിൽ നിന്ന് കോഴിക്കോട്ടേക്ക് പോയി ഉപ്പുസത്യഗ്രഹത്തിൽ പങ്കെടുത്തു. അറസ്റ്റിലായി. ജയിലിലടയ്ക്കപ്പെട്ടു - ആദ്യത്തെ ജയിൽവാസം. ആദ്യം കണ്ണൂർ ജയിലിലും പിന്നീട് വെല്ലൂർ ജയിലിലും കഴിച്ചുകൂട്ടി.

1931-ൽ ഗാന്ധി-ഇർവിൻ സന്ധിയെത്തുടർന്ന് ജയിൽമോചിതനായി. അതിനുശേഷം മലബാറിലാകെ കോൺഗ്രസും സ്വാതന്ത്ര്യസമരവും സംഘടിപ്പിക്കുന്ന പ്രവർത്തനത്തിൽ മുഴുകി. ആറുമാസം വയനാട്ടിൽ പ്രവർത്തിച്ചു. അവിടെ കോൺഗ്രസിന് അസ്ഥിവാരമിട്ടു. ഈ സമയമായപ്പോഴേക്കും എ കെ ജി ജനങ്ങളെ ആകർഷിക്കുന്ന ഒരു പ്രസംഗകനായി. ലളിതമായ കണക്കുകളും കഥകളും പറഞ്ഞ് ശ്രോതാക്കളെ പിടിച്ചിരുത്താൻ അദ്ദേഹത്തിനുള്ള പാടവം ഒന്ന് വേറെതന്നെയായിരുന്നു. 'ഗോപാലേട്ട'ന്റെ പ്രസംഗം എല്ലാവരും ഇഷ്ടപ്പെട്ടു.

അയിത്തത്തിനും അനാചാരങ്ങൾക്കുമെതിരായി പോരാടാൻ

കോൺഗ്രസ് തീരുമാനിച്ചതിനെ തുടർന്ന് കേളപ്പൻ, മൊയാരം എന്നിവരോടൊപ്പം ആ പ്രവർത്തനത്തിലേർപ്പെട്ടു. പയ്യന്നൂരിനടുത്തുള്ള കണ്ടോത്ത് എന്ന സ്ഥലത്ത് പൊതുറോഡിൽകൂടി പോകാൻ ഹരിജനങ്ങൾക്ക് അനുവാദമുണ്ടായിരുന്നില്ല. പോയാൽ അതിനടുത്ത തീയകുടുംബങ്ങൾക്കും അവരുടെ ക്ഷേത്രത്തിനും അശുദ്ധി വരുമത്രെ. ഇതിൽ പ്രതിഷേധിച്ച്, ഹരിജനങ്ങൾക്ക് വഴിനടക്കാനുള്ള സ്വാതന്ത്ര്യത്തിനുവേണ്ടി, അതുവഴി ജാഥ നയിക്കാൻ എ കെ ജിയും കേരളീയനും തീരുമാനിച്ചു. ജാഥ റോഡിന് സമീപമെത്തിയപ്പോൾ ജാതിക്കോമരങ്ങൾ അവരുടെമേൽ ചാടിവീണു. കുപ്രസിദ്ധമായ 'കണ്ടോത്തെ കുറുവടിപ്പട'യുടെ അടിയേറ്റ് എ കെ ജിയും കേരളീയനും ബോധം കെട്ടുവീണു.

ഗുരുവായൂർ സത്യഗ്രഹത്തിൽ എ കെ ജി വഹിച്ച പങ്കും പ്രസിദ്ധമാണ്. 1931 നവംബർ 1-ന് കണ്ണൂരിൽ നിന്ന് എ കെ ജിയുടെ നേതൃത്വത്തിൽ സത്യഗ്രഹജാഥ ഗുരുവായൂരിലേക്ക് പുറപ്പെട്ടു. വെയിലും മഴയും സഹിച്ച്, ക്രൂരമായ മർദ്ദനങ്ങൾ സഹിച്ച്, ക്ഷേത്രക്കാർ വിരട്ടിവിട്ട മദയാനയുടെ ചിന്നംവിളി പുല്ലാക്കിക്കൊണ്ട് എ കെ ജി സത്യാഗ്രഹം നടത്തി. 1932 ജനുവരി 4-ന് അദ്ദേഹത്തെ അറസ്റ്റുചെയ്തു. ആറുമാസത്തെ കഠിനതടവിന് ശിക്ഷിച്ച് അദ്ദേഹത്തെ കണ്ണൂർ സെൻട്രൽ ജയിലിലേക്ക് അയച്ചു. അവിടെനിന്ന് കടലൂർ ജയിലിലേക്ക് മാറ്റി. കണ്ണൂർ ജയിലിൽവെച്ച് ജയിൽ അധികാരികളുടെ ക്രൂരമർദ്ദനങ്ങൾക്കെതിരെ നിരാഹാരസമരം നടത്തി, തടവുകാരെ സംഘടിപ്പിച്ച് രാഷ്ട്രീയക്ലാസ് നൽകി. അതിൽ എ കെ ജിയോട് വൈരാഗ്യമുണ്ടായ അധികൃതർ അദ്ദേഹത്തെ കടലൂരിൽ ഭ്രാന്തൻമാരുടെകൂടെയാണ് പാർപ്പിച്ചത്. നട്ടുച്ചവെയിലത്ത് വെറും ലങ്കോട്ടിമാത്രമുടുത്ത് അമ്പത് തേങ്ങയുടെ തൊണ്ട് തല്ലിച്ചതക്കലായിരുന്നു അദ്ദേഹത്തിന് കണ്ണൂർ ജയിലിൽ ജോലി. ബംഗാളിൽ നിന്നുള്ള രാഷ്ട്രീയ തടവുകാരുമായും ഭഗത് സിങ്ങിന്റെ സഹപ്രവർത്തകൻ തിവാരിയുമായും ജയിലധികാരികൾ അറിയാതെ എ കെ ജിയും കൂട്ടുകാരും ആശയവിനിമയം നടത്തി. പി കൃഷ്ണപിള്ളയുമായി ഗാഢമൈത്രിയിലായതും ഇക്കാലത്തുതന്നെ. കടലൂരിൽ ഭ്രാന്തൻമാരുടെ കൂടെ പാർപ്പിച്ചതിനെതിരെ എ കെ ജി നിരാഹാരസമരം നടത്തി. പ്രത്യേക വാർഡിൽ പാർപ്പിക്കാമെന്ന് ജയിലധികാരികൾ ഉറപ്പ് നൽകിയതിനെ തുടർന്നാണ് ആറുദിവസം നീണ്ടുനിന്ന ആ സമരം അവസാനിപ്പിച്ചത്. ഈ ജയിൽവാസം അഞ്ചുമാസം നീണ്ടുനിന്നു.

ജയിലിൽനിന്ന് രോഗഗ്രസ്തനായിട്ടാണ് എ കെ ജി പുറത്തുവന്നത്. എന്നിട്ടും അൽപ്പംപോലും വിശ്രമിക്കാതെ ഗുരുവായൂരേക്ക് കുതിച്ചു. ക്ഷേത്രപ്രവേശന പ്രചാരണജാഥയിൽ പങ്കെടുത്തു; നിയമലംഘന പ്രസ്ഥാനത്തിൽ ചേർന്നു. പിക്കറ്റിങ്ങിൽ പങ്കെടുത്തു. 1933 ഒടുവിൽ വീണ്ടും അറസ്റ്റിലായി. താമസിയാതെ ജയിൽ വിമുക്തനുമായി.

ഈ ഘട്ടത്തിലാണ് ജയപ്രകാശ് നാരായണന്റെ നേതൃത്വത്തിൽ

കോൺഗ്രസ് സോഷ്യലിസ്റ്റ് പാർട്ടി രൂപംകൊണ്ടത്. താമസിയാതെ അതിന്റെ ഒരു ഘടകം കേരളത്തിലും രൂപീകൃതമായി. എ കെ ജി അതിൽ ചേർന്നു. തൊഴിലാളികളെ സംഘടിപ്പിക്കുന്നതിൽ ദത്തശ്രദ്ധനായതും ഇക്കാലത്താണ്. ചിറക്കൽ താലൂക്കിലെ കർഷകജീവിതം സസൂക്ഷ്മം പഠിച്ച് കർഷകരുടെ പ്രശ്നങ്ങൾ മനസിലാക്കിയ അദ്ദേഹം കർഷകപ്രസ്ഥാനത്തിന്റെ സജീവപ്രവർത്തകനായതും ഇക്കാലത്തുതന്നെ. അദ്ദേഹം ട്രേഡ് യൂണിയനുകൾ സംഘടിപ്പിച്ചു. തൊഴിലാളികളുടെ സമരങ്ങൾക്ക് നേതൃത്വം നൽകി. ഇതിലൂടെ അപ്പോഴേക്കും തന്നെ സ്വാധീനിച്ചുകഴിഞ്ഞ മാർക്സിസം-ലെനിനിസം പ്രായോഗികമാക്കുന്നതിന്റെ ആദ്യപാഠങ്ങൾ അദ്ദേഹത്തിന് പഠിക്കാൻ കഴിഞ്ഞു. തന്റെ ആത്മകഥയിൽ അക്കാര്യം കുറിച്ചിടുകയും ചെയ്തിട്ടുണ്ട്.

എ കെ ജിയുടെ ജീവിതത്തിലെ സുപ്രധാനമായ ഒരു സംഭവമാണ് 1936-ൽ കണ്ണൂരിൽ നിന്ന് മദിരാശിയിലേക്ക് തിരിച്ച പട്ടിണിജാഥ. ഉത്തരവാദഭരണം ആവശ്യപ്പെട്ട് തിരുവിതാംകൂറിലാരംഭിച്ച പ്രക്ഷോഭത്തിന് ഉശിര് പകരാനും അവിടെ കെട്ടഴിച്ചുവിട്ട മർദ്ദനത്തിൽ പ്രതിഷേധിക്കാനും 1938-ൽ എ കെ ജിയുടെ നേതൃത്വത്തിൽ തിരുവിതാംകൂറിലേക്ക് തിരിച്ച ജാഥയും പ്രസിദ്ധമാണ്. ആലുവയിൽവെച്ച് എ കെ ജിയെ അറസ്റ്റ് ചെയ്ത് കേസെടുത്തു. എ കെ ജി തന്നെയാണ് കേസ് വാദിച്ചത്.

1938-ൽ *പ്രഭാതം* പുനരാരംഭിച്ചു. എ കെ ജി അതിന്റെ മാനേജരായി. അതിന് പണമുണ്ടാക്കാൻ അദ്ദേഹം സിലോണിലും സിങ്കപ്പൂരിലും പര്യടനം നടത്തി. അവിടെനിന്ന് മടങ്ങിയ അദ്ദേഹം വാർധ എ ഐ സി സിയിൽ പങ്കെടുത്തതിനുശേഷം മലബാറിൽ തിരിച്ചെത്തി. ഉടൻതന്നെ കോൺഗ്രസ് സോഷ്യലിസ്റ്റ് പാർട്ടി പ്രവർത്തനം തുടർന്നു. 1939 അവസാനം കേരളത്തിലെ കോൺഗ്രസ് സോഷ്യലിസ്റ്റ് പാർട്ടി ഘടകം ഒന്നടങ്കം ഇന്ത്യൻ കമ്യൂണിസ്റ്റ് പാർട്ടിയിൽ ലയിച്ചുചേരാൻ തീരുമാനിച്ചപ്പോൾ എ കെ ജിയും കമ്യൂണിസ്റ്റ് പാർട്ടി അംഗമായി. ഇത് സംബന്ധിച്ച തീരുമാനമെടുത്ത പാറപ്പുറം സമ്മേളനത്തിൽ അദ്ദേഹവും പങ്കെടുത്തിരുന്നു. തുടർന്ന് 1941 മാർച്ച് 24-ന് തൃശിനാപ്പള്ളിയിൽ അറസ്റ്റിലാകുന്നതുവരെ ഒളിവിൽ പ്രവർത്തിച്ചു. ഒളിപ്രവർത്തനത്തിനിടയിൽ 1940 സെപ്തംബർ15-ന്റെ മർദ്ദന പ്രതിഷേധദിനം വിജയിപ്പിക്കുന്നതിൽ സുപ്രധാനമായ പങ്ക് വഹിച്ചു.

തൃശിനാപ്പള്ളിയിൽവെച്ച് അറസ്റ്റ് ചെയ്ത എ കെ ജിയെ വെല്ലൂർ ജയിലിലാണ് പാർപ്പിച്ചത്. 1941 സെപ്തംബർ 25-ന് അദ്ദേഹം ജയിൽ ചാടി. പിന്നെ കുറെക്കാലം കേരളത്തിന് പുറത്ത് കഴിച്ചുകൂട്ടി. അങ്ങനെ കഴിച്ചുകൂട്ടിയ പ്രദേശങ്ങളിൽ കാൺപൂരും ബംഗാളുമുൾപ്പെടുന്നു. കാൺപൂരിൽ ഒരു ഇഷ്ടിക ഫാക്ടറിയുടെ മാനേജരായി ജോലി നോക്കി.

ഏറെ താമസിയാതെ അദ്ദേഹം കേരളത്തിലേക്ക് മടങ്ങി. ഇവിടെ ഒളിവിലിരുന്നുകൊണ്ട് പാർട്ടി പ്രവർത്തനത്തിൽ വ്യാപൃതനായി. അതി

നിടയിൽ പെരിന്തൽമണ്ണയിലെ ഒരു സമ്മേളനത്തിൽ പരസ്യമായി പ്രസംഗിച്ചു. അവിടെവെച്ച് വീണ്ടും അറസ്റ്റിലായി.

ഇന്ത്യൻ സ്വാതന്ത്ര്യത്തിന് ത്യാഗോജ്ജ്വലമായി പോരാടിയ ആ വിപ്ലവകാരി ഇന്ത്യക്ക് സ്വാതന്ത്ര്യം കിട്ടുമ്പോൾ ജയിലിലായിരുന്നു. അദ്ദേഹത്തെ മോചിപ്പിക്കാൻ ശക്തമായ സമരം സംഘടിപ്പിക്കേണ്ടിവന്നു. 1947 ഒക്ടോബർ 24-ന് ജയിൽമോചിതനായി. അതേവർഷം ഡിസംബറിൽ വീണ്ടും അറസ്റ്റിലായി. ഇൻസ്പെക്ടറെ കൊല്ലുമെന്ന് ഭീഷണിപ്പെടുത്തി എന്നതാണ് ഇത്തവണ അറസ്റ്റ് ചെയ്യുന്നതിനു പറഞ്ഞ കാരണം. അദ്ദേഹത്തെ വെല്ലൂർ ജയിലിലടച്ചു. അവിടെനിന്ന് രാജമന്ദ്രി ജയിലിലേക്ക് മാറ്റി. അവിടെ ജയിലിലെ അസൗകര്യങ്ങളിലും പീഡനങ്ങളിലും പ്രതിഷേധിച്ച് എ കെ ജിയും വെങ്കിട്ടരാമനും 26 ദിവസത്തോളം നിരാഹാരസമരത്തിലേർപ്പെട്ടു. ഏതാനും സൗജന്യങ്ങളനുവദിക്കാമെന്ന ജയിലധികൃതരുടെ വാക്ക് വിശ്വസിച്ച് നിരാഹാരം നിർത്തിയെങ്കിലും അവർ വാക്ക് പാലിക്കാതിരുന്നതുകൊണ്ട് വീണ്ടും പത്ത് ദിവസം നിരാഹാരസമരം നടത്തി. തുടർന്ന് കടലൂർ ജയിലിലേക്ക് മാറ്റി. മൂന്ന് വർഷം അവിടെ കഴിയേണ്ടിവന്നു. ഇതിനിടയിൽ പലതവണ ജയിൽ സമരങ്ങൾ നടന്നു. രണ്ടുതവണ ജയിലിൽ വെടിവെപ്പുണ്ടായി.

കരുതൽ തടങ്കലുകാരന് കോടതിയെ സമീപിക്കാനുള്ള അവകാശം നിഷേധിച്ചുകൊണ്ടുള്ള നിയമത്തെ ചോദ്യംചെയ്ത് എ കെ ജി സുപ്രീംകോടതിയിൽ റിട്ട് ഫയൽചെയ്ത് തനിക്കനുകൂലമായ വിധി സമ്പാദിച്ചു. തുടർന്ന് തന്നെ തടങ്കലിൽ വെച്ചതിനെ ചോദ്യം ചെയ്ത് മദിരാശി ഹൈക്കോടതിയിൽ റിട്ട് ഫയൽചെയ്തു. കോടതി അദ്ദേഹത്തെ വിട്ടയക്കാൻ ഉത്തരവിട്ടു.

ജയിലിൽനിന്ന് പുറത്തുവന്ന അദ്ദേഹം രാജ്യത്തിന്റെ വിവിധ ഭാഗങ്ങളിൽ ജനാധിപത്യപ്രസ്ഥാനത്തിനും തൊഴിലാളികൾക്കും കൃഷിക്കാർക്കുമെതിരെ അഴിച്ചുവിട്ട ഭീകരമായ ആക്രമണങ്ങൾക്കെതിരെ ശക്തമായ പ്രചാരണ പ്രവർത്തനങ്ങളിൽ ആമഗ്നനായി. ഈ ഘട്ടത്തിൽ കുറച്ചുകാലം ആന്ധ്രയിൽ ചെലവഴിച്ചു.

1951-ൽ കൽക്കത്തയിൽ ചേർന്ന അഖിലേന്ത്യാ കിസാൻ സഭാ സമ്മേളനം എ കെ ജിയെ സംഘടനയുടെ പ്രസിഡണ്ടായി തെരഞ്ഞെടുത്തു. തുടർന്ന് മരണംവരെ നടന്ന എല്ലാ സമ്മേളനങ്ങളും അദ്ദേഹത്തെ തൽസ്ഥാനത്തേക്ക് തെരഞ്ഞെടുത്തു. 1952-ൽ കണ്ണൂർ നിയോജകമണ്ഡലത്തിൽനിന്ന് ലോകസഭയിലേക്ക് തെരഞ്ഞെടുക്കപ്പെട്ടു. സി കെ ഗോവിന്ദൻനായരെയാണ് ഒരു ലക്ഷത്തോളം വോട്ടിന് പരാജയപ്പെടുത്തിയത്. പാർലമെന്റിലെ കമ്യൂണിസ്റ്റ് ഗ്രൂപ്പ് അദ്ദേഹത്തെ നേതാവായി തെരഞ്ഞെടുത്തു. 1957-ലും 1962-ലും 1967-ലും 1971-ലും പാർലമെന്റിലേക്ക് തെരഞ്ഞെടുക്കപ്പെട്ട അദ്ദേഹം ഓരോ തവണയും കമ്യൂണിസ്റ്റ് ഗ്രൂപ്പ് നേതാവായും തെരഞ്ഞെടുക്കപ്പെട്ടു.

1952-ൽ എ കെ ജി വയലാർ സമരസാരഥി സി കെ കുമാരപ്പണി

ക്കരുടെ അനന്തരവളായ സി കെ സുശീലയെ വിവാഹം ചെയ്തു. എ കെ ജിയുടെ ഒളിവുജീവിതകാലം മുതൽ അവർക്ക് പരസ്പരം അറിയാമായിരുന്നു.

ഇന്ത്യയിലാകെ ഭാഷാസംസ്ഥാനങ്ങൾക്കുവേണ്ടിയുള്ള പ്രക്ഷോഭത്തിൽ എ കെ ജി നേതൃത്വപരമായ പങ്ക് വഹിച്ചു. മഹാഗുജറാത്ത് പ്രക്ഷോഭത്തെ അധികാരികൾ അടിച്ചമർത്തുകയാണെന്ന വാർത്ത കേട്ടപ്പോൾ എ കെ ജി അവിടെ ഓടിയെത്തി. പൊലീസ് അദ്ദേഹത്തെ അറസ്റ്റ് ചെയ്ത് ജയിലിലാക്കി. ജയിലിൽ നിരാഹാരസമരം നടത്തി. 1957-ലെ തെരഞ്ഞെടുപ്പ് പ്രചാരണത്തിന്റെ ഭാഗമായി സംസ്ഥാനത്തിന്റെ എല്ലാ ഭാഗങ്ങളിലും അദ്ദേഹം സഞ്ചരിച്ചു. ആ തെരഞ്ഞെടുപ്പിനെ തുടർന്നാണല്ലോ കേരളത്തിൽ കമ്യൂണിസ്റ്റ് ഗവൺമെന്റ് അധികാരത്തിൽ വന്നത്. അക്കൊല്ലം ഡിസംബറിൽ കെയ്റോവിൽ നടന്ന ആഫ്രോ-ഏഷ്യൻ സമ്മേളനത്തിൽ പങ്കെടുത്ത അദ്ദേഹം ഇറ്റലി, ഫ്രാൻസ്, ഇംഗ്ലണ്ട്, ചെക്കോസ്ലോവാക്യ, ഹംഗറി, പോളണ്ട്, ബൾഗേറിയ തുടങ്ങിയ രാജ്യങ്ങൾ സന്ദർശിച്ചു.

1958-ൽ അഭിവൃദ്ധി നികുതിക്കെതിരായ സമരത്തിൽ പങ്കെടുക്കാൻ എ കെ ജി പഞ്ചാബിലേക്ക് പോയി. അവിടെനിന്ന് പുറത്താക്കപ്പെടുന്നതുവരെ കൃഷിക്കാരിൽ പുതിയ ആത്മവിശ്വാസം ജനിപ്പിച്ചുകൊണ്ടും അവരുടെ സമരത്തിന് നേതൃത്വം നൽകിക്കൊണ്ടും അദ്ദേഹം ഗ്രാമത്തിൽനിന്ന് ഗ്രാമത്തിലേക്ക് നീങ്ങി.

കമ്യൂണിസ്റ്റ് മന്ത്രിസഭ കൊണ്ടുവന്ന ബില്ലിന് പ്രസിഡന്റ് അനുമതി നൽകാത്തതിൽ ഉത്കണ്ഠ പ്രകടിപ്പിച്ചും അതിൽ കർഷകദ്രോഹപരമായ മാറ്റങ്ങൾ വരുത്താനുള്ള നീക്കത്തിൽ പ്രതിഷേധിച്ചും 1960 ജൂണിൽ കാസർഗോഡ് നിന്ന് തിരുവനന്തപുരത്തേക്ക് എ കെ ജി ഒരു കാൽനടജാഥ നയിച്ചു. 1961 ജൂണിൽ അയ്യപ്പൻ കോവിലിൽ നടന്ന നിഷ്ഠൂരമായ കുടിയൊഴിപ്പിക്കലിൽ പ്രതിഷേധിച്ച് അദ്ദേഹം അമരാവതിയിൽ നടത്തിയ ഐതിഹാസികമായ നിരാഹാരസമരം കേരളത്തിലെ കർഷകപ്രസ്ഥാനത്തിന്റെ ചരിത്രത്തിലെ ഉജ്ജ്വലമായൊരു ഏടാണ്. 1963 ഡിസംബറിൽ ചുരുളി-കീരിത്തോട് പ്രദേശത്ത് കുടിയൊഴിപ്പിക്കലിൽ പ്രതിഷേധിച്ചും അദ്ദേഹം നിരാഹാരസമരം നടത്തി. 1972-ലെ മിച്ചഭൂമി സമരത്തിന് നേതൃത്വം നൽകിയതും അദ്ദേഹംതന്നെ.

തിരുത്തൽവാദത്തിനും വലതുപക്ഷ അവസരവാദത്തിനും വർഗസഹകരണനയത്തിനും എതിരായ പോരാട്ടത്തിന്റെ മുൻപന്തിയിലായിരുന്നു എ കെ ജി. 1963-ൽ അവിഭക്ത കമ്യൂണിസ്റ്റ് പാർട്ടിയുടെ നാഷണൽ കൗൺസിലിൽനിന്ന് ഇറങ്ങിപ്പോന്ന 32 നേതാക്കൻമാരിൽ ഒരാൾ എ കെ ജിയാണ്. 1964-ൽ കൽക്കത്തയിൽ ചേർന്ന പാർട്ടിയുടെ ഏഴാം കോൺഗ്രസ് അദ്ദേഹത്തെ പൊളിറ്റ് ബ്യൂറോയിലേക്ക് തെരഞ്ഞെടുത്തു. മരണംവരെ എ കെ ജി തൽസ്ഥാനത്ത് തുടർന്നു. കൽക്കത്ത

കോൺഗ്രസ് നടന്ന് അധികം കഴിയുന്നതിനു മുമ്പ് പാർട്ടിയുടെ നേതാക്കളെയും പ്രധാന പ്രവർത്തകരെയും കോൺഗ്രസ് ഗവൺമെന്റ് വേട്ടയാടി. എ കെ ജിയെയും അറസ്റ്റുചെയ്ത് ജയിലിലടച്ചു. ഇത് അദ്ദേഹത്തിന്റെ പതിമൂന്നാമത്തെ ജയിൽവാസമായിരുന്നു.

ജയിലിൽനിന്ന് പുറത്തുവരുമ്പോഴേക്കും രാജ്യത്തൊട്ടാകെ സമരത്തിന്റെ കാറ്റ് ആഞ്ഞുവീശുകയായിരുന്നു. വിലക്കയറ്റവും തൊഴിലില്ലായ്മയുംമൂലം പൊറുതിമുട്ടി ജനങ്ങൾ സമരത്തിന്റെ കൊടി ഉയർത്തിയതാണ്. എ കെ ജി ആ സമരത്തിലേക്ക് എടുത്തുചാടി. ആ സമരത്തിലൂടെ ഉരുത്തിരിഞ്ഞുവന്ന ഐക്യമുന്നണി കോൺഗ്രസിനെതിരെ നാലാം പൊതുതെരഞ്ഞെടുപ്പിൽ മത്സരിച്ചപ്പോൾ മുന്നണിയുടെ വിജയത്തിന് എ കെ ജി അഹോരാത്രം പ്രവർത്തിച്ചു. തെരഞ്ഞെടുപ്പിനെ തുടർന്ന് കേരളത്തിൽ ഐക്യമുന്നണി മന്ത്രിസഭ അധികാരമേറ്റു. ആ മന്ത്രിസഭയെ പിന്നിൽനിന്ന് കുത്തിമലർത്തി അധികാരത്തിൽവന്ന മാർക്സിസ്റ്റ് വിരുദ്ധ മന്ത്രിസഭ സംസ്ഥാനത്തെ ജനാധിപത്യപ്രസ്ഥാനത്തെ തച്ചമർത്താൻ നോക്കിയപ്പോൾ അതിനെതിരെ എ കെ ജി രംഗത്തിറങ്ങി. തന്റെ മോശമായിക്കൊണ്ടിരുന്ന ആരോഗ്യസ്ഥിതി വകവെക്കാതെ റെയിൽവെ സമരത്തിൽ എ കെ ജി വഹിച്ച പങ്ക് സുപ്രസിദ്ധമാണ്.

പാർട്ടിയുടെയും കിസാൻസഭയുടെയും നേതാവെന്ന നിലയിൽ തൊഴിലാളിവർഗവും കൃഷിക്കാരും തമ്മിൽ ശക്തമായ ഐക്യം ഊട്ടിയുണ്ടാക്കുന്നതിന് അദ്ദേഹം പ്രത്യേകമായ ഊന്നൽ നൽകി. ലോകസഭയിലെ അദ്ദേഹത്തിന്റെ പ്രവർത്തനം എല്ലാ വിഭാഗങ്ങളിലുംപെട്ട അംഗങ്ങളുടെ ആദരവ് പിടിച്ചുപറ്റി. അദ്ദേഹത്തിന്റെ പ്രസംഗം എല്ലാവരും ശ്രദ്ധയോടെ കേൾക്കുമായിരുന്നു. അദ്ദേഹം പാർലമെന്റിൽ ഏറ്റവും ഒടുവിൽ നടത്തിയ പ്രസംഗം അടിയന്തരാവസ്ഥക്കെതിരായിട്ടായിരുന്നു. അവിസ്മരണീയമായിരുന്നു ആ പ്രസംഗം. പാർലമെന്റിനകത്തെന്നപോലെ പാർലമെന്റിന് പുറത്തും അടിയന്തരാവസ്ഥക്കെതിരെ അദ്ദേഹം ആഞ്ഞടിച്ചു.

എ കെ ജി പ്രായോഗിക പ്രവർത്തനത്തിന് ഊന്നലും മുൻഗണനയും നൽകി എന്നത് ശരിയാണ്. പക്ഷേ, സിദ്ധാന്തത്തെ അവഗണിച്ചു തള്ളിയില്ല. ആവശ്യത്തിനുവേണ്ട സിദ്ധാന്തം അദ്ദേഹം പഠിച്ചുറപ്പിച്ചുവെച്ചിരുന്നു. നക്സലൈറ്റുകളെ ആശയപരമായി നേരിട്ടപ്പോൾ അദ്ദേഹത്തിനുണ്ടായിരുന്ന താത്വികപരിജ്ഞാനം ഈ ലേഖകന് നേരിട്ട് ബോധ്യമുള്ളതാണ്. മാർക്സിന്റെയും ലെനിനിന്റെയും മൗവിന്റെ തന്നെയും കൃതികൾ ഉദ്ധരിച്ചുകൊണ്ട് നക്സലൈറ്റുകളുടെ വാദമുഖങ്ങളെ അദ്ദേഹം അരിഞ്ഞുതള്ളുകയുണ്ടായി. *കമ്യൂണിസ്റ്റുകാരും പാർലമെന്ററി പ്രവർത്തനവും* എന്ന ഒരു ലഘുലേഖയും ഇക്കാലത്തദ്ദേഹം എഴുതി.

ആശയപ്രചാരണത്തിന് എ കെ ജി വലിയ പ്രാധാന്യം കൽപ്പിച്ചു. അദ്ദേഹം യോഗങ്ങൾക്കും സമ്മേളനങ്ങൾക്കും പോകുമ്പോഴൊക്കെ

വിൽപ്പനയ്ക്കായി പുസ്തകങ്ങളും കൊണ്ടുപോകുമായിരുന്നു. അവ വാങ്ങി വായിക്കേണ്ടതിന്റെ പ്രാധാന്യം പലപ്പോഴും അദ്ദേഹം തന്നെ വിശദീകരിക്കും.

അദ്ദേഹത്തിന്റെ ജീവിതത്തിന്റെ ഒരേയൊരു ലക്ഷ്യം അധഃസ്ഥിതരുടെ, അടിച്ചമർത്തപ്പെട്ടവരുടെ മോചനമായിരുന്നു. അതിനു വേണ്ടിയാണ് ജീവിതം മുഴുവൻ അദ്ദേഹം പടവെട്ടിയത്. അങ്ങനെയൊരു നേതാവ് ഇനിയെന്ന് നമുക്കുണ്ടാവും?

www.ingramcontent.com/pod-product-compliance
Lightning Source LLC
LaVergne TN
LVHW090351051026
849518LV00006B/2104